இளவரசனும், ஏழைச் சிறுவனும்

மார்க் ட்வைன்

தமிழில்: ச.சுப்பாராவ்

BOOKS FOR CHILDREN

Ilavarasanum, Ehaich Siruvanum (In Tamil)
Mark Twain
Translated by : **C.Subbarao**
First Published : October, 2023

Published by
BOOKS FOR CHILDREN
im print of Bharathi Puthakalayam
7, Elango Salai, Teynampet, Chennai - 600 018
Email: bharathiputhakalayam@gmail.com | www.thamizhbooks.com

இளவரசனும், ஏழைச் சிறுவனும்
மார்க் ட்வைன்
தமிழில் : ச. சுப்பாராவ்
முதற் பதிப்பு : அக்டோபர், 2023

வெளியீடு

புக்ஸ் ஃபார் சில்ரன்
பாரதி புத்தகாலயத்தின் ஓர் அங்கம்
7, இளங்கோ சாலை, தேனாம்பேட்டை, சென்னை - 600 018.
தொலைபேசி : 044 24330024, 24330024 விற்பனை: 24332924.

விற்பனை உரிமை
7, இளங்கோ சாலை, தேனாம்பேட்டை, சென்னை 600 018.

விற்பனை நிலையங்கள்
அருப்புக்கோட்டை: *கதவுஎண் 49 A/4 மெயின் ரோடு, தெற்கு தெரு - 9994173551*
ஈரோடு: *39: 39 ஸ்டேட் பாங்க் சாலை - 9245448353*
கரூர்: *நாரத கானசபா அருகில் (TNGEA OFFICE) - 9442706676*
காரைக்குடி : *12, 2 வது தெரு, கம்பன் மணிமண்டபம் பின்புறம் - 9443406150*
கும்பகோணம்: *352, ரயில் நிலையம் எதிரில் - 9443995061*
குன்னூர்: *N.K.N வணிக வளாகம் பெட்போர்ட்*
கோவை: *77, மசக்காளிபாளையம் ரோடு, பீளமேடு - 8903707294*
சிதம்பரம்: *22A / 18B தேரடி கடைத் தெரு, கீழவீதி அருகில் - 9994399347*
செங்கல்பட்டு: *1 D ஜி.எஸ்.டி சாலை - 044 27426964* | **சேலம்:** *15, வித்யாலயா சாலை சாலை*
சேலம்: *பாலம் 35, அத்வைத ஆஸ்ரமம் சாலை 0427 2335952*
தஞ்சாவூர்: *காந்திஜி வணிக வளாகம் காந்திஜி சாலை - 9655542400*
திண்டுக்கல்: *பேருந்து நிலையம் - 9942331105, 9976053719*
திருச்சி: *வெண்மணி இல்லம், கரூர் புறவழிச்சாலை - 9994289492*
திருநெல்வேலி: *நவஜீவன் டிரஸ்ட் வளாகம், 48-B/10, அம்பை ரோடு, வீரமாணிக்கபுரம் - 9442149981*
திருப்பூர்: *447, அவினாசி சாலை - 9486105018*
திருவண்ணாமலை: *முத்தம்மாள் நகர்* | **திருவல்லிக்கேணி:** *48, தேரடி தெரு - 9444428358*
திருவாரூர்: *35, நேதாஜி சாலை - 9442540543* | **நாகர்கோவில்:** *699 கே.பி.ரோடு R.V.புரம் - 9443450111*
நெய்வேலி: *பேருந்து நிலையம் அருகில், - 9443659147*
பழனி: *பேருந்து நிலையம் அருகில் - 7010760693*
பாண்டிச்சேரி : *கிழக்கு கடற்கரைச்சாலை, இலாசுப்பேட்டை, 9486102777*
பெரம்பூர்: *52, கூக்ஸ் ரோடு - 9444373716* | **மதுரை:** *37A, பெரியார் பேருந்து நிலையம் - 045 22324674*
மதுரை: *சர்வோதயா மெயின்ரோடு*
வடபழனி: *பேருந்து நிலையம் எதிரில் அடையார் ஆனந்தபவன் மாடியில் - 9444476967*
விருதுநகர்: *131, கச்சேரி சாலை - 0456 2245300* | **வேலூர்:** *பேஸ் III, சத்துவாச்சாரி - 9442553893*

நினைத்த நூல்கள்... நினைத்த நேரத்தில்... BharathiTV | www.bookday.in

thamizhbooks.com 8778073949

அச்சு : பிரிண்டெக், சென்னை -600 005.

உள்ளே..

அத்தியாயம் – 1

இளவரசன், ஏழைப் பையன் பிறந்தார்கள்

இலண்டன் என்ற பழமையான நகரத்தில், 16ம் நூற்றாண்டின் இரண்டாவது கால் பகுதியில் வசந்த காலத்தில் ஒருநாள், தன்னை விரும்பாத ஒரு ஏழைக் குடும்பத்தில் கேண்டி என்ற ஒரு பையன் பிறந்தான். அதே நாள், குழந்தையின் பிறப்பை மிகவும் விரும்பிய டியூடர் என்ற செல்வந்தக் குடும்பத்தில் ஒரு பையன் பிறந்தான். அவனது பிறப்பை இங்கிலாந்தே கொண்டாடியது. அவன் பிறக்க வேண்டும் என்று நீண்டகாலமாக நாடே எதிர்பார்த்து, பிரார்த்தனை செய்து வந்ததால், அவன் பிறந்ததில் மக்களுக்கு மட்டற்ற மகிழ்ச்சி. முன்பின் அறியாதவர்கள்கூட கூச்சலிட்டபடி, அணைத்துக் கொண்டார்கள். முத்தமிட்டுக் கொண்டார்கள். உயர்ந்தவர், தாழ்ந்தவர், ஏழை, பணக்காரர் எவரும் வேலைக்குப் போகாமல், பாட்டுப்பாடி, நடனமாடி, விருந்துண்டு

கொண்டாடினார்கள். கொண்டாட்டம் இரவு, பகலாக பல நாட்கள் தொடர்ந்தது. பகல் வேளையில், ஒவ்வொரு வீட்டிலும் தோரணங்கள் தொங்க, ஊர்வலங்கள் நடக்க, லண்டன் நகரைப் பார்க்க கண்கொள்ளாக் காட்சியாக இருந்தது. இரவிலும் அப்படித்தான். ஒவ்வொரு முக்கிலும் சொக்கப்பனைகள் எரிந்தன. அவற்றைச் சுற்றி மக்கள் குடிபோதையில் நடனமாடினார்கள். இங்கிலாந்து முழுவதும், இந்தக் கொண்டாட்டங்களைப் பற்றி எதுவும் அறியாமல், கவலைப்படாமல் பட்டு, சாட்டின் துணிகளில் படுத்திருந்த புதிய குழந்தையான, வேல்ஸ் இளவரசர் எட்வர்ட் டியூடர் பற்றிய பேச்சுதான். மற்றொரு குழந்தையான டாம் கேண்டி பற்றி ஒரு பேச்சும் இல்லை. இருக்கும் தொல்லையில் இவன் ஏன் பிறந்தான் என்று அவனது ஏழைக் குடும்பத்தினர் புலம்பிக் கொண்டிருந்தனர்.

அத்தியாயம் – 2

டாமின் குழந்தைப் பருவம்

நாம் சில ஆண்டுகளைக் கடந்து வருவோம்.

இலண்டன் மாநகருக்கு ஆயிரத்து ஐநூறு வயது. அன்றைய காலத்தில் அது மிகப் பெரிய நகரம். அங்கு ஒரு லட்சம் மக்கள் வசித்தார்கள். சிலர் இரண்டு லட்சம் என்றும் சொல்வார்கள். தெருக்கள் குறுகலாக, அழுக்காக இருக்கும். அதுவும் லண்டன் பாலத்திற்கு அருகில் டாம் வசித்த பகுதி மிக மோசமாக இருக்கும். மர வீடுகள். இரண்டாவது மாடி முதல் மாடியிலிருந்து நீட்டிக் கொண்டிருக்கும். மூன்றாம் மாடி இரண்டாவதிலிருந்து துருத்திக் கொண்டிருக்கும். வீடு மேலே செல்லச் செல்ல, அகலமாகும். குறுக்கும் நெடுக்குமாகச் செல்லும் பலகைகளுக்கு நடுவே சாந்து பூசி கட்டப்பட்ட வீடுகள். பலகைகளுக்கு உரிமையாளரின் விருப்பம்போல் சிவப்பு அல்லது நீலம் அல்லது கருப்பு வர்ணம் பூசப்பட்டிருப்பதால், பார்க்க அழகாக இருக்கும். சிறிய ஜன்னல்கள், டைமண்ட் வடிவ கண்ணாடி போடப்பட்டு, கதவு போல் வெளிப்பக்கமாகத் திறக்கும்.

டாமின் அப்பா வசித்த வீடு புட்டிங் சந்திற்கு அருகில் இருந்த ஓஃபல் கோர்ட் என்ற மட்டமான பகுதி. அது பாழடைந்த,

அழுக்கான பகுதி. அங்கு முழுவதும் பரிதாபமான ஏழைக் குடும்பங்கள் வசித்தது. டாமின் குடும்பம் மூன்றாவது மாடியில் ஓர் அறையில் வசித்தன. ஒரு மூலையில் டாமின் அம்மா, அப்பா படுப்பார்கள். ஆனால், டாம், அவனது பாட்டி, அவனது இரு சகோதரிகளான பெத், நான் ஆகியோருக்கு எந்தக் குறிப்பான இடமும் கிடையாது. தரை முழுக்க எங்கு வேண்டுமானாலும், படுத்துப் புரளலாம். ஓரிரு போர்வைகளின் மிச்ச மீதிகள், அழுக்கு வைக்கோல் திணித்த தலையணை போன்றவை இருந்தன. அவற்றை படுக்கை என்று சொல்ல முடியாது. காலையில் அவற்றை ஒரு குவியலாக ஒரு மூலையில் தள்ளி வைத்து விடுவார்கள். இரவு அவற்றிலிருந்து ஒன்றை எடுத்துக்கொள்வார்கள்.

பெத்தும், நானும் இரட்டையர்கள் - பதினைந்து வயது. நல்லிதயம் கொண்ட சிறுமிகள். கந்தைகளை உடுத்தி, அழகாக, எதுவுமறியாது இருப்பார்கள். அவர்களது அம்மாவும் அப்படித்தான். ஆனால் அப்பாவும், பாட்டியும் போக்கிரிகள். சந்தர்ப்பம் கிடைக்கும் போதெல்லாம் குடிப்பார்கள். தமக்குள்ளோ அல்லது எதிர்ப்படுவோரிடமோ சண்டை போடுவார்கள். போதையோ, நிதானமோ எப்போதும் கெட்ட வார்த்தைகளால் திட்டுவார்கள். ஜான் கேண்டி ஒரு திருடன். அவனது அம்மா பிச்சைக்காரி. அவர்களால் குழந்தைகளை திருடர்களாக்க முடியவில்லை. ஆனால் பிச்சைக்காரர்களாக ஆக்கினார்கள். வீட்டில் இருந்த கும்பலுக்கு மத்தியில் ஒரு முதியவரான நல்ல பாதிரியார் இருந்தார் அவருக்கு குழந்தைகளை மிகவும் பிடிக்கும். அவர்களுக்கு நல்ல புத்திமதி சொல்லி வளர்த்தார். அந்த ஆண்ட்ரூ பாதிரியார் தான் டாமிற்கு எழுதப் படிக்கவும், ஓரளவு லத்தீனும் கற்றுத் தந்தார். பெண்களுக்குக்கூட கற்றுத்தர அவருக்கு ஆசைதான். ஆனால் பெண் கல்வியை விரும்பாதவர்கள் கேலி செய்வார்களே என்று பயந்து கற்றுத் தரவில்லை.

ஓஃபல் கோர்ட்டில் இருந்த எல்லா வீடுகளும் டாம் வீடு மாதிரிதான். ஒவ்வொரு இரவும், இரவு முழுவதும் அங்கு குடிபோதை, தகராறு, சண்டை, சச்சரவுதான். பசியைப் போலவே அங்கு மண்டை உடைவதும் சகஜமாக இருந்தது. ஆனாலும் சிறுவன் டாம் துக்கமாக இருக்கவில்லை. அவனது வாழ்க்கை துன்பமானதுதான் என்றாலும் அவன் அதை அறியவில்லை. அக்காலத்தின் ஓஃபல் கோர்ட்டின் மற்ற பையன்கள் போலவே, இதுதான் சரியான, வசதியான வாழ்க்கை என்று அவன்

நினைத்திருந்தான். வீட்டிற்கு இரவில் வெறும் கையோடு திரும்பினால் அப்பா திட்டிவிட்டு, நன்றாக அடிப்பார். பிறகு பாட்டி முதலிலிருந்து ஆரம்பிப்பாள் என்று அவனுக்குத் தெரியும். பிறகு அம்மா, தான் பட்டினி கிடந்தபடி, ஏதேனும் இவனுக்கு சாப்பிட ரகசியமாகத் தருவாள். அது தெரிந்துவிட்டால், கணவனிடம் சரியான அடி கிடைக்கும் என்றாலும்கூட, தருவாள்.

இல்லை. டாமின் வாழ்க்கை, குறிப்பாக, கோடை காலத்தில் நல்லபடியாகத்தான் சென்றது. பிச்சை எடுப்பதற்கான தண்டனைகள் கடுமையானவை என்பதால், அவன் உயிர்வாழப் போதுமான அளவுதான் பிச்சையெடுத்தான். எனவே ஆண்ட்ரூ பாதிரியாரிடம் தேவதைகள், ராட்சதர்கள், பூதங்கள், சித்திரக்குள்ளர்கள், பெரும் கோட்டைகள், அழகான அரசர்கள், இளவரசர்கள் பற்றியெல்லாம் அருமையான பழங்கதைகளைக் கேட்க நேரம் இருந்தது. அவன் மனம் முழுவதும் இந்த அற்புதமான விஷயங்கள் நிறைந்திருந்தன. இரவில் அடிவாங்கிக் களைத்து, பசியோடும், களைப்போடும் தனது இழிந்த படுக்கையில் படுத்துக் கிடக்கும்போது அவன் தனது கற்பனையை அவிழ்த்து விடுவான். விரைவில் தனது வலி, வேதனைகளை மறந்து, பெரும் அரண்மனையில், தான் ராஜபோகமாக வாழ்வதாகக் கற்பனை செய்வான். விரைவிலேயே, இரவும், பகலும் ஓர் ஆசை அவனை ஆட்கொள்ள ஆம்பித்தது. உண்மையான ஓர் இளவரசனை, தான் நேரில் பார்க்க வேண்டும் என்பதுதான் அது. அதைப் பற்றி அவன் ஒருமுறை தனது ஓஃபல் கோர்ட் நண்பர்களிடம் சொன்னான். அவர்கள் இரக்கமின்றி அவனை கேலி செய்ததால், அதன் பிறகு தன் கனவை தன் மனதிலேயே வைத்துக்கொண்டு விட்டான்.

அவன் அடிக்கடி பாதிரியாரின் பழைய புத்தகங்களைப் படிப்பான். படித்தவை பற்றி அவரிடம் விளக்கங்கள் கேட்டு தெரிந்து கொள்வான். அவனது கனவுகளும், வாசிப்பும் அவனிடம் மெல்ல மெல்ல சில மாற்றங்களை ஏற்படுத்தின. அவனது கனவு மனிதர்கள் மிக நேர்த்தியானவர்கள் என்பதால், அவன் தனது அழுக்கான, பழைய உடைகளை வெறுத்தான். சுத்தமாக இருக்கவும், நன்கு உடுத்தவும் விரும்பினான். அதேசமயம் சகதியில் புரண்டு விளையாடினான். அதை ரசிக்கவும் செய்தான். ஆனால் தேம்ஸ் நதியில் விளையாட்டிற்காக குதித்து ஆடுவது, மகிழ்ச்சியோடு, தன் ஆடைகளையும், தன்னையும் சுத்தப்படுத்தவும் செய்கிறது என்பதையும் உணர்ந்தான்.

அவனது வீட்டுப் பகுதியிலும், கண்காட்சிகளிலும் ஏதேனும் புதிதாக நடந்து கொண்டே இருப்பதை கவனித்தான். அவ்வப்போது, யாரேனும் ஒரு துரதிருஷ்டசாலி கைதியை தரைவழியாகவோ, படகு மூலமோ, லண்டனுக்கு அழைத்துச் செல்லும்போது, அவனும் மற்றவர்களும் ராணுவ அணிவகுப்பைப் பார்க்கும் வாய்ப்பு கிடைக்கும். ஒரு கோடை நாளில் ஆனி ஆஸ்க்யூவும், வேறு மூன்று ஆண்களும் ஸ்மித்ஃபீல்ட்டில் மரத்தில் கட்டி வைத்து எரிக்கப்பட்டதைப் பார்த்தான். அவர்களுக்கு ஒரு முன்னாள் பிஷப் உபதேசிப்பதைப் பார்த்தாலும், அது அவனுக்கு ஆர்வமூட்டவில்லை. ஆம், எப்படியோ, டாமின் வாழ்க்கை பலதரப்பட்டதாக, இனிமையாகத்தான் இருந்தது.

கொஞ்சம் கொஞ்சமாக டாமின் வாசிப்பும், அரச வாழ்க்கை பற்றிய கனவும் சேர்ந்து, அவனை அறியாமல் அவன் ஓர் இளவரசனாக நடந்துகொள்ள ஆரம்பித்தான். அவனது பேச்சும், நடத்தையும் வினோதமான சம்பிரதாயபூர்வமானதாக மாறியதைப் பார்த்து அவனது நண்பர்கள் வியந்தார்கள். இப்போது, சிறுவர்கள் மத்தியில் டாமின் செல்வாக்கு அதிகரிக்க ஆரம்பித்தது. எல்லோரும் அவன் உயர்ந்தவன் என்பதுபோல் அவனை பயபக்தியோடு பார்க்க ஆரம்பித்தார்கள். அவனுக்கு நிறைய தெரிந்திருந்தது! பல அற்புதமான விஷயங்களை அவனால் சொல்லவும், செய்யவும் முடியும்! அதுவும் போக, அவன் மிக அறிவாளியாகவும் இருந்தான்! டாமின் பேச்சு, நடத்தை பற்றியெல்லாம் பையன்கள் தம் வீட்டுப் பெரியவர்களிடம் சொன்னார்கள். இப்போது அவர்களும் டாம் பற்றிப் பேசினார்கள். அவனை அசாதாரணமானவனாகக் கருத ஆரம்பித்தார்கள். பெரியவர்கள் தம் பிரச்சனைகளை டாமிடம் சொல்லித் தீர்வு கேட்டார்கள். அவனது தீர்வில் இருந்த மேதமையைப் பார்த்து வியந்தார்கள். உண்மையில் அவன் தன் குடும்பத்தினர் தவிர மற்ற அனைவர் கண்களிலும் ஒரு கதாநாயகனாகத் தெரிந்தான். குடும்பத்தினருக்குத்தான் எதுவும் தெரியவில்லை.

சிறிது நாட்கள் கழித்து டாம் தனியாக ஒரு ராஜசபையே நடத்த ஆரம்பித்தான். அவன்தான் இளவரசன். அவனது தோழர்கள் மற்ற படை பரிவாரங்கள். டாம் படித்திருந்த கதைகளின்படி விளையாட்டு ராஜசபை மிக சம்பிரதாயமாக தினமும் நடக்கும். இந்த ராஜசபையில் பெரிய ராஜாங்க விஷயங்களையெல்லாம் தினமும் பேசுவார்கள். தினமும் கற்பனை இளவரசர் தனது

கற்பனை ராணுவம், கடற்படை, அதிகாரிகளுக்கு உத்தரவுகள் பிறப்பித்தார்.

அதன்பிறகு அவன் தனது கந்தலாடையுடன் போய் பிச்சையெடுத்து, சில காசுகள் சம்பாதிப்பான். ஏதோ அறைகுறையாக சாப்பிடுவான். வழக்கமான திட்டு, அடி உதைகளை வாங்கிக் கொண்டு, தன் நைந்த படுக்கையில் படுத்து, மீண்டும் தனது ஆடம்பரக் கனவுகளைத் தொடர்வான்.

ஆனாலும், உண்மையான ஓர் இளவரசனை நேருக்கு நேர் பார்த்துவிடவேண்டும் என்ற ஆசை, மற்ற எல்லா ஆசைகளையும் புறம் தள்ளி வேகமாக வளர்ந்து, அவனது ஒரே குறிக்கோளாக மாறியது.

ஒரு ஜனவரி நாளில், அவன் தன் வழக்கமான பிச்சைப் பயணத்தில் காலில் செருப்பில்லாமல், குளிரில் மின்சிங் தெரு பக்கம் மணிக்கணக்காக சுற்றிக்கொண்டிருந்தான். கடைகளில் வைக்கப்பட்டிருந்த விதவிதமான உணவு வகைகள் எல்லாம் தேவதைகளுக்கு உரியவைகளாக அவனுக்குத் தெரிந்தன. அவன் அவை எதையும் சாப்பிட முடியாது. குளிர்ந்த மழைச் சாரல். வானம் இருண்டு கொண்டிருந்தது. ஒன்றும் கிடைக்காத துக்கமான நாள். முழுக்க நனைந்து, பசி, களைப்போடு வீடு திரும்பினான். அவனது நிலை கண்டு இரக்கப்படாது, அப்பாவும், பாட்டியும், அடித்து உதைத்து, தூங்க அனுப்பினார்கள். பசி, வலி, அக்கம்பக்கத்து வீடுகளின் சண்டைக் கூச்சலில் அவன் வெகுநேரம் விழித்திருந்தான். அப்படியே அவனது எண்ணங்கள் நீண்டதூர இடத்திலிருக்கும் அற்புதமான இடங்களுக்குச் செல்ல, அழகான ஆடைகள் அணிந்த இளவரசர்கள், தனது கட்டளைக்காகக் காத்திருக்கும் பணியாட்கள் பற்றியெல்லாம் கற்பனை செய்தபடியே உறங்கிப் போனான். வழக்கம் போல தான் ஒரு இளவரசனாக இருப்பதாகக் கனவு கண்டான்.

இரவு முழுக்க அவனது ராஜ்ஜியத்தின் சிறப்புகள்தான் கனவில். அதில் பெரும் பிரபுக்கள், சீமாட்டிகள் எல்லோரும் அவனுக்கு புன்னகையோடு மரியாதை செய்தார்கள். எங்கும் நறுமணம். இனிய இசை.

காலையில் விழித்தெழுந்து, தன்னைச் சுற்றியுள்ள ஏழ்மையைப் பார்த்தபோது, அவனது கனவு வழக்கம் போன்ற தாக்கத்தைதான்

ஏற்படுத்தியது. அவனது சூழல் பற்றிய கேவல நிலைமை ஆயிரம் மடங்கு அதிகரித்தது. அதோடு, துக்கமும், கண்ணீரும் வந்தன.

அத்தியாயம் – 3

டாம் இளவரசனை சந்தித்தல்

டாம் பசியோடு எழுந்தான். பசியோடு சுற்றித் திரிந்தான். மனம் முழுவதும் நேற்றைய கனவின் அற்புதக் காட்சிகள் நிழலாடின. எங்கு போகிறோம், சுற்றி என்ன நடக்கிறது என்ற உணர்வின்றி இங்குமங்கும் திரிந்தான். மக்கள் அவனைத் திட்டினார்கள். சிலர் தள்ளி விட்டார்கள். ஆனால் அவன் எதையும் கண்டுகொள்ளவில்லை. இப்படியே நடந்து வீட்டை விட்டு வெகுதூரமாக, இதுவரை வந்திராத டெம்பிள் பார் என்ற பகுதிக்கு வந்து விட்டான். ஏதோ யோசனையில் சிறிது நேரம் நின்றான். திரும்பவும் தன் கற்பனைகளோடு லண்டன் மதில் சுவர் பக்கம் வந்தான். இப்போது தெரு கிராமப்புறத் தெருவாக இல்லாமல், நல்ல தெருவாக இருந்தது. ஒருபுறம் வரிசையாக வீடுகள். மறுபுறம் சற்று தள்ளித் தள்ளி பெரும் மாளிகைகள். இவையெல்லாம் பெரும் செல்வந்தர்களின் மாளிகைகள். ஆறுவரை நீண்ட பெரிய தோட்டங்கள் கொண்டவை.

இப்போது டாம் சாரிங் என்ற கிராமத்திற்கு வந்துவிட்டான். பழைய அரசர் ஒருவர் அமைத்திருந்த அழகிய சிலுவை அருகே சிறிது ஓய்வெடுத்தான். பிறகு கார்டினலின் மாளிகையைத் தாண்டி, வெஸ்ட்மின்ஸ்டர் என்ற பிரமாண்டமான, கம்பீரமான அரண்மனை நோக்கிச் சென்றான். அதன் நீண்ட தாழ்வாரங்கள், கோட்டை அரண்கள், காவல் கோபுரங்கள், மிகப்பெரிய கருங்கல் நுழைவாயில், அதில் வரிசையாக நின்ற பிரமாண்டமான ‘சிங்கச் சிலைகள், ஆங்கிலப் பேரரசின் மற்ற அரசச் சின்னங்கள் எல்லாவற்றையும் வியப்போடு பார்த்தான். ஒருவழியாக அவன் மனது திருப்தியடைந்ததா? ஆம், இங்கிருப்பது அரசரின் அரண்மனை. கடவுள் அருள் இருந்தால், அவன் ஓர் இளவரசனை நேரில் பார்த்து விடலாமோ?

அழகிய அந்தக் கதவின் இருபுறமும் ஓர் உயிருள்ள சிலை நின்றிருந்தது. தலை முதல் கால் வரை கவசமணிந்து, அனைத்து

வகை ஆயுதங்களோடு, கம்பீரமாக, அசையாமல் இரு வீரர்கள். மரியாதையான இடைவெளி விட்டு, அரச குடும்பத்தினர் யாரையேனும் பார்க்க முடியுமா என்ற ஆசையுடன் கிராமப்புற, நகர மாந்தர் நின்றிருந்தனர். அரண்மனையின் வேறு பல வாசல்கள் வழியே உள்ளே அற்புதமான மனிதர்களைத் தாங்கியபடி, சுற்றிலும் அற்புதமான பணியாட்கள் உடன்வர, அற்புதமான வண்டிகள் போய்க்கொண்டும், வந்துகொண்டும் இருந்தன.

இதயம் படபடக்க, நம்பிக்கை அதிகரிக்க, தன் கந்தலாடையில் ஏழை டாம் அந்தக் காட்சிகளைப் பார்த்தபடி மெதுவாக, பணிவாகச் சென்றுகொண்டிருந்தான். திடீரென அவன் கண்ட ஒரு காட்சி, அவனை சந்தோஷத்தில் கூச்சலிட வைத்தது. கடுமையான உடற்பயிற்சி, விளையாட்டுகளால் சற்று நிறம் பழுப்படைந்த, ஓர் அழகான சிறுவனைப் பார்த்தான். அவன் அழகான பட்டாடையும், ஒளிவீசும் ஆபரணங்களும் அணிந்திருந்தான். இடையில் கற்கள் பதித்த சிறிய வாளும், குத்தீட்டியும், காலில் முழங்கால் வரை நீண்ட சிவப்பு நிற காலுறை. தலையில் இளஞ்சிவப்பில் பகட்டான தொப்பி. அதில் மின்னும் வைரக்கல் பதிக்கப்பட்டு, சுற்றிலும் இறகுக் குஞ்சங்கள் தொங்கின. பக்கத்தில் கம்பீரமான ஆண்கள் பலர் – அவர்கள் அவனது பணியாளர்கள் என்பதில் சந்தேகமில்லை. ஓ! அவன் இளவரசன்தான் – சந்தேகமின்றி, நிஜமாகவே ஓர் இளவரசன். அந்த ஏழைச் சிறுவனின் பிரார்த்தனை ஒரு வழியாகப் பலித்து விட்டது.

படபடப்பில் டாமிற்கு மூச்சு வாங்கியது. வியப்பிலும், மகிழ்ச்சியிலும் கண்கள் விரிந்தன. அந்தக் கணத்தில் மனதின் அத்தனை ஆசைகளும் மறைந்து, ஒன்றே ஒன்று மட்டும் முன் நின்றது. அது இளவரசருக்கு அருகில் சென்று, ஆசை தீரப் பார்க்க வேண்டும் என்பதுதான். என்ன செய்யப் போகிறோம் என்று முடிவு செய்வதற்கு முன்பே அவன் கதவருகே சென்று விட்டான். அடுத்த கணம் ஒரு போர்வீரன் அவனைப் பிடித்து தூக்கி எறிய, அவன் லண்டன் நகரின் மட்டமான, சோம்பேறிகளுக்கு நடுவில் விழுந்தான்.

‘பிச்சைக்காரப் பயலே! ஒழுங்காக நடந்து கொள்’ என்றான் போர்வீரன். கூட்டம் சிரித்து, ஆரவாரம் செய்தது. ஆனால் அதற்குள் இளவரசன் முகம் சிவக்க, கதவருகே வந்து கோபமாக,

‘ஓர் ஏழைச் சிறுவனை இப்படியா நடத்துவீர்கள்? என்

தந்தையாகிய அரசரின் எளிய குடிமகனை இப்படியா நடத்துவீர்கள்? கதவைத் திறந்து அவனை உள்ளே விடுங்கள்,' என்றான்.

வீரர்கள் தம் ஈட்டியை உயர்த்தி மரியாதை செலுத்திவிட்டு, கதவைத் திறந்தார்கள். ஏழ்மையின் இளவரசன் உள்ளே வந்து செல்வத்தின் இளவரசனின் கைப்பற்றியதும், திரும்பவும் ஈட்டியை உயர்த்தி மரியாதை செய்தார்கள்.

'பார்க்க மிகவும் களைப்பாக, பசியோடு இருப்பவனாகத் தெரிகிறாய். நீ மிகவும் துன்பப்பட்டிருக்கிறாய், உள்ளே வா,' என்றான் எட்வர்ட் டியூடர்.

அரை டஜன் சேவகர்கள் பாய்ந்தார்கள். சந்தேகமில்லாமல், இடையூறு செய்யத்தான். ஆனால் அவர்கள் இளவரசனின் கையசைப்பில் நிறுத்தப்பட்டார்கள். அவர்கள் அப்படியே சிலை போல நின்றார்கள். எட்வர்ட் டாமை தனது அறைக்கு அழைத்துச் சென்றான். அவனது கட்டளையின் பேரில் டாம் இதுவரை புத்தகங்களில் மட்டுமே பார்த்திருக்கும் உணவு கொண்டு வரப்பட்டது. தன் விருந்தினன் சங்கடப்படக் கூடாது என்று இளவரசன் சேவகர்களை வெளியே போகச் சொன்னான். டாம் சாப்பிடும்போது அவன் கேள்விகள் கேட்க ஆரம்பித்தான்.

'உன் பெயரென்ன, சிறுவனே?'

'டாம் கேண்டி, ஐயா!'

'வினோதமான பெயர். எங்கே வசிக்கிறாய்?'

'நகரத்தில் ஐயா! புட்டிங் சந்துக்கு அருகே ஓஃபல் கோர்ட்.'

'ஓஃபல் கோர்ட்! இதுவும் வினோதமாக இருக்கிறது. பெற்றோர் இருக்கிறார்களா?'

'பெற்றோர் இருக்கிறார்கள். பாட்டியும் இருக்கிறாள். நான், பெத் என்று இரட்டை சகோதரிகள். பாட்டிக்கு என்னைப் பிடிக்காது. இப்படிச் சொல்வதற்கு கடவுள் என்னை மன்னிக்கட்டும்.

'பாட்டிக்கு உன்னைப் பிடிக்காதா?'

'அவளுக்கு யாரையுமே பிடிக்காது. மிக கெட்ட மனம் கொண்டவள். நான் முழுக்க கெடுதலே செய்பவள்.'

'உன்னை கொடுமைப்படுத்துவாளா?'

‘தூங்கும்போதும், போதை அதிகமாகும்போதும் மட்டுமே அவள் கை சும்மா இருக்கும். மற்ற நேரங்களில், அதற்கும் சேர்த்து என்னை அடித்து நொறுக்குவாள்.’

இளவரசனின் கண்களில் கோபக்கனல்.

‘என்ன, அடிப்பாளா?’ என்று கத்தினான்.

‘ ஓ, ஆமாம், ஐயா!’

‘அடிப்பதா! நீ ரொம்ப சின்னவனாக, பலவீனமாக இருக்கிறாய். கவனமாகக் கேட்டுக் கொள். இன்றிரவிற்குள் அவளை சிறையில் தள்ளுவேன். என் தந்தை அரசர் –

‘கோபத்தில் அவனது இழிபிறப்பை மறந்து விட்டீர்கள் ஐயா. சிறை மேல்குடியினருக்குத்தான்.’

‘உண்மைதான். அவளுக்கு என்ன தண்டனை தரலாம் என்று யோசிக்கிறேன். உன் அப்பா அன்பாக இருப்பாரா?’

‘அவரும் பாட்டியைப் போல்தான், ஐயா!’

‘ஒருவேளை, அப்பாக்கள் இப்படித்தான் இருப்பார்களோ? என் அப்பாவின் குணமும் இப்படித்தான். ஓங்கி அடித்து விடுவார். என்னை அதிகம் அடிக்கமாட்டார் என்றாலும், திட்டித் தீர்த்துவிடுவார். அம்மா எப்படி?’

‘அம்மா நல்லவள், ஐயா! எனக்கு எந்த வகையிலும் துன்பம் தரமாட்டாள். நான், பெத் இருவரிடமும் அப்படித்தான்.’

‘உனக்கு என்ன வயது?’

‘பதினைந்து ஐயா’.

‘என் சகோதரி எலிஸபெத்திற்கு வயது பதினான்கு, சித்தப்பா பெண் ஜேன்கிரே என் வயதுதான். மிக அழகாக இருப்பாள். இன்னொரு சகோதரி மேரி உன்னை மாதிரி சோகமாக இருப்பாள். உன் சகோதரிகள் சேவகர்கள் தம்மைப் பார்த்து சிரிக்கக் கூடாது என்று தடை போடுவார்களா?’

‘அவர்களா? அவர்களுக்கு சேவகர்கள் உண்டு என்றா தாங்கள் நினைக்கிறீர்கள்?’

குட்டி இளவரசன் சற்று யோசித்தான். பிறகு, ‘ஏன்? இரவில் அவர்கள் உடை மாற்ற யார் உதவி செய்வார்கள்? எழுந்ததும் யார் அலங்காரம் செய்வார்கள்?’ என்றான்.

‘யாரும் கிடையாது, ஐயா! உடைகளைக் களைந்துவிட்டால், இரவில் விலங்குகள்போல் ஒன்றுமில்லாமலா உறங்குவது?’

'மாற்று உடை கிடையாதா?'

'இல்லை ஐயா!'

'என்ன அதிசயம்! மன்னிக்க வேண்டும். நான் சிரித்திருக்கக் கூடாது. உன் பெத், நான் இருவருக்கும் விரைவில் உடைகளும், சேவகர்களும் கிடைக்கும். என் பொக்கிஷதாரர் அதற்கு ஏற்பாடு செய்வார். இல்லை. எனக்கு நன்றி சொல்லாதே. இது பெரிய விஷயமல்ல. நீ நன்றாகப் பேசுகிறாய். பண்பாகப் பழகுகிறாய். படித்திருக்கிறாயா?'

'படித்திருக்கிறேனா, இல்லையா என்று தெரியவில்லை ஐயா! ஆண்ட்ரூ என்ற ஒரு நல்ல பாதிரியார். தம் கருணை காரணமாக, தம் புத்தகங்களை வைத்து எனக்குக் கற்பித்தார்.'

'உனக்கு லத்தீன் தெரியுமா?'

'ஏதோ கொஞ்சம், ஐயா!'

'லத்தீன் படி, சிறுவனே. ஆரம்பத்தில் கடினமாக இருக்கும். கிரேக்கமொழி இன்னும் கடினமானது. ஆனால் இவை இரண்டும் என்ன, வேறு எந்த மொழிகளும்கூட எலிஸபெத்திற்கும், மற்ற சகோதரிகளுக்கும் கடினமானவை அல்ல. இந்தப் பெண்கள் அந்த மொழிகளைப் பேசுவதை நீ கேட்க வேண்டும். சரி, நீ ஓஃபல் கோர்ட் பற்றிச் சொல். அங்கு வாழ்வது வசதியாக இருக்குமா?!'

'ஐயா! உண்மையைச் சொன்னால், பசிக்கும் நேரத்தைத் தவிர, மற்ற நேரங்களில் அங்கு நன்றாகத்தான் இருக்கும். வேடிக்கைக் காட்சிகள், குரங்குகள்! அதுவும் உடைகள் உடுத்திக் கொண்டு கூச்சலிட்டுக்கொண்டு நன்றாக விளையாடலாம். செத்து விழும்வரை சண்டை போடலாம். எல்லாம் பார்க்க வேடிக்கையாக இருக்கும். இதற்கெல்லாம் ஒரு காசு செலவழித்தால் போதும். ஆனால் அந்த ஒற்றைக் காசு கிடைப்பதுதான் கஷ்டம்.'

'மேலே சொல்'.

'பையன்கள் குண்டாந்தடிகளை எடுத்துக்கொண்டு சண்டை போடுவோம்.' இளவரசனின் கண்கள் மின்னின. 'பிறகு?'

'ஓட்டப் பந்தயம் வைப்போம். யார் மிக வேகமாக ஓடுகிறார் என்று பார்ப்போம்.'

'அதுவும் எனக்குப் பிடிக்கும், அப்புறம்?'

'ஐயா! கோடை காலத்தில் வாய்க்கால்களில் விழுந்து நீந்துவோம். ஆற்றில் பக்கத்தில் இருப்பவனை தண்ணீருக்குள்

அமுக்குவோம். டைவ் அடிப்போம். கத்திக் கும்மாளம் போடுவோம்.'

'இதற்கு என் அப்பாவின் ராஜ்ஜியத்தையே தரலாமே. அதை ஒருமுறை நான் அனுபவிக்க வேண்டும். மேலே சொல்.'

'நாங்கள் மேபோல் பகுதியில் பாடுவோம். நடனமாடுவோம். மணலில் விளையாடுவோம். நண்பர்கள்மேல் மணலை வாரி இறைப்போம். சில சமயம் களிமண் செய்வோம். ஆஹா... அந்தக் களிமண்... அந்த மகிழ்ச்சிக்கு இணையே இல்லை. ஐயா! அந்தக் களிமண்ணில் நன்றாகப் புரளுவோம்.'

'ஓ! இதற்குமேல் எதுவும் சொல்ல வேண்டாம். இது அற்புதமாக இருக்கிறது! நான் உன்னைப்போல் உடை உடுத்தி, கண்டிக்க யாரும் இல்லாமல், காலில் காலுறை இன்றி, அந்தக் களிமண்ணில் ஒருமுறை, ஒரே ஒருமுறை புரண்டால் போதும். அதற்காக எனது அரச கிரீடத்தையே துறந்து விடலாம் என்று தோன்றுகிறது.'

'எனக்கும், உங்களைப்போல உடை உடுத்தி, ஒரே ஒருமுறை மட்டும்-'

'ஓஹோ! நன்றாக இருக்குமல்லவா? அப்படியானால், அப்படியே செய்யலாம் தம்பி! உன் கந்தல்களை அவிழ்த்துவிட்டு, என் உடைகளைப் போட்டுக் கொள்! கொஞ்ச நேர சந்தோஷத்திற்காக, ஒன்றும் பெரிய விஷயமில்லை. கொஞ்சநேரம் சந்தோஷத்தை அனுபவித்துவிட்டு, பிறர் அதை கெடுப்பதற்குள் பழையபடி மாறி விடலாம்.'

சில நிமிடங்களில் வேல்ஸ் இளவரசன் டாமின் கந்தைகளை அணிந்துகொண்டான். ஏழைச் சிறுவன் இளவரசனின் உடையில், இருவரும் கண்ணாடி முன் பக்கம் பக்கமாக நின்றார்கள். என்ன ஓர் அதிசயம்! எந்த மாற்றமும் நடந்ததாகவே தெரியவில்லை! அவர்கள் ஒருவரையொருவர் வெறித்துப் பார்த்துக் கொண்டார்கள். பிறகு கண்ணாடியைப் பார்த்தார்கள். மீண்டும் ஒருவரையொருவர் பார்த்துக் கொண்டார்கள். கடைசியில் குழப்பமடைந்த இளவரசன்,

'இதிலிருந்து என்ன தெரிகிறது?' என்றான்.

'வணக்கத்திற்குரியவரே! என்னிடம் எதுவும் கேட்காதீர்கள். என் தகுதிக்கு இதுபற்றி நான் எதுவும் கூறக்கூடாது.'

'அப்படியானால், நான் சொல்கிறேன். உனக்கும் என்னைப்

போன்றே அதே தலைமுடி, அதே கண்கள், அதே குரல், பாவனைகள், அதே உடலமைப்பு, உருவம், அதே முகம். இருவரும் நிர்வாணமாக நின்றால் யார் நீ, யார் வேல்ஸ் இளவரசன் என்று எவராலும் கூற முடியாது. இப்போது உன் உடையில் என்னைப் பார்த்தால் அந்தப் போர்வீரன் நிச்சயமாக என்னைத் தள்ளிவிட்டு விடுவான். அவன் தள்ளிவிட்டதில் கையில் காயம் பட்டதோ?'

'ஆமாம், ஆனால், சின்ன காயம்தான். அந்தக் காவலன் –

'பேசாதே! என்ன ஒரு கொடுமை! அவமானம்!' 'இளவரசன் கோபத்தில் காலை உதைத்தான். 'அரசருக்குத் தெரிந்தால் – நான் திரும்பி வரும்வரை இந்த இடத்தை விட்டு அசையாதே! இது என் ஆணை!'

ஒரு நொடியில் அவன் எழுந்து, மேஜையில் இருந்த தேசிய முக்கியத்துவம் வாய்ந்த ஒரு பொருளைத் தள்ளிவிட்டபடி, அந்தக் கந்தலாடையுடன், கோபத்தில் முகம் சிவக்க அரண்மனைத் திடல் நோக்கிச் சென்றான். அந்தப் பெரும் கதவை நெருங்கியதும், கதவின் கம்பிகளை ஆட்டியபடி,

'திறவுங்கள்! கதவைத் திறவுங்கள்!' என்று கூச்சலிட்டான்.

டாமை தள்ளிவிட்ட அதே வீரன் உடனடியாகக் கதவைத் திறந்தான். கோபம் கொப்பளிக்க இளவரசன் கம்பீரமாக வெளியே வந்தபோது, அந்த வீரன் இளவரசன் காதருகே ஓங்கி ஒரு குத்துவிட, இளவரசன் சாலையில் உருண்டான். வீரன்,

'இளவரசரிடம் திட்டு வாங்கித் தந்ததற்குத்தான் இதைக் கொடுத்தேன்,' என்றான்.

கூட்டம் சிரித்துக் கும்மாளமிட்டது. இளவரசன் சகதியிலிருந்து தடுமாறி எழுந்து, காவலனைப் பார்த்து,

'நான் வேல்ஸ் இளவரசன். என் மேல் கை வைத்ததற்காக நீ தூக்கில் தொங்கப் போகிறாய்,' என்று கத்தினான்.

காவலன் தன் ஈட்டியை உயர்த்தி, கிண்டலாக மரியாதை செய்து விட்டு, 'வணக்கம் இளவரசே!', என்றான். பிறகு, கோபமாக, 'ஓடுடா, பிச்சைக்காரப் பயலே', என்றான்.

கேலி செய்யும் கூட்டம் இளவரசனைச் சூழ்ந்துகொண்டு, அவனை கீழே தள்ளியது.

'இளவரசருக்கு வழி விடுங்கள்! வேல்ஸ் இளவரசருக்கு வழி விடுங்கள், ' என்று கூவியது.

அத்தியாயம் – 4

இளவரசனுக்கு தொல்லைகள் ஆரம்பித்தல்

பல மணிநேரம் தொடர்ந்து விரட்டி, கேலி செய்த பின், கூட்டம் இளவரசனை ஒருவழியாக விட்டது. அவன் அதிகாரத் தோரணையாக அதட்டி, மிரட்டிக் கொண்டு இருந்ததுவரை கூட்டத்திற்கு உற்சாகமாக இருந்தது. களைப்பில் அவன் அமைதி ஆனதும், அவன் மீது ஆர்வம் குறைந்து, வேறு வேடிக்கை தேடி ப்போய்விட்டது. அவன் சுற்றிலும் பார்த்தான். எந்த இடம் என்று தெரியவில்லை. லண்டன் நகருக்குள்தான் இருக்கிறோம் என்ற அளவிற்குத்தான் தெரிந்தது. இலக்கில்லாமல் நடந்தான். சிறிது நேரத்தில் வீடுகள் குறைந்தன. வழிப்போக்கர்களும் குறைந்தார்கள். இப்போது ஃபாரிங்டன் தெரு இருக்கும் இடத்தில் இருந்த ஓடையில் ரத்தம் ஒழுகும் கால்களைக் கழுவிக்கொண்டான். சிறிது நேரம் ஓய்வெடுத்தபின் மீண்டும் நடந்து, ஒரு சில வீடுகளும், மிகப் பெரிய தேவாலயமும் இருந்த ஒரு பெரிய வெளியை

அடைந்தான். அவனுக்கு அந்த தேவாலயத்தைத் தெரியும். தேவாலயத்தைச் சுற்றி சாரங்கள் கட்டப்பட்டு, ஏராளமான தொழிலாளர்கள் இருந்தனர். அங்கு மராமத்து வேலை நடந்து கொண்டிருந்தது. இளவரசனுக்கு மன தைரியம் வந்தது. இப்போது அவன் பிரச்சனைகள் தீர்ந்து விடும். இது பழமையான கிரே ஃபிரையர் தேவலாயம். என் தந்தையான அரசர் இதை பாதிரிகளிடமிருந்து பறித்து, கிறிஸ்துவின் தேவாலயம் என்று புது பெயர் சூட்டி, ஏழை, அனாதைக் குழந்தைகளுக்கான இல்லமாக மாற்றினர். 'தமக்கு பெரிய மனதோடு உதவி செய்தவரின் மகனுக்கு இங்கிருப்பவர்கள் கண்டிப்பாக உதவுவார்கள். அதுவும் இப்போது அந்த மகன் வீடின்றி, கேவலமான நிலையில் இருக்கும்போது,' என்று தனக்குள் சொல்லிக்கொண்டான்.

விரைவிலேயே அவன் அங்கு கூச்சலிட்டபடி விளையாடிக் கொண்டிருந்த பையன்களின் கூட்டத்திற்கு நடுவில் சென்று விட்டான். அவர்கள் எல்லோரும் அக்காலத்தில் தொழிலாளர்கள், தொழில் பழகுனர்கள்[(1)] உடுத்தும் வழக்கமான உடையில் இருந்தார்கள். எல்லோரும் தலையை சரியாக மூடமுடியாத சிறு தட்டு போன்ற தட்டையான கருப்புத் தொப்பி அணிந்திருந்தார்கள். அதற்குக் கீழே நெற்றி வரை தலைமுடி புரண்டது. பின்பக்கம் தலை சுத்தமாக மழிக்கப்பட்டிருந்தது. கழுத்தில் பாதிரிகளுக்குரிய கழுத்துப் பட்டி, முழங்கால் வரை நீண்ட இறுக்கமான கவுன், முழுக்கை வைத்தது. இடையில் அகலமான சிவப்பு பெல்ட். முழங்கால் வரை நீண்ட பளீரென்ற மஞ்சள் காலுறை. பெரிய உலோக பக்கிள் வைத்த காலணி. மொத்தத்தில் அசிங்கமான உடை.

சிறுவர்கள் தம் விளையாட்டை நிறுத்திவிட்டு, இளவரசனைச் சூழ்ந்துகொண்டதும், அவன் கண்ணியமாக.

'அன்பான பையன்களே! உங்கள் தலைவரிடம் வேல்ஸ் இளவரசர் எட்வர்ட் பேச விரும்புவதாகப் போய்ச் சொல்லுங்கள்,' என்றான்.

இதைக் கேட்டதும் பெரும் கூச்சல். துடுக்கான ஒருவன்,

'பிச்சைக்காரனே! நீ அவரது தூதுவனா?' என்றான்.

இளவரசன் முகம் கோபத்தில் சிவந்தது. கை இடுப்பு நோக்கிச் செல்ல, அங்கு ஒன்றுமில்லை. எல்லோரும் சிரித்தார்கள். ஒரு பையன்,

‘கவனித்தீர்களா? தானே இளவரசன்போல, வாள் இருப்பது போல நடிக்கிறான்,’ என்றான்.

‘நான்தான் இளவரசன். என் தந்தை அரசர் தருவதைச் சாப்பிடும் நீங்கள் இப்படி நடந்துகொள்வது சரியல்ல என்று நினைக்கிறேன்.’

இதைக் கேட்டு பையன்கள் மிகவும் ரசித்துச் சிரித்தார்கள். முதலில் பேசியவன், தன் தோழர்களைப் பார்த்து,

‘ஏ, பன்றிகளா! மேன்மை தாங்கிய இளவரசரின் தந்தையின் அடிமைகளா! உங்கள் கண்ணியம் எங்கே போனது? கந்தலாடையில் இருக்கும் இந்த இளவரசனைப் பணிந்து வணங்குங்கள்,’ என்றான் சத்தமாக.

எல்லோரும் பெரும் களிப்புடன், மண்டியிட்டு, தம்மிடம் மாட்டிக்கொண்டவனுக்கு, போலியாக வணக்கம் செய்தார்கள். இளவரசன் தன் அருகில் இருந்தவனை காலால் உதைத்து, ‘இப்போது இதை வாங்கிக் கொள். நாளைக்கு உனக்கு தூக்குமரம் ஏற்பாடு செய்கிறேன்,’ என்றான் கோபமாக.

ஓ! இது வேடிக்கையல்ல – இந்த விளையாட்டு கை மீறுகிறது. உடனடியாக சிரிப்பு நின்றது. எல்லோரிடமும் கோப வெறி. பலரும், ‘அவனை குளத்தங்கரைக்கு இழுத்து வாருங்கள். நாய்கள் எங்கே?’ என்று கத்தினார்கள்.

பின்னர் இங்கிலாந்து இதுவரை கண்டிராத ஒரு விஷயம் நடந்தது. அரியணையின் வாரிசின் புனித உடலில் எளிய மக்களின் முரட்டுத்தனமான அடிகள் விழுந்தன. நாய்கள் ஏவி விடப்பட்டன.

பகல் முடிந்து இரவு ஆரம்பித்த போது, இளவரசன் நகரின் ஒரு மூலையில் கிடந்தான். உடல் முழுக்க சிராய்ப்புகள், கைகளில் ரத்தம் வடிந்தது. கந்தலாடை முழுவதும் சேறு அப்பியிருந்தது. அப்படியே திரியத் திரிய அச்சம் அதிகரித்தது. ஒரு கட்டத்தில் இதற்குமேல் ஓரடியும் வைக்க முடியாததுபோல் களைப்பும், மயக்கமும் எவரிடமும் எதையும் கேட்பதை நிறுத்தி விட்டான். கேட்டால் தகவலுக்குப் பதிலாக அவமானம்தான் கிடைத்தது. ‘ஓஃபல் கோர்ட் – மயங்கி விழுவதற்குள் அந்த இடத்திற்குப் போய்விட்டால், தப்பி விடலாம். அவனது ஆட்கள் என்னை அரண்மனைக்குக் கொண்டு சேர்த்து விடுவார்கள்,’ என்று தனக்குள் சொல்லிக்கொண்டான். அவ்வப்போது அந்தச் சிறுவர்கள் முரட்டுத்தனமாக நடந்துகொண்டது நினைவிற்கு வரும். ‘நான்

அரசனாகும்போது, அவர்களுக்கு, உணவு, உறைவிடம் மட்டுமல்ல, படிப்பும் கிடைக்காது. மனமும், அறிவும் பசித்திருக்கும்போது, வயிறு நிறைந்திருந்தாலும் பலனில்லை. இந்த நாளை நான் என்றும் மறக்க மாட்டேன். இதற்கான பலனை அவர்கள் அனுபவிப்பார்கள்,' என்று நினைத்துக்கொண்டான். *(1)*

விளக்குகள் மினுங்கின. காற்று வேகமாக அடித்தது. மழை பெய்தது. கடுமையான இரவு ஆரம்பித்தது. வீடற்ற அந்த இளவரசன், ஏழ்மையும், துன்பமும் நிறைந்த அந்த சந்து பொந்துகளில் சுற்றித் திரிந்தான்.

திடீரென ஒரு முரட்டுக் குடிகாரன் அவனைப் பிடித்துக் கொண்டான். 'வீட்டிற்கு ஒரு பைசா கொண்டு வராமல், இன்னும் ராத்திரி தெருவில் சுற்றுகிறாயா? உன் குச்சி உடம்பிலுள்ள எலும்புகள் அத்தனையையும் நொறுக்காவிட்டால் என் பெயர் ஜான் கேண்டி அல்ல,' என்றான்.

இளவரசன் வளைந்து நெளிந்து அவன் பிடியிலிருந்து விடுபட்டான். அடிபட்ட தோள்பட்டையைத் தடவிக்கொண்டு, 'ஓ! நீங்கள்தான் அவனது அப்பாவா? நல்லவேளை. அவனைக் கண்டுபிடித்து, என்னைக் காப்பாற்றுங்கள்,' என்றான்.

'அவனது அப்பாவா? நீ சொல்வது எனக்குப் புரியவில்லை. ஆனால் நான் உனது அப்பா என்று எனக்குத் தெரியும். விரைவிலேயே நீ அதை புரிந்து கொள்வாய்.'

'ஓ! வேடிக்கை செய்யாதீர்கள், தாமதிக்காதீர்கள். நானே அடிபட்டு, நொந்து போயிருக்கிறேன். இனியும் என்னால் தாங்க முடியாது. என்னை என் தந்தையாகிய அரசரிடம் அழைத்துச் செல்லுங்கள். நீங்கள் கனவிலும் பார்த்திராத அளவு செல்வத்தை அவர் உங்களுக்குத் தருவார். என்னை நம்புங்கள். ஐயா! என்னை நம்புங்கள்! நான் பொய் பேசவில்லை. உண்மையைத்தான் சொல்கிறேன்! – என்மேல் வைத்திருக்கும் கையை எடுங்கள், என்னைக் காப்பாற்றுங்கள்! நான்தான் உண்மையான வேல்ஸ் இளவரசன்'.

அந்த மனிதன் குழப்பத்தோடு பார்த்தான். பின்னர் தலையை ஆட்டியபடி, 'பையனுக்கு பைத்தியம் பிடித்துவிட்டது,' என்று முனங்கினான். முரட்டுத்தனமாக சிரித்தபடி, மீண்டும் அவன் கழுத்தைப் பிடித்து,' 'பைத்தியமோ, இல்லையோ, நானும்,

கேண்டிக் கிழவியும் இன்று உன் எலும்புகளை எண்ணப் போகிறோம். இல்லாவிட்டால் நான் உண்மையான ஆண்மகனே அல்ல,’ என்றான்.

அப்படியே, இளவரசனை இழுத்துக்கொண்டு போனான்.

அத்தியாயம் – 5

இளவரசனாக டாம்

இளவரசனின் அறையில் தனித்துவிடப்பட்ட டாம், வாய்ப்பை நன்கு பயன்படுத்திக்கொண்டான். கண்ணாடி முன்பு இப்படியும் அப்படியும் திரும்பி தன் அழகைப் பார்த்து ரசித்தான். இளவரசன் போல் கம்பீரமாக நடந்து கண்ணாடியில் பார்த்துக்கொண்டான். பிறகு அழகிய உடைவாளை எடுத்து, போர்வீரர்கள்போல் அதை நெஞ்சுக்கு நேரே வைத்து முத்தமிட்டான். ஐந்தாறு வாரங்களுக்கு முன் நார்ஃபோல்க், சர்ரே பிரபுக்களை கைது செய்தபோது படைத்தளபதி அவ்விதம் செய்ததை அவன் பார்த்திருந்தான். இடுப்பில் தொங்கிய கற்கள் பதித்த குறுவாளை வைத்து விளையாடினான். அறையின் ஆரவாரமான அலங்காரங்களை நோட்டமிட்டான். தனது இப்போதைய செல்வாக்கைப் பார்த்தால் தனது ஓஃபல் கோர்ட் கூட்டம் எவ்வளவு பெருமை கொள்ளும் என்று நினைத்துக்கொண்டான். வீடு போய், தான் இந்தக் கதையைச் சொன்னால் அவர்கள் நம்புவார்களா என்று நினைத்துக் கொண்டான். இல்லை, இதுவும் தனது அதீதமான கற்பனைதான் என்று நினைப்பார்களோ?

அரைமணி நேரத்திற்குப் பிறகுதான், இளவரசன் போய் வெகு நேரமாகி விட்டதே என்று திடீரென்று தோன்றியது. உடனடியாக தான் தனிமைப்பட்டு விட்டதாகத் தோன்றியது. விளையாட்டுகளை நிறுத்திவிட்டு சுற்றிலும் கவனிக்க ஆரம்பித்தான். அமைதியற்று, சங்கடமாக உணர்ந்தான். யாராவது வந்து, தான் இளவரசன் உடையில் இருப்பதைப் பார்த்து, இளவரசன் எங்கே என்று கேட்டால் என்ன செய்வது? விசாரிக்காமல் தூக்கில் போட்டுவிடுவார்களோ? பெரிய மனிதர்கள் இது போன்ற விஷயங்களில் மிகவும் கடுமையாக இருப்பார்கள் என்று அவன் கேள்விப்பட்டிருக்கிறான். அவனது பயம் அதிகரித்துக்கொண்டே

போனது. அப்படியே ஓடிப்போய் இளவரசனைத் தேடிப் பிடித்து, அவன் மூலம் தண்டனையிலிருந்து தப்பி விடலாம் என்று நினைத்தபடி, நடுங்கியவாறு மெதுவாக இடைக்கூடத்திற்குச் செல்லும் கதவைத் திறந்தான். வண்ணத்துப்பூச்சிபோல் உடை அணிந்த இரு இளம் சேவகர்களும், ஆறு பெரிய பணியாட்களும் சட்டென்று எழுந்து, பணிந்து நின்றார்கள். அவன் சட்டென்று திரும்பி, கதவை மூடிவிட்டான்.

'ஓ! இவர்கள் என்னை கேலி செய்கிறார்கள்! போய் என்னைப் பற்றிச் சொல்லப் போகிறார்கள். ஓ! உயிரை விடத்தானா நான் இங்கு வந்தேன்!' என்று தனக்குள் புலம்பினான்.

சொல்ல முடியாத பயத்துடன், ஒவ்வொரு சிறு சப்தத்தையும் கவனமாகக் கேட்டபடி, இங்குமங்கும் நடைபயின்றான். திடீரென பட்டாடை அணிந்த சேவகச் சிறுவன் கதவைத் திறந்து,

'லேடி ஜேன் கிரே வருகிறார்கள்', என்று அறிவித்தான்.

கதவு மூடியது. ஆடம்பரமாக உடுத்திய அழகான இளம்பெண் அவனை நோக்கி வந்தாள். அப்படியே திடீரென நின்று, துயரார்ந்த குரலில், 'பிரபு! தங்களுக்கு என்ன ஆயிற்று?' என்றாள்.

டாமிற்கு மூச்சு நின்றுவிட்டது. ஏதோ தடுமாறிப் பேசினான்.

'ஆ, என் மீது இரக்கம் கொள்ளுங்கள்! உண்மையில் நான் பிரபு அல்ல, ஓஃபல் கோர்ட்டின் ஏழை டாம் கேண்டி. ஒருவேளை இளவரசரை நான் பார்க்க முடிந்தால், அவர் எனது கந்தலாடையைத திருப்பித் தந்து, என்னைக் காப்பாற்றுவார். இரக்கம் கொண்டு, என்னைக் காப்பாற்றுங்கள்!'

இப்போது அவன் 'மண்டியிட்டு, கைகளை உயரே தூக்கி, தன் கண்களாலும், நாவினாலும் கெஞ்சிக்கொண்டிருந்தான். அந்த இளம்பெண் அச்சமடைந்திருந்தாள்.

'பிரபு, என்ன இது, என் முன் தாங்கள் மண்டியிட்டு!'

பயத்தோடு அப்படியே ஓடிவிட்டாள். வெறுத்துப் போன டாம், 'இனி ஒரு உதவியும் கிடைக்காது. ஆட்கள் வந்து இழுத்துச் சென்று விடுவார்கள்' என்று முனங்கினான்.

பயத்தில் அவன் செயலற்றிருந்த அதே வேளையில், அரண்மனை முழுவதும் ஒரே பரபரப்பு. எங்கும் கிசுகிசுப்பான பேச்சு, எப்போதும் அங்கு கிசுகிசுப்புதான். கீழ்மட்டப் பணியாட்கள்,

பிரபுக்கள், சீமாட்டிகள் எல்லோரும் ஒவ்வொரு அறையிலும், தாழ்வாரத்திலும் கிசுகிசுப்பாகப் பேசிக்கொண்டார்கள். 'இளவரசருக்குப் பைத்தியம் பிடித்து விட்டது. இளவரசருக்குப் பைத்தியம் பிடித்து விட்டது,' என்ற பேச்சுதான் எங்கும். ஒவ்வொரு அறையிலும், கூடங்களிலும், எல்லோரும் பேயறைந்த முகத்தோடு இதையே பேசினார்கள். அப்போது கம்பீரமான ஓர் அதிகாரி இந்தக் கூட்டங்களுக்கு நடுவே நின்று, 'அரசரின் பெயரால் ஆணையிடுகிறேன். இந்தப் பொய்யான, முட்டாள்தனமான விஷயத்தைப் பற்றி யாரும் பேசக் கூடாது. மீறினால் கடும் தண்டனை கிடைக்கும். இது அரசரின் பெயரில் போடப்படும் உத்தரவு,' என்றார்.

பேசிக்கொண்டிருந்தவர்கள் திடீரென ஊமைகளாகி விட்டது போல், கிசுகிசுப்புகள் சட்டென்று நின்றன.

திடீரென தாழ்வாரங்களில் ஒரு பரபரப்பு. 'இளவரசர்! பாருங்கள், இளவரசர் வருகிறார்!'

பணிந்து வணங்கும் கூட்டத்திற்கு நடுவே, டாம் மெதுவாக நடந்து வந்தான். தனது மருண்ட, குழப்பமான கண்களால் தனது வினோதமான சுற்றுச்சூழலைப் பார்த்தபடி, தானும் பதிலுக்கு, பணிந்து வணங்க முயன்றான். இருபுறமும் பிரபுக்கள் அவன் தடுமாறாதபடி தாங்கிப் பிடித்துக்கொண்டனர். பின்னால் அரண்மனை வைத்தியர்களும், சில பணியாட்களும் வந்தனர்.

இப்போது டாம் அரண்மனையின் பிரதான மாளிகைக்கு வந்து விட்டான். பின்னால் கதவு மூடப்படும் ஓசை கேட்டது. அவனுக்கு முன்னால் சற்று தள்ளி, கடுமையான பாவனையுடன், அகன்ற உப்பிய முகத்தோடு இருந்த மிகப்பெரிய, மிகப் பருமனான ஒரு மனிதர் கட்டிலில் சாய்ந்து படுத்திருந்தார். அவரது பெரிய தலை முற்றிலும் நரைத்திருந்தது. மீசையும்கூட நரைத்திருந்தது. உயர்ந்த ஆடைகளை உடுத்தியிருந்தாலும் அவை பழையவையாக, சுருங்கங்களோடு இருந்தன. வீங்கிப் போன ஒரு காலில் கட்டுப் போட்டு, ஒரு தலையணை மீது வைத்திருந்தார். இப்போது முற்றிலும் நிசப்தம். அவரது தலை தவிர மற்ற அனைவரது தலைகளும் மரியாதையில் குனிந்திருந்தன. உடல்நலம் குன்றியிருந்த அந்த கடுமையான முகமுடையவர்தான், அனைவரும் அஞ்சும் எட்டாம் ஹென்றி. பேச ஆரம்பித்ததும் அவர் முகம் மென்மை அடைய ஆரம்பித்தது.

'என் இளவரசனே! என் எட்வர்ட் பிரபு! எப்படி இருக்கிறாய்? உன்னை நேசிக்கும், உன் மேல் கருணை கொண்ட உன் தந்தையான நல்ல அரசனை, உன் கோமாளித்தனத்தால் ஏமாற்றப் பார்க்கிறாயா?' என்றார்.

பரிதாப்பட்ட டாம், அதிர்ச்சியால் உறைந்து போன தன் நாவால், எவ்வாறோ சமாளித்துப் பேச ஆரம்பித்தான். ஆனால் 'நல்ல அரசன்' என்ற வார்த்தை காதில் விழுந்தாலும் அவன் முகம் வெளிறிவிட்டது. மறுகணம், அம்பால் தாக்கப்பட்டதுபோல் மண்டியிட்டுச் சரிந்தான். கைகளை உயர்த்தியபடி,

'நீங்கள் அரசரா? அப்படியானால் என் கதை முடிந்தது,' என்றான்.

இதைக் கேட்ட அரசர் அதிர்ச்சி அடைந்தார். குழப்பதோடு சுற்றி இருந்தவர்களை ஒவ்வொருவராகப் பார்த்துவிட்டு, தம்முன் இருந்த பையன் மீது தம் பார்வையை கடைசியாக நிறுத்தினார். மிகவும் ஏமாற்றமான குரலில்,

'அந்தோ! இந்த வதந்தி, உண்மையாக இருக்காது என்று நினைத்தேன். ஆனால் இது அப்படி இல்லையோ என்று அச்சமாக இருக்கிறது,' என்றார். பெருமூச்சு விட்டபடி மென்மையான குரலில், 'அப்பாவிடம் வா குழந்தாய்! உனக்கு உடல்நலம் சரியாக இல்லை' என்றார்.

டாம் எழுந்து நிற்க உதவினார்கள். அவன் நடுங்கியபடி, பணிவாக இங்கிலாந்து அரசரிடம் சென்றான். அரசர் அவனது பயந்த முகத்தை தம் கைகளில் ஏந்தினார். மிகவும் அன்பு பொங்க, சிறிது நேரம் அவனைப் பார்த்தார். அப்படிப் பார்த்தால் அவனுக்கு சரியாவிடும் என்று நினைத்தார் போலும். பிறகு சுருள்முடி கொண்ட அவன் தலையை தன் மார்பில் சாய்த்து, மென்மையாகத் தட்டிக்கொடுத்தார். பின்னர்,

'குழந்தாய்! உனக்கு அப்பாவைத் தெரியவில்லையா? என் பலவீனமான இதயத்தை நொறுக்காதே. என்னைத் தெரிகிறது என்று சொல். உனக்கு என்னைத் தெரியுமல்லவா?' என்றார்.

'ஆம்,' நீங்கள் கடவுளால் காப்பாற்றப்படும் மேன்மை தாங்கிய எனது அரசர்!'

'உண்மை, உண்மை – அது சரிதான் – தைரியமாக இரு; நடுங்காதே, இங்கு உன்னை யாரும் ஒன்றும் செய்ய மாட்டார்கள்.

எல்லோரும் உன்னை நேசிப்பவர்கள்தான். இப்போது உனக்கு சற்று சரியாகி உள்ளது. உனது கெட்ட கனவு போய்விட்டது அல்லவா? இனிமேல் முன்பு சொன்னதுபோல் உன்னை தவறாகச் சொல்லிக்கொள்ள மாட்டாய் அல்லவா?'

'தாங்கள் என்னை நம்ப வேண்டும் என்று வேண்டுகிறேன். ஆனால் பிரபுவே! நான், உண்மையைத்தான் பேச வேண்டும். ஏனெனில் நான் தங்களது குடிமக்களில் மிகவும் தாழ்ந்தவன். ஏழையாகப் பிறந்தவன். ஒரு மோசமான விபத்தினால் நான் இங்கு இருக்கிறேன். ஆனால் அதற்காக என் மீது பழி கூறக் கூடாது. எனக்கு சாகும் வயது ஆகவில்லை. தங்களது ஒரு சிறு வார்த்தையால் நீங்கள் என்னை பிழைக்க வைக்க முடியும். அதை தயவுசெய்து கூறுங்கள் பிரபு!'

'சாவதா? – இனிய இளவரசனே! அப்படிப் பேசாதே. அமைதி கொள்வாயாக. அமைதி – நீ சாகமாட்டாய்.

உற்சாகக் கூச்சலோடு டாம் மண்டியிட்டான்.

'எனது அரசரே! தங்களது கருணைக்கு ஆண்டவர் நல்ல கைமாறு செய்வார். இந்த நாட்டை நீண்டநாள் ஆள உங்களை ஆசிர்வதிப்பார்,' என்றவாறு சந்தோஷமாக எழுந்து, அருகில் நின்ற அதிகாரிகளிடம், 'கேட்டீர்கள் அல்லவா? எனக்கு மரண தண்டனை கிடையாது. அரசரே கூறிவிட்டார்!' என்றான். மரியாதையோடு பணிந்ததைத் தவிர, அவர்களிடம் வேறு எந்த அசைவும் இல்லை. யாரும் எதுவும் பேசவில்லை. அவன் குழப்பதோடு தடுமாறினான். பின்னர் பணிவாக அரசர் பக்கம் திரும்பி, 'இப்போது நான் போகலாமா?' என்றான்.

'போவதா? நீ விரும்பினால் நிச்சயமாகப் போகலாம். ஆனால் நீ இங்கு சற்று நேரம் தாமதித்தால் என்ன? எங்கு போகப் போகிறாய்?'

டாம் கண்களைத் தாழ்த்தி, மரியாதையாக பதிலளித்தான்.

'ஒருவேளை நான் தவறாகப் புரிந்துகொண்டுவிட்டேனோ? ஆனால் நான் விடுதலை பெற்று விட்டேன், நான் பிறந்த நாய்க்குடிலுக்கு எனது தாயார், சகோதரிகளிடம் போகலாம் என்றல்லவோ நினைத்தேன்! எனக்கு இங்குள்ள ஆடம்பரங்களும், ஆரவாரங்களும் பழக்கமில்லாதவை. ஐயா! தயவு செய்து, என்னைப் போக அனுமதியுங்கள்.'

அரசர் சிறிதுநேரம் மௌனமாக யோசித்தார். முகத்தில் வேதனை அதிகரித்தது. குரலில் சற்று நம்பிக்கை தொனிக்க,

'ஒருவேளை இவன் சமயங்களில் அறிவாகவும், சமயங்களில் புத்தி பிசகியும் இருக்கிறானோ? ஆண்டவர் என்ன நினைக்கிறாரோ! சற்று சோதித்துப் பார்க்கலாம் என்றார்.'

பிறகு அவர் டாமிடம் லத்தீனில் ஒரு கேள்வி கேட்க, அவன் அதே மொழியில் சாதுவாக பதிலளித்தான். பிரபுக்களுக்கும், வைத்தியர்களுக்கும் திருப்தியாக இருந்தது. அரசர்,

'இது அவனது படிப்பிற்கும், திறமைக்கும் ஏற்ற பதில் இல்லை. என்றாலும்கூட மூளை கடுமையாக பாதிக்கப்படவில்லை. லேசான பாதிப்பு என்பது தெரிகிறது. நீங்கள் என்ன நினைக்கிறீர்கள்?' என்றார் ஒரு வைத்தியரிடம்.

அவர் குனிந்து பணிந்து, 'தாங்கள் சரியாகச் சொன்னீர்கள். எனக்கும் அப்படித்தான் தோன்றுகிறது, பிரபு!' என்றார்.

பெரிய வைத்தியரிடமிருந்து இப்படி பதில் வந்ததும் அரசர் சற்று மகிழ்ச்சி அடைந்தார். 'எல்லோரும் கவனியுங்கள், நாம் இவனை மேலும் சோதிக்கலாம்,' என்றார்.

பிறகு டாமிடம் பிரெஞ்சு மொழியில் ஒரு கேள்வி கேட்டார். அனைவரும் தன்னையே பார்ப்பதால் சங்கடமடைந்த டாம்,

'மேன்மை பொருந்தியவரே! இந்த மொழியை நான் அறியேன்,' என்றான். அரசர் அப்படியே கட்டிலில் சரிந்தார். சேவகர்கள் உதவிக்குப் பாய, அவர்களை சைகையால் தடுத்தார்.

'ஒன்றுமில்லை – நோய் மயக்கம்தான், சற்று நேராக உட்கார வையுங்கள், போதும். இங்கே வா குழந்தாய்! உனது நோயுற்ற தலையை அப்பாவின் மார்பில் சாய்த்து, ஆறுதல் கொள். உனக்கு விரைவில் சரியாகிவிடும். ஏதோ தற்காலிகப் பிரச்சனைதான். பயப்படாதே. சீக்கிரமே குணமாகி விடுவாய்' என்றார். பிறகு பரிவாரங்கள் பக்கம் திரும்பினார். இபபோது கண்களில் துயர ஒளி.

'கவனமாகக் கேளுங்கள்! என் மகனுக்குப் பைத்தியம் பிடித்திருக்கிறது. ஆனால் இது நிரந்தரமானதல்ல. ஒரே இடத்தில் அடைந்து கிடந்து, அதிகமாகப் படித்ததனால் இப்படி ஆகியிருக்கலாம். கொஞ்ச நாட்களுக்கு படிப்பு வேண்டாம்!

அவனை மகிழ்ச்சியாக வைத்திருங்கள். அவன் குணமடையும் வகையில் விளையாட்டுகளால் அவனை மகிழ்ச்சியில் ஆழ்த்துங்கள்,' என்றார். உற்சாகமாக நிமிர்ந்து உட்கார்ந்து, 'அவன் பைத்தியம் என்றாலும் என் மகன். இங்கிலாந்தின் வாரிசு. பைத்தியமோ, இல்லையோ, அவன்தான் ஆட்சி செய்ய வேண்டும்! எனது உத்தரவை கவனமாகக் கேளுங்கள். அவனது உடல்நலக் குறைவு பற்றிப் பேசுவோருக்கு மரண தண்டனை விதிக்கப்படும்... எனக்கு உடல் எரிகிறது... குடிக்க ஏதாவது கொடுங்கள்... இந்தத் துயரம் எனது பலத்தை உறிஞ்சிவிட்டது... போதும்... கோப்பையை வாங்கிக் கொள்... என்னை சற்று பிடித்துக் கொள். நல்லது, சரியாக இருக்கிறது. பைத்தியமா அவன்? இதைவிட ஆயிரம் மடங்கு பைத்தியமாக இருந்தாலும்கூட அவன்தான் வேல்ஸ் இளவரசன் என்று நான் உறுதியாகக் கூறுகிறேன். நமது பாரம்பரிய வழக்கப்படி நாளை அவனுக்கு இளவரசுப் பட்டம் சூட்டப் போகிறேன். ஹெட்ஃபோர்ட் பிரபு, இது எனது உடனடி உத்தரவு,' என்றார்.

பிரபுக்களில் ஒருவர் அரசர்முன் மண்டியிட்டு,

'இங்கிலாந்தின் பரம்பரை மார்ஷல் குற்றம் சாட்டப்பட்டு சிறையில் இருப்பதை மன்னர் அறிவீர்கள். குற்றம் சாட்டப்பட்டவரை –'

'போதும்! அவரது பெயரைச் சொல்லி என்னை அவமதிக்காதீர். அவர் இன்னமும் உயிரோடு இருக்க வேண்டுமா? எனது விருப்பம் தடை செய்யப்படுமா? துரோகம் செய்த ஒரு மார்ஷலுக்காக எனது மகனின் பட்டாபிஷேகம் தாமதமாகுமா? நாளை சூரிய உதயத்திற்கு முன் நார்ஃபோல்கின் முடிவு பற்றிய செய்தி எனக்கு வர வேண்டும். இல்லாவிட்டால் பாராளுமன்றம் எனக்கு பதில் சொல்ல நேரும்! (1)

ஹெர்ட்ஃபோர்ட் பிரபு, 'அரசரின் விருப்பமே சட்டம்,' என்று சொல்லி எழுந்து தன் இடம் நோக்கி நகர்ந்தார்.

கிழட்டு அரசரின் முகத்தில் துன்பம் சற்று நீங்கியது.

'இளவரசனே! என்னை முத்தமிடு, ஏன் பயப்படுகிறாய்? நான் உன் அன்பான அப்பா இல்லையா?'

'வலிமையும், கருணையும் வாய்ந்த பிரபுவே! தகுதியற்றவனான என்னிடம் மிகவும் கனிவாக இருக்கிறீர்கள். இது உண்மை என்று

நான் அறிவேன். ஆனால் – ஆனால், அவர் சாக வேண்டியவர் என்பதை நினைக்க எனக்கு துக்கமாக இருக்கிறது. மேலும் –'

'ஆஹா, இது நீதான், நீதான்! உன் மூளை பழுதுபட்டாலும் உன் இதயம் அப்படியே இருக்கிறது என்று எனக்குத் தெரியும். நீ மிகவும் மெல்லிய இதயம் கொண்டவன். ஆனால் உனக்கும், உனது பட்டாபிஷேகத்திற்கும் இடையில் இந்தப் பிரபு நிற்கிறான். அவனது இடத்தில் வேறொருவரை நியமிப்பேன். இளவரசனே! கவலை கொள்ளாதே. இந்த விஷயத்தில் உன் மனதை அலட்டிக் கொள்ளாதே.'

'ஆனால் பிரபு, என் காரணமாக அவரது முடிவு விரைவாக வருகிறதே. நான் இல்லாவிடில், அவர் எவ்வளவு காலம் உயிர் வாழ்வார்?'

'அவனைப் பற்றி நினைக்க வேண்டாம். அவன் அதற்குத் தகுதியற்றவன். என்னை மறுபடியும் முத்தமிட்டு விட்டு, நீ விளையாடச் செல். என் உடல்நோவு என்னைத் துன்புறுத்துகிறது. நான் களைத்துப் போய்விட்டேன். ஓய்வெடுக்க வேண்டும். மாமா ஹெர்ட்ஃபோர்ட்டுடன் செல். நான் சற்று தேறிய பிறகு, திரும்பவும் வா.'

டாம் கனத்த இதயத்தோடு வெளியேறினான். நான் விடுதலை பெற்று விடலாம் என்ற நம்பிக்கை மீது அரசரின் கடைசி வார்த்தை இடியாக விழுந்தது. மீண்டும், 'இளவரசர் வருகிறார்,' என்ற மெதுவான குரல்கள்.

பணிந்து நிற்கும் அரச பரிவாரங்களுக்கு நடுவில் நடந்து செல்லும்போது அவனது உற்சாகம் மேலும் குன்றியது. கடவுள் அவன் மீது இரக்கம் கொண்டு விடுவிக்கும் வரை இந்தத் தங்கக் கூண்டில், இளவரசனாக, கைதி போலத்தான் இருக்க வேண்டும் என்பதை உணர்ந்தான்.

அவன் திரும்பிப் பார்த்தபோது, தூரத்தில் துண்டிக்கப்பட்ட நார்ஃபோல்க் பிரபுவின் தலை அவனை வெறித்துப் பார்த்தபடி காற்றில் தொங்கிக்கொண்டிருந்தது.

அவனது பழைய அரசபோகக் கனவுகள் இனிமையானவை. ஆனால் யதார்த்தம் பயங்கரமானதாக இருந்தது!

அத்தியாயம் – 6

டாம் கற்றுக்கொள்கிறான்

டாம் இளவரசரின் பெரிய மாளிகையில் அமர வைக்கப்பட்டான். பெரிய மனிதர்கள் நிற்கும்போது, தான் உட்கார்ந்திருப்பது அவனுக்கு சங்கடமாக இருந்தது. அவன் அவர்களும் அமர வேண்டும் என்று கெஞ்சினான். அவர்கள் பணிவாக நன்றி சொன்னார்களே தவிர, உட்காரவில்லை. அவன் வற்புறுத்தி இருப்பான். ஆனால், 'மாமா' ஹெட்ஃபோர்ட் பிரபு அவன் காதருகே,

'பிரபு! வற்புறுத்த வேண்டாம். உங்கள்முன் அவர்கள் அமர்வது மரபு கிடையாது' என்று கிசுகிசுத்தார்.

செயிண்ட். ஜான் பிரபுவின் வருகை அறிவிக்கப்பட்டது. அவர் டாமிற்குப் பணிந்து விட்டு, 'அரசரின் உத்தரவுப்படி ஒரு அந்தரங்கமான விஷயத்திற்காக வந்துள்ளேன். ஹெர்ட்ஃபோர்ட் பிரபுவைத் தவிர மற்ற அனைவரையும் இளவரசர் வெளியேறுமாறு உத்தரவிட்டால் நல்லது,' என்றார்.

அதற்கு என்ன செய்ய வேண்டும் என்று டாமிற்குத் தெரியவில்லை என்பதை கவனித்த ஹெர்ட்ஃபோர்ட் பிரபு, 'மிக அவசியம் என்றால் மட்டுமே பேச வேண்டும். மற்ற சமயங்களில் கையால் சைகை செய்தால் போதும்' என்றும் மெதுவாகக் கூறினார். பரிவாரங்கள் வெளியேறியதும். செயிண்ட்.ஜான் பிரபு,

'ராஜாங்கக் காரணங்களுக்காக, இளவரசர் பழையபடி உடல்நலம் தேறும் வரை அவரது குறைபாடு பற்றி வெளியே தெரிய வேண்டாம் என்று அரசர் உத்தரவிட்டுள்ளார். அவர் யாரிடமும்தான் இளவரசன் இல்லை, இங்கிலாந்தின் வாரிசு இல்லை என்று சொல்லக் கூடாது. அவர் இளவரசருக்கு உரிய மரியாதையைக் காக்க வேண்டும். பாரம்பரியமாக நடந்துவரும் பழக்க வழக்கங்களை எந்த எதிர்ப்பும் இன்றி காக்க வேண்டும். மரியாதைகளை ஏற்க வேண்டும். தான் ஏழைக் குடும்பத்தில் பிறந்தவன் என்றெல்லாம் பேசக் கூடாது. அவர் மறந்து போன விஷயங்களுக்கெல்லாம், தன் அறியாமையை வெளிக்காட்டாது ஹெர்ட்ஃபோர்ட் பிரபுவிடமோ, அருகில் இருப்பவர்களிடமோ கேட்டுத் தெரிந்துகொள்ள வேண்டும். ஆண்டவர் தமது

கருணையால் விரைவில் உங்களை குணப்படுத்தி விடுவார். இதுவே அரசரின் கட்டளை,' என்றார்.

சொல்லிவிட்டு, பணிந்து மரியாதை செய்து விட்டு, தள்ளி நின்றார் அவர்.

டாம் அமைதியாக, 'அரசரின் உத்தரவு. அதை எவரும் மாற்றவோ, மழுப்பவோ முடியாது. அரசருக்கு நாம் கீழ்படிய வேண்டும்,' என்றான்.

ஹெர்ட்ஃபோர்ட் பிரபு, 'அரசர் படிப்பு முதலானவை வேண்டாம். மகிழ்ச்சியாக பொழுதுபோக்க வேண்டும் என்று உத்தரவிட்டுள்ளார். விருந்துகளுக்குக்கூட செல்லலாம்,' என்றார்.

டாம் அவரை வியப்போடு பார்த்தான். செயிண்ட் ஜான் பிரபு, 'உங்களுக்கு நினைவாற்றல் குறைந்து போய்விட்டது. அதனால் வியப்போடு பார்க்கிறீர்கள். உங்களை தொல்லைப்படுத்த நினைக்கவில்லை. ஆனால் இது நீங்கள் குணமாக உதவும். ஹெர்ட்ஃபோர்ட் பிரபு, இரண்டு மாதங்களுக்குமுன் நீங்கள் கலந்துகொள்ள வேண்டும் என்று அரசர் உத்தரவிட்ட விருந்து பற்றிக் கூறுகிறார். உங்களுக்கு இப்போது ஞாபகத்திற்கு வருகிறதா?' என்றார்.

டாம் தயங்கியபடி, 'நினைவில்லை என்று சொல்ல சங்கடமாகத்தான் இருக்கிறது,' என்றான். திரும்பவும் முகம் சிவந்தான்.

அச்சமயம் எலிஸபெத்தும், ஜேன் கிரேயும் வருவதாக அறிவித்தார்கள். இரு பிரபுக்களும் ஒருவரையொருவர் பார்த்துக் கொண்டார்கள். ஹெர்ட்ஃபோர்ட் வேகமாக கதவருகே சென்றார். பெண்கள் அவரருகே வந்ததும், தணிந்த குரலில்,

'அவரது நினைவு தடுமாறும் போது, கவனித்தது போல் காட்டிக் கொள்ள வேண்டாம்,' என்றார்.

அதேசமயம் செயிண்ட்.ஜான் பிரபு டாம் காதருகே,

'அரசரின் விருப்பத்தை மனதில் கொள்ளுங்கள். உங்களால் முடிந்த அனைத்தையும் நினைவில் கொள்ளுங்கள். நீங்கள் நிறைய மாறியிருப்பது அவர்களுக்குத் தெரிந்தால், அவர்கள் மனம் வேதனையுறும். பிரபு! நானும், உங்கள் மாமாவும் இங்கே இருக்கலாமா?' என்றார்.

டாம் புரிந்துகொண்டதுபோல் ஏதோ முணுமுணுத்து, தலை அசைத்தான். அரசரின் விருப்பம் போல் நடந்துகொள்ள அவன் முடிவு செய்து விட்டான்.

எத்தனை எச்சரிக்கையாக இருந்தாலும்கூட, சமயங்களில் அவர்களுடன் பேசும்போது சில சங்கடங்கள் ஏற்பட்டன. உண்மையில், சில சமயங்களில் டாம், தான் யார் என்று சொல்லிவிட வேண்டும் என்ற அளவிற்கு வந்து விட்டான். ஆனால் இளவரசி எலிஸபெத்தும், இரு பிரபுக்களும் சாமர்த்தியமாகப் பேசி சமாளித்ததால், சந்திப்பு இனிமையாக முடிந்தது. ஒருமுறை ஜேன் டாமிடம் 'பிரபு, இன்று அரசியாரைச் சந்தித்து மரியாதை செய்தீர்களா?' என்று கேட்டுத் திணறடித்தாள்.

டாம் தயங்கி, ஏதோ உளறப்போகும்முன், செயிண்ட். ஜான் நாசூக்காகக் காப்பாற்றினார்.

'பார்த்து விட்டாரே. இல்லையா இளவரசே!' என்றார்.

டாம் ஏதோ முணுமுணுத்தான். டாம் சிறிது காலம் படிக்க வேண்டாம் என்பது பற்றி பேச்சு வந்தபோது, அவள், 'பரிதாபம்தான். நீங்கள் நன்றாகப் படித்து வந்தீர்கள். ஒன்றுமில்லை. சிறிது இடைவெளிக்குப்பின் நீங்கள் படித்து, தம் தந்தையார் போல் பல மொழிகளில் பேசும் வல்லமை பெறலாம்,' என்றாள்.

'என் தந்தையார்!' என்று கத்தினான் டாம் கவனமின்றி. 'என் தந்தை பேசுவது பட்டியில் அடைபட்டிருக்கும் பன்றிக்குக்கூடப் புரியாது. அவர் மாதிரி பல மொழி பேசவா?' என்றான்.

நிமிர்ந்து பார்த்தபோது செயிண்ட். ஜான் பிரபு கண்களால் எச்சரித்தார்.

அப்படியே நிறுத்தி, முகம் சிவந்து, மெதுவான குரலில் சோகமாக, 'எனது நோய் திரும்பவும் தாக்கி, மனம் எங்கோ சுழல்கிறது. நான் அரசருக்கு அவமரியாதை எதுவும் நினைக்கவில்லை,' என்றான்.

இளவரசி எலிஸபெத் தன் 'சகோதரனின்' கையை தன் இரு கரத்திலும் ஏந்தி, மரியாதையுடன் தடவிக் கொடுத்தபடி, 'எங்களுக்குத் தெரியும் ஐயா! இது பற்றி நீங்கள் கவலை கொள்ள வேண்டாம். இதில் உங்கள்மேல் எந்தத் தவறும் இல்லை. உங்கள் உடல்நலக் குறைவுதான் காரணம்,' என்றாள்.

'இனிய பெண்ணே! நீ நன்றாக ஆறுதல் சொல்கிறாய். உனக்கு நன்றி!' என்றான் டாம்.

ஒருமுறை ஜேன் டாமிடம் கிரேக்க வார்த்தை எதையோ கூறினாள். டாமின் முகத்தைப் பார்த்த எலிஸபெத் சட்டென்று அவன் சார்பாக கிரேக்கத்தில் பதில் சொல்லிவிட்டாள். பிறகு அப்படியே பேச்சை வேறு பக்கம் திருப்பி விட்டாள்.

மொத்தத்தில் நேரம் இனிமையாக, பிரச்சனையில்லாமல் சென்றது. தடங்கல்கள் வருவது குறைந்தது. டாம் சற்று நம்பிக்கை பெற்றான். எல்லோரும் தன் தவறுகளை கண்டுகொள்ளாமல், உதவி செய்யவே விரும்புகிறார்கள் என்பதைப் புரிந்து கொண்டான். மாலையில் மேயரின் விருந்திற்கு அந்த இரு பெண்களும் உடன் வருகிறார்கள் என்பதை அறிந்ததும் நிம்மதியாக இருந்தது. முற்றிலும் புதிய மனிதர்களுக்கு நடுவில் இருக்க வேண்டாம் அல்லவா! ஆனால் இதுவே, அரைமணி நேரத்திற்கு முன்பு என்றால் அவர்கள் உடன் வருகிறார்கள் என்ற செய்தியே அவனுக்கு அச்சத்தைத் தந்திருக்கும்.

அந்த இரு பெண்களுக்கும், இரு பிரபுக்களுக்கும்தான் மிகவும் சிரமம். ஒரு பெரிய கப்பலை பயங்கரமான கால்வாயில் செலுத்திச் செல்வது போன்ற சிரமம். எனவே அடுத்து கில்ஃபோர்ட் டட்லி பிரபு வருகிறார் என்று அறிவிக்கப்பட்டதும், அவர்கள் டாமை அவரை சந்திக்க வேண்டாம் என்று சொல்லிவிட்டார்கள். டாமிற்கும் அதில் நிம்மதிதான். அந்த இளம்பிரபுவை சந்திக்க முடியாமல் போனதில் ஜேனுக்குத்தான் சற்று வருத்தம்.

அங்கு நிலவிய ஒருவித மௌனம் டாமிற்கு சங்கடமாக இருந்தது. அவன் ஹெர்ட்ஃபோர்ட் பிரபுவைப் பார்க்க, அவர் ஏதோ ஜாடை காட்டினார். ஆனால் டாமிற்கு அது புரியவில்லை. வழக்கம்போல எலிஸபெத் தான் உதவிக்கு வந்தாள்.

'சகோதரர் அனுமதித்தால், நாங்கள் கிளம்பலாமா?' என்றாள்.

'நீங்கள் எது கேட்பினும் நான் சரி என்பேன். என் சக்திக்கு உட்பட்ட எதையும் உங்களுக்காகச் செய்வேன். ஆண்டவர் உங்களுக்குத் துணை நிற்கட்டும்,' என்றான். 'அரசர்களைப் பற்றி நிறைய படித்து, அவர்களைப் போலவே வார்த்தை ஜாலம் செய்யக் கற்றுக்கொண்டதும் நல்லதிற்குத்தான்,' என்று மனதிற்குள் நினைத்துக்கொண்டான்.

பெண்கள் வெளியேறியதும், பிரபுக்களைப் பார்த்து.

'நான் ஒரு ஓரமாகப் போய் சற்று ஓய்வெடுத்துக் கொள்ள பிரபுக்களின் அனுமதி உண்டா?' என்றான்.

ஹெர்ட்ஃபோர்ட் பிரபு,

'உங்கள் சித்தப்படி பிரபு! நீங்கள்தான் உத்தரவிட வேண்டும். நாங்கள் அடிபணிய வேண்டும். நகரத்திற்குச் செல்ல வேண்டியிருப்பதால், நீங்கள் இப்போது ஓய்வெடுப்பது அவசியம்,' என்றார்.

அவர் ஒரு மணியை அடிக்க, ஒரு சேவகச் சிறுவன் வந்தான், அவனிடம் சர்.வில்லியம் ஹெர்பர்ட்டை அழைத்துவரச் சொன்னார். ஹெர்பர்ட் உடனே வந்து டாமை ஓர் உள்வீட்டிற்கு அழைத்துச் சென்றான். உள்ளே சென்றதும் டாம் ஒரு கோப்பை தண்ணீர் குடிக்கச் சென்றான். அவனைத் தடுத்த அந்த பட்டும், வெல்வெட்டும் அணிந்த பணியாள், தண்ணீர்க் கோப்பையை ஒரு தங்கத்தட்டில் வைத்து, மண்டியிட்டபடி நீட்டினார்.

களைத்துப்போன அந்தக் கைதி உட்கார்ந்து தனது காலுறையைக் கழற்ற ஆரம்பிக்க, மற்றொரு பட்டு-வெல்வெட் பணியாள் மண்டியிட்டு, அவனது காலுறையைக் கழற்றினான். இது மாதிரி வேறு சில சின்னச் சின்ன வேலைகள் செய்ய அவன் முற்பட்டபோதும், பணியாட்கள் அதைத் தடுத்து, தாம் செய்தனர். 'இவர்கள் எனக்கு பதிலாக தாமே மூச்சுக்கூட விடுவார்கள் போலும்' என்று டாம் நினைத்துக்கொண்டான். மெத்தென்ற அங்கியை அணிந்துகொண்டு படுக்கையில் சாய்ந்தான். ஆனால் தூங்கவில்லை. ஏனெனில் மனம் முழுக்க ஏதோ யோசனைகள். அறை முழுக்க ஏகப்பட்ட ஆட்கள். யோசனைகளை விரட்டிவிட அவனுக்குத் தெரியாததால் அவை சுற்றிச் சுற்றி வந்தன. ஆட்களை எப்படி அனுப்புவது என்று தெரியாததால் அவர்களும் இருந்தார்கள். அவனுக்கு சங்கடமாக இருந்தது - அவர்களுக்கும்தான்.

டாம் கிளம்பிவிட்டதால் இரு பிரபுக்களும் தனித்து விடப்பட்டார்கள். இருவரும் சிறிது நேரம் ஏதோ யோசனையில் இருந்தார்கள். பிறகு செயிண்ட். ஜான் பிரபு 'நீங்கள் என்ன நினைக்கிறீர்கள்?' என்றார்.

'அரசர் தனது இறுதிக் காலத்தை நெருங்கி விட்டார். மருமகன் பைத்தியமாக இருக்கிறான். பைத்தியம்தான் அரியணை ஏறுவான்.

பைத்தியமாகவே இருப்பான். ஆண்டவர்தான் இங்கிலாந்தைக் காப்பாற்ற வேண்டும். இப்போது இங்கிலாந்திற்கு ஆண்டவரின் அருள்தான் மிக அவசியம்' என்றார் ஹெர்ட்ஃபோர்ட்.

'உண்மைதான். ஆனால்... உங்களுக்கு சந்தேகங்கள்... எதுவும்..' அவர் தயங்கித் தயங்கிப் பேச ஆரம்பித்து நிறுத்திவிட்டார். மிக சிக்கலான இடத்தில் இருக்கிறோம் என்பது புரிந்து விட்டது போலும். ஹெர்ட்ஃபோர்ட் பிரபு அவர் முகத்தை நேராகப் பார்த்து,

'சொல்லுங்கள்- இங்கு நம்மைத் தவிர வேறு யாரும் இல்லை. எது பற்றி சந்தேகம்?'

'என் மனதில் உள்ளதை சொல்லவே பிடிக்கவில்லை. மேலும் நீங்கள் ரத்த உறவினர் வேறு. நான் தவறாகப் பேசுகிறேன் என்றால் மன்னிக்க வேண்டும். ஆனால் மனநிலை பாதிக்கப்பட்டால் நடை, பாவனை, பேச்சு எல்லாம் மாறுவது விசித்திரமாக உள்ளது. பேச்சு அரச தோரணையில் இல்லாமல் போகுமா? பிரெஞ்சு, கிரேக்கம் எல்லாம் மறந்து போனாலும், தந்தையைக்கூடவா தெரியாது? பிரபு, கோபம் கொள்ள வேண்டாம். ஆனால் எனது குழப்பத்தைத் தாங்கள் தீர்த்தால், நான் நன்றி உள்ளவனாக இருப்பேன். நான் இளவரசன் அல்ல என்று சொல்வது என்னை உறுத்திக்கொண்டே இருக்கிறது. எனவே –'

'பிரபு! அமைதி கொள்ளுங்கள், நீங்கள் பேசுவது ராஜதுரோகம்! அரசரது ஆணையை மறந்து விட்டீர்களா? நீங்கள் பேசுவதை, செவிமடுத்தால், குற்றத்தில் நானும் உடந்தை என்று ஆகிவிடும்.'

முகம் வெளிறிப் போன செயிண்ட். ஜான் அவசரமாக,

'என் மீது தவறுதான். ஒப்புக்கொள்கிறேன். என்னைக் காட்டிக் கொடுத்து விடாதீர்கள். உங்களது கருணையால் என் மீது இரக்கம் காட்ட வேண்டும். என்னிடம் தாங்கள் கடுமை காட்டினால், நான் ஒழிந்தேன்,' என்றார்.

'புரிகிறது பிரபு! இனிமேல் தாங்கள் இவ்விதம் பேச வேண்டாம். ஆனால் தாங்கள் எந்த சந்தேகமும் கொள்ள வேண்டாம். அவர் என் சகோதரியின் புதல்வர். தொட்டிலில் கிடந்த நாளிலிருந்து அவரது உருவம், முகம், பேச்சு ஆகியவை எனக்குத் தெரியாதா என்ன? மனநிலை பாதிக்கப்பட்டால், இப்போது அவரிடம் தென்படும் எல்லா அறிகுறிகளும்

தோன்றத்தான் செய்யும். அது அதிகாரிக்கவும் செய்யலாம். பழைய மார்லி பிரபு பைத்தியம் பிடித்த நிலையில் அறுபதாண்டுகளாக பார்த்து வந்த தன் முகத்தையே வேறொருவரின் முகம் என்று கூறியது உங்களுக்கு நினைவிருக்கிறதா? நான் மேரி மகதலேனாவின் மகன், என் முகம் ஸ்பானியக் கண்ணாடியால் ஆனது, யாராவது என் முகத்தைத் தொட்டால் கீச்சிவிடும் என்றெல்லாம் சொல்லவில்லையா? சந்தேகங்களை விட்டு விடுங்கள் பிரபு! இது நமது இளவரசர்தான் – நான் நன்கறிவேன்- விரைவில் அரசராகவும் ஆகிவிடுவார். அதையும் மனதில் வைத்துக் கொள்வது நல்லது'.

இன்னும் சிறிது நேரம் பேசிக்கொண்டிருந்தார்கள். செயிண்ட். ஜான் பிரபு தனது சந்தேகங்கள் போய் விட்டன என்று பலமுறை வலியுறுத்தினார். ஹெர்ட்ஃபோர்ட் பிரபு தனது சகாவை அனுப்பி வைத்துவிட்டு, தான் மட்டும் கண்காணிப்புப் பணியைத் தொடர்ந்தார். பலத்த யோசனையில் ஆழ்ந்தார். அதிக நேரம் யோசிக்க, யோசிக்க, கவலை வந்தது. அப்படியே உலாவ ஆரம்பித்தார்.

'இது இளவரசராகத்தான் இருக்க வேண்டும். ரத்த உறவு எதுவுமில்லாமல் உலகில் ஒரே மாதிரி இருவர் இருக்க முடியுமா? அப்படியே இருந்தாலும்கூட ஒருவர் மற்றொருவர் இடத்திற்கு மாற முடியுமா? இல்லை! அதெல்லாம் பைத்தியக்காரத்தனம்!' என்று சொல்லிக்கொண்டார்.

'அவன் போலியாக இருந்து தன்னை இளவரசர் என்று சொல்லிக்கொண்டாலும் இயல்பாக இருக்கும். இங்கோ அரசர், அரசவை எல்லாம் அவரை இளவரசர் என்று சொல்ல, அவர் மட்டும் மறுக்கிறார். இல்லை. இவர் உண்மையான இளவரசர்தான். புத்தி பேதலித்து விட்டது,' என்று சொல்லிக்கொண்டார்.

அத்தியாயம் – 7

முதல் அரச விருந்து

மதியம் ஒரு மணிக்குமேல் விருந்துக்கு அலங்கரித்துக் கொள்ளும் கடுமையான வேலை டாமிற்கு வந்தது. ஏற்கெனவே அவன் சிறப்பாகத்தான் உடுத்தியிருந்தான். ஆனாலும் எல்லா அலங்காரங்களும் மாற்றப்பட்டன. முதலில் ராஜோபசாரமாக ஒரு பெரிய அறைக்கு அழைத்துச் செல்லப்பட்டான். அங்கு ஒரு மேஜை தயாராக இருந்தது. அங்கிருந்த மேஜை, நாற்காலிகள் அனைத்தும் பென்வெனுடோ என்ற கலைஞரால் தங்கத்தில் வடிவமைக்கப்பட்டவை. பாதி அறை, பணியாளர்களால் நிரம்பியிருந்தது. ஒரு பாதிரியார் பிரார்த்தனை கூறினார். டாம் பசி மயக்கத்தில் இருந்தான். ஆனாலும் பெர்க்கிலி பிரபு அவன் தோளைச் சுற்றி ஒரு துண்டை அணிவித்தார். இந்தப் பணியை அவர்கள்தான் பரம்பரையாகச் செய்து வந்தார்கள். கோப்பையை

எடுத்துத் தருபவர் தனியாக இருந்ததால், டாம் தன் விருப்பம் போல் மதுவை அருந்துவது தடுக்கப்பட்டது. இளவரசருக்காக ருசி பார்ப்பவரும் இருந்தார். யாரேனும் இளவரசருக்கு உணவில் விஷம் வைத்துவிடக் கூடாது என்பதற்காக இந்த ஏற்பாடு. இப்போது அந்தப் பதவி சம்பிரதாயமானதுதான். ஆனால் பல தலைமுறைகளுக்கு முன்னால் விஷம் வைக்கும் அசம்பாவிதம் நடந்துள்ளது. ஃபர்ஸ்ட் குரூம் ஆஃப் சேம்பர் என்ற பதவி வகிப்பவரான டி ஆர் சி பிரபு இருந்தார். அவருக்கு என்ன வேலை என்பது கடவுளுக்குத்தான் வெளிச்சம். தலைமை சமையல்காரர், தலைமை பரிசாரகர் எல்லோரும் இருந்தார்கள். இது போக டாமிற்கு முன்னூற்று எண்பத்து நான்கு பணியாட்கள் இருந்தார்கள். ஆனால் எல்லோரும் அதே அறையில் இல்லை. நான்கில் ஒரு பங்கு மட்டும்தான் இங்கு. டாமிற்கே இத்தனை பேர் இருப்பது தெரியாது.

டாமிற்கு மனநிலை சரியில்லை, அவனது நடத்தை பற்றி யாரும் கண்டுகொள்ளக் கூடாது என்று அனைவருக்கும் ஒரு மணி நேரத்திற்கு முன்பே பாடம் நடத்தப்பட்டிருந்தது. இந்த நடத்தைகள் இப்போது வெளிப்பட்டன. ஆனால் அவர்கள் அதைக் கண்டு வருத்தம்தான் அடைந்தார்கள். தம் இளவரசர் இப்படி இருப்பது அவர்களுக்கு வேதனையாக இருந்தது.

டாம் தன் விரல்களால்தான் பெரும்பாலும் சாப்பிட்டான். ஆனால் யாரும் அதைக்கண்டு சிரிக்கவில்லை. கவனித்தாகக்கூட காட்டிக்கொள்ளவில்லை. தனது தோளிலிருந்து தொங்கிய துண்டை மிக ஆர்வமாகப் பார்த்தான். அது மிக விலையுயர்ந்த, அழகான துண்டு. மிக அப்பிராணியாக,

‘இதை எடுத்து விடுங்கள், இதில் ஏதேனும் கறை பட்டுவிடப் போகிறது’, என்றான்.

பரம்பரையாக துண்டு மாட்டிவிடுபவர் எந்த முணுமுணுப்புமின்றி, பவ்யமாக அதை அகற்றி விட்டார்.

டாம் டர்னிப், கீரை வகைகளை ஆர்வமாகப் பார்த்தான். இவை என்ன, இவற்றை சாப்பிடலாமா? என்றான். ஏனெனில் அப்போதுதான் அவற்றை இங்கிலாந்தில் பயிரிட ஆரம்பித்திருந்தார்கள். அதற்கு முன்புவரை அவை ஆடம்பரப் பொருளாக ஹாலந்திலிருந்து இறக்குமதி செய்யப்பட்டன (1). எந்த வியப்பும் இன்றி அவனது கேள்விக்கு மரியாதையாக

பதிலளித்தார்கள். உணவிற்குப் பிறகான இனிப்பு வகைகளை சாப்பிட்டபின் தனது பை நிறைய முந்திரி, பாதாம் போன்ற பருப்பு வகைகளை நிரப்பிக்கொண்டான். யாரும் அதைப் பார்த்ததாகக் காட்டிக்கொள்ளவில்லை. ஆனால் அவனுக்கே ஏதோ தவறாகச் செய்துவிட்டோம் என்று சங்கடமாக இருந்தது. அந்த நேரம் அவனுக்கு மூச்சு துடித்தது. அரிப்பு எடுக்க ஆரம்பித்தது. அரிப்பு தாங்க முடியாமல் மிகவும் சிரமமாக இருந்தது. அவன் தன்னைச் சுற்றி நின்ற பிரபுக்களை கெஞ்சுவதுபோல் பார்த்தான். கண்களில் கண்ணீர் வந்தது. அவர்கள் அதிர்ச்சியோடு அருகில் வந்து ''என்ன ஆயிற்று?'' என்றார்கள். டாம் துயரத்தோடு,

'நீங்கள்தான் உதவ வேண்டும். எனது மூக்கில் பயங்கரமாக அரிப்பு எடுக்கிறது. இதுபோன்ற சூழலில் செய்ய வேண்டிய சடங்கு, சம்பிரதாயங்கள் என்ன? தயவு செய்து விரைவாகச் சொல்லுங்கள். என்னால் தாங்க முடியவில்லை,' என்றான்.

யாரும் சிரிக்கவில்லை. எல்லோரும் குழப்பத்துடன், என்ன செய்வது என்று ஒருவரையொருவர் பார்த்துக்கொண்டார்கள். ஆனால் ஆங்கில வரலாற்றில் இதுபோன்ற சூழலில் என்ன செய்ய வேண்டும் என்று ஒன்றும் சொல்லப்பட்டிருக்கவில்லை. சடங்கு, சம்பிதாயங்களுக்கான அதிகாரியும் அங்கு இல்லை. தெரியாத விஷயத்தில் தலையைக் கொடுத்து மாட்டிக்கொள்ள யாருக்கும் தைரியமில்லை. ஐயோ! பரம்பரையாக சொரிந்து விடுபவர் என்று ஒருவர் இல்லையே! இதற்குள் டாமின் கண்ணீர் வெள்ளமென அவன் கன்னங்களை நனைத்தது. 'நான் செய்வது தவறு என்றால் மன்னியுங்கள்' என்று மனதுக்குள் ஆண்டவரைப் பிரார்த்தித்து, தன் மூக்கைதானே சொரிந்துகொண்டு, வேதனையில் இருந்த அரசவையினரின் இதயங்களுக்கு ஆறுதல் தந்தான்.

சாப்பிட்டு முடித்ததும், கை கழுவி, வாய் கொப்பளிக்க, அகன்ற தங்கத்தாம்பாளத்தில் மணம் வீசும் பன்னீரைக் கொண்டுவந்து ஓர் அதிகாரி அவன் முன் நீட்டினார். பரம்பரையாக துண்டு ஏந்துபவர் துண்டுடன் தயாராக நின்றார். டாம் பன்னீர் தாம்பாளத்தை குழப்பத்தோடு ஓரிரு கணம் பார்த்தான். பின் அதை வாங்கி, ஒரு மடக்கு குடித்தான். காத்திருந்த அதிகாரியிடம் அதைக் கொடுத்துவிட்டு, 'எனக்கு இது பிடிக்கவில்லை. நல்ல சுவை என்றாலும், மிகவும் நீர்த்துப் போய் உள்ளது,' என்றான்.

இந்தப் புதிய கிறுக்குத்தனம் அனைவரையும் மிகவும் வேதனைப்படுத்தியது.

பாதிரியார் எழுந்து, கைகளை உயர்த்தி, கண்களை மூடி பிரார்த்தனையை ஆரம்பிப்பதற்குமுன் மேஜையை விட்டு எழுந்து சென்றது அவன் அறியாமல் செய்த மற்றொரு தவறு. ஆனால் யாரும் இளவரசர் தகாத செயலைச் செய்துவிட்டதாகக் காட்டிக் கொள்ளவில்லை.

தனது வேண்டுகோளின் பேரில் டாம் இளவரசனின் தனியறையில் தனியே விடப்பட்டான். அங்கு ஓக் மர சுவர்ப்பலகையில் பல்வேறு விதமான இரும்புக் கவசங்கள் தொங்கிக்கொண்டிருந்தன. அவற்றில் தங்கத்தால் பல்வேறு அலங்காரங்கள் செய்யப்பட்டிருந்தன. இந்தக் கவச உடுப்புகள் அரசியார் இளவரசனுக்கு சமீபத்தில் தந்த பரிசுகள். டாம் காலில் அணியும் பாதுகாப்புக் கவசம், இறகுகள் செருகிய தலைக் கவசம், இரும்புக் கையுறை ஆகியவற்றை அணிந்து பார்த்தான். பிறர் உதவியின்றி அணிய முடியாதவற்றை விட்டுவிட்டான். யாரையாவது உதவிக்கு அழைக்கலாமா?' என்று நினைத்தான். அதற்குள் விருந்திலிருந்து கொண்டுவந்த பருப்பு வகைகள் ஞாபகத்திற்கு வந்தது. 'சுற்றிலும் வேடிக்கை பார்க்க ஆட்கள் இல்லாமல் நிம்மதியாகத் தின்னலாம்' என்ற நினைப்பே மகிழ்ச்சியாக இருந்தது. பருப்புகளை உடைத்துத் தின்றான். கடவுள் தன்னை இளவரசனாக்கியதற்கு முதன்முறையாக மகிழ்ந்தான். பருப்புகள் தீர்ந்ததும், அலமாரியில் இருந்த புத்தகங்களைப் பார்த்தான். அவற்றில் ஆங்கில அரசவை பழக்க வழக்கங்கள் பற்றிய ஒரு புத்தகம் இருந்தது. அது ஒரு பொக்கிஷமாகத் தெரிந்தது. மெத்தென்ற திவானில் சாய்ந்து கொண்டு, உண்மையான ஆர்வத்தோடு படிக்க ஆரம்பித்தான். தற்சமயத்திற்கு அவனை நாம் தனியாக விட்டுவிடுவோம்.

அத்தியாயம் – 8

அரச முத்திரை எங்கே ?

சுமார் ஐந்து மணிக்கு எட்டாம் ஹென்றி, உற்சாகம் தராத தூக்கத்திலிருந்து எழுந்தார். 'கொடுமையான கனவுகள்! என் முடிவு நெருங்கி விட்டது. அதற்கான அறிகுறிகள் தெரிகின்றன. பலவீனமாகும் என் நாடித் துடிப்பே அதற்கு சாட்சி,' என்று முனங்கினார். அவர் கண்களில் ஒரு கொடூரம் மின்னியது. 'அவன் சாகும்வரை நான் சாக மாட்டேன்,' என்று முனங்கினார்.

அவர் கண்விழித்ததை அறிந்த சேவகன், லார்டு சான்ஸ்லர் என்ற அதிகாரி பார்க்க வந்திருப்பதாக அறிவித்தான்.

'வரச்சொல், வரச்சொல்,' என்றார் அரசர் ஆர்வமாக.

லார்டு சான்ஸ்லர் மண்டியிட்டு,

'உங்கள் உத்தரவுப்படி ஆணை பிறப்பித்து விட்டேன். பாராளுமன்ற உறுப்பினர்கள் நார்ஃபோல்க் பிரபுவின் தண்டனையை உறுதி செய்துவிட்டார்கள். தங்களது அடுத்த ஆணைக்குக் காத்திருக்கிறார்கள்.

அரசரின் முகம் மகிழ்ச்சியில் ஒளி வீசியது.

'என்னை தூக்குங்கள்! நானே பாராளுமன்றத்திற்கு நேரில் வந்து அவனது மரணதண்டனை உத்தரவில் முத்திரை பதிப்பேன்.'

அவரது குரல் எழும்பவில்லை. கன்னங்கள் வெளிறின. பணியாட்கள் அவரை மெதுவாக படுக்கையில் சாய்த்தனர்.

'அந்தோ! இந்த இனிய தருணத்திற்கு எவ்வளவு காலம் ஏங்கியிருக்கிறேன்! இப்போது காலம் கடந்து விட்டது. ஆசைப்பட்ட அந்த வாய்ப்பு கை நழுவுகிறது. ஆனால், வேகமாக, வேகமாக செயல்படுங்கள். எனக்குக் கிடைக்காத வாய்ப்பை நீங்கள் பயன்படுத்துங்கள். உத்தரவில் முத்திரையைப் பதித்து விடுகிறேன். உத்தரவை எழுத ஒரு அதிகாரியை ஏற்பாடு செய்து, வேலையைக் கவனியுங்கள். வேகமாக! சூரியன் உதித்து மறைவதற்குள், அவன் தலையைக் கொண்டுவாருங்கள். நான் பார்க்க வேண்டும்.'

'அரசரின் உத்தரவுப்படியே, அரசர் முத்திரையை என்னிடம் அளித்தால், நான் ஆக வேண்டியதைச் செய்ய வசதியாக இருக்கும்.'

'முத்திரையா? உங்களிடம்தானே இருக்கும்?'

'மன்னிக்கவும் அரசே! நார்ஃபோல்க் பிரபுவிற்கான ஆணையில் நானே கைப்பட முத்திரை பதிப்பேன் என்று இரு தினங்களுக்கு முன்பு தாங்கள் என்னிடமிருந்து வாங்கிக்கொண்டீர்கள்'.

'இருக்கலாம்... ஞாபகம் இருக்கிறது... அதை என்ன செய்தேன்..? மிகவும் பலவீனமாக இருக்கிறது... வர வர நினைவாற்றல் மிகவும் குறைந்துவிட்டது... என்ன ஆயிற்று..?

அரசர் தலையை ஆட்டி ஆட்டி, ஏதோ முனங்கியபடி முத்திரையை என்ன செய்தோம் என்று நினைவுக்குக் கொண்டு

வர முயன்றார். கடைசியில் ஹெர்ட்ஃபோர்ட் பிரபு மண்டியிட்டு, அரசருக்கு உதவ முன்வந்தார்.

'அரசே! இங்குள்ள பலருக்கும் அன்று தாங்கள் முத்திரையை வேல்ஸ் இளவரசர் வசம் ஒப்படைத்தது நினைவில் உள்ளது,' என்றார்.

'உண்மை, உண்மை,' என்றார் அரசர். 'போய் வாங்கி வாருங்கள். நேரமில்லை'.

டாமிடம் விரைந்து சென்ற ஹெர்ட்ஃபோர்ட் பிரபு, சில கணங்களில் வெறுங்கையோடு, குழப்பத்தோடு வந்தார்.

'அரசே! எதிர்பாராத இந்த செய்தியைச் சொல்லவே வேதனையாக உள்ளது. இளவரசரின் நோய் தொடர வேண்டும் என்பது ஆண்டவரின் விருப்பம் போலும். தாம் முத்திரையை வாங்கிக்கொண்டதே அவருக்கு நினைவில்லை. எனவே காலதாமதம் செய்யாது இங்கு வந்தேன். அரண்மனையின் பல அறைகள், அலமாரிகளை தேடுவது கடினமான காரியமல்லவா?'

அரசரின் உறுமல் அவர் பேச்சை நிறுத்தியது. சிறிது நேரம் கழித்து அரசர் மிகவும் சோகமாக,

'அந்த பாவப்பட்ட சிறுவனை தொல்லைப்படுத்த வேண்டாம். ஆண்டவரின் கரம் அவனை வலுவாக அழுத்திவிட்டது. நான் அவனுக்காக வருந்துகிறேன். அவனது துன்பங்களை எனது தோள்களில் சுமக்க முடியவில்லையே என்று வேதனைப்படுகிறேன். அவனை அமைதியாக இருக்க விடுங்கள்,' என்றார்.

அவர் கண்களை மூடியபடி அமைதியாக இருந்தார். சிறிது நேரம் கழித்து கண்களைத் திறந்தபோது, தன் எதிரே லார்டு சான்ஸ்லர் மண்டியிட்டு இருப்பதைப் பார்த்தார். அடுத்த கணம் கோபத்தில் அவர் முகம் சிவந்தது.

'என்ன, இன்னுமா நீங்கள், இங்கே இருக்கிறீர்கள்! கடவுளே! அவன் கதையை முடிக்கவேண்டாமா?'

அதிகாரி நடுங்கியவாறு, 'பிரபுவே! மன்னிப்பீராக! நான் முத்திரைக்காக காத்திருக்கிறேன்,' என்றார்.

'உங்களுக்கு என்ன பைத்தியமா? முன்பு நான் வெளிநாடு சென்றபோது பயன்படுத்திய சிறிய முத்திரை கஜானாவில்

இருக்கிறது. அது போதாதா? செல்லுங்கள்! அவன் தலை இல்லாமல் நீங்கள் வரக் கூடாது.

இந்த அபாயகரமான சூழலிலிருந்து அதிகாரி விரைவாகத் தப்பி ஓடினார். நேரத்தை வீணடிக்காமல், துரதிர்ஷ்டசாலியான நார்ஃபோல்க் பிரபுவின் தலையைக் கொய்ய அடிமைப் பாராளுமன்றத்தின் ஒப்புதலைப் பெற்றார்.

அத்தியாயம் -9

நதிக் கரை அணிவகுப்பு

இரவு ஒன்பது மணிக்கு அரண்மனையின் நதிக்கரைப் பக்கம் முழுவதும் ஒளிவெள்ளம். நதியில் கண்ணுக்கெட்டிய தூரம் வரையிலும் படகுகளும், அலங்காரமான உல்லாசப் படகுகளும் நிறைந்திருந்தன. அவை லேசான அலைகளால் அசைந்தபோது, கோடைகாலக் காற்றில் பெரும் பூந்தோட்டம் அசைவதுபோல் இருந்தது. நதிக்கு உள்ளே இறங்க அமைக்கப்பட்ட கருங்கல் படிகள் ஒரு பெரிய நகரமே நிற்கலாம்போல அகலமாக இருந்தன. அவற்றில் பளபளப்பான கவசங்கள் அணிந்த போர்வீரர்களும், வண்ணமயமான ஆடை அணிந்த சேவகர்களும், ஏற்பாடுகளுக்காக வேகமாக இங்குமங்கும் சென்று வருவது கண்கொள்ளாக் காட்சியாக இருந்தது.

ஓர் உத்தரவு பிறப்பிக்கப்பட்டதும், படிகளில் நின்ற அனைவரும் மறைந்து விட்டனர். அங்கு எதிர்பார்ப்பு நிறைந்த அமைதி நிலவியது. கண்ணுக்கெட்டிய தூரம்வரை நின்ற ஏராளமான படகுகளில் இருந்த மக்கள் எழுந்து நின்று, விளக்குகளின் ஒளியில் கண்கள் கூசாது இருக்க, கைகளைக் கண்களுக்குமேல் வைத்தபடி அரண்மனையைப் பார்த்தனர்.

நாற்பது, ஐம்பது அரசாங்க உல்லாசப் படகுகள் படிகளை நெருங்கின. அவை மிக அழகாகச் செதுக்கப்பட்டு, நேர்த்தியாக அலங்கரிக்கப்பட்டிருந்தன. சிலவற்றில் பதாகைகள் கட்டப்பட்டிருந்தன. சிலவற்றில் பொன் வேலைப்பாடுகள் செய்யப்பட்ட கொடிகள். காற்று வீசியபோது, அவை இனிய இசையை சாரலாகப் பொழிந்தன. சில பெரும் கேடயங்கள் பதிக்கப்பட்டு, பார்த்தாலே இளவரசருக்கு நெருக்கமான

பிரபுக்களின் படகுகள் என்று தெரிந்தன. இந்தப் பெரும்படகுகளை சிறு படகுகள் இழுத்து வந்தன. இவற்றில் கவசமணிந்த, ஆயுதம் தாங்கிய வீரர்களும், இசைக் கலைஞர்களும் இருந்தார்கள்.

ஊர்வலத்தின் முன்னே செல்லக்கூடிய ஈட்டி ஏந்திய வீரர்களின் படை பிரதான வாயிலுக்கு வந்தது. அவர்கள் கருப்பும், பழுப்பு மஞ்சளுமாக கோடு போட்ட கால்சாராய் அணிந்திருந்தார்கள். வெல்வெட் தொப்பியின் பக்கவாட்டில் வெள்ளியில் செய்த ரோஜாப்பூ செருகியிருந்தார்கள். நீலமும், கருஞ்சிவப்பும் கலந்த உட்சட்டையில் இளவரசருக்குரிய சின்னமாகிய மூன்று இறகுகள் தங்க இழையில் பூ வேலை செய்யப்பட்டிருந்தது. ஈட்டிகள் தங்கக் குஞ்சம் வைத்து, வெல்வெட் உறை போடப்பட்டிருந்தன. நுழைவாயிலிருந்து நதிக்கரை வரை அவர்கள் இரு நீண்ட வரிசையில் வந்தார்கள். இளஞ்சிவப்பு, தங்க நிற சீருடை அணிந்த சேவகர்கள் வழியெங்கும் கனமான ரத்தினக் கம்பளத்தை விரித்தார்கள். இது முடிந்ததும் பேரிகைகள் முழங்கின. தொடர்ந்து நீரில் இருந்த இசைக் கலைஞர்கள் இசைத்தார்கள். வெள்ளைத் தண்டம் ஏந்திய இரு கட்டியங் கூறுவோர் முதலில் கம்பீரமாக, நிதானமாக நடந்து வந்தார்கள். அவரைத் தொடர்ந்து தண்டம் ஏந்திய அதிகாரியும், நகரத்தின் வாளை ஏந்திய அதிகாரியும் வந்தார்கள். அவர்களுக்குப் பின்னால் சீருடை அணிந்த நகரக் காவலர்கள். அடுத்து மன்னரது இலச்சினை பொறித்த சீருடை அணிந்த தலைமை கட்டியங்காரர். பிறகு உதவியார்கள் புடைசூழ நைட்டுகள். இளஞ்சிவப்பு மேலங்கி அணிந்த நீதிபதிகள். பிறகு இங்கிலாந்தின் லார்டு சான்ஸ்லர். அவருக்குப் பின்னே தேவாலயத்தின் பிரதிநிதிகள் மற்றும் பல்வேறு அரசுத் துறைகளின் தலைவர்கள். அவர்களை அடுத்து அலங்கார தளவாடங்களைச் சுமந்து வந்த பன்னிரண்டு பிரெஞ்சுக் கனவான்கள். அவர்களுக்குப் பின்னால் பிரான்ஸ் நாட்டுத் தூதர். அவருக்குப் பிறகு, கருப்பு வெல்வெட் உடை அணிந்த, ஸ்பானிய தூதரின் குதிரை வீரர்கள் பன்னிருவர். இவர்களுக்குப் பிறகு தம் உதவியாளர்கள் சூழ ஏராளமான ஆங்கிலேய மேட்டுக்குடியினர்.

உள்ளே பேரிகைகள் முழங்கின. வருங்காலத்து சாமர்செட் பிரபுவான இளவரசரின் மாமா கருப்பு உட்சட்டையும், தங்க சரிகை இழையோடும் இளஞ்சிவப்பு சாடின் மேலங்கியும் அணிந்து பிரதான வாசலிலிருந்து வெளிப்பட்டார். தனது சிறகு செருகிய தொப்பியைக் கழற்றிவிட்டு, மரியாதையுடன் குனிந்து,

ஒவ்வொரு அடியாகப் பின்வைத்து நடந்தார். ஒவ்வொரு படியிலும் குனிந்து பணிந்தார். பேரிகை நீண்ட நேரம் முழங்கியது. 'வேல்ஸ் இளவரசர், எட்வர்ட் பிரபு பராக்! பராக்!' என்ற குரல் ஒலித்தது. இடி போன்ற ஓசையோடு, நீண்ட வரிசையில் சிவந்த தீப்பிழம்புகள் கோட்டைச் சுவர் நெடுகிலும் எழுந்தன. நதியில் கூடியிருந்த மக்கள் கூட்டம் ஆர்ப்பரித்து வரவேற்றது. விழா நாயகன் டாம் கேண்டி, மக்கள் முன்னே தோன்றி, லேசாக தலை வணங்கினான்.

முன்பக்கம் வயலெட் நிற மெத்தென்ற துணி வைத்த, கீரியின் மென் மயிர்ப்பட்டில் வைரங்கள் பதிக்கப்பட்ட அற்புதமான வெள்ளை சாடின் மேல்சட்டை அணிந்திருந்தான். அதன் மேல் தங்க ஜரிகை போட்டு, நீல சாட்டினில் ரத்தினங்களும், முத்துக்களும் பதிக்கப்பட்ட வெள்ளை மேலங்கி. கழுத்தில் ஆர்டர் ஆஃப் தி கார்டர் எனப்படும் வீரவிருதும், பல்வேறு வெளிநாட்டினர் தந்த வீரவிருதுகளும் அலங்கரித்தன. எந்த ஒளி பட்டாலும் அவனது உடையிலிருந்த ரத்தினங்கள் கண் கூசும்படி ஒளி சிந்தின. சிறு குடிசையில், லண்டனின் சாக்கடையில் பிறந்த, கந்தலும், அழுக்கும், துயரமும் மட்டுமே அறிந்த டாம் கேண்டி இப்போது கண்கொள்ளாக் காட்சியளிக்கிறான்.

அத்தியாயம் – 10

சிக்கலில் இளவரசன்

உண்மை இளவரசனை ஓஃபல் கோர்ட்டில், அவனை துன்புறுத்தி மகிழ்ந்த கூட்டம் விரட்டிக்கொண்டே வந்த இடத்தில் விட்டுவிட்டு வந்தோமல்லவா? அங்கு ஒரே ஒருவன் மட்டும் இளவரசனுக்குப் பரிந்து பேசினான். ஆனால் அவனை யாரும் கவனிக்கவில்லை. இளவரசன் தப்பிச் செல்ல தொடர்ந்து போராட, பொறுமையிழந்த ஜான் கேண்டி, அவன் தலையில் அடிக்க தனது குண்டாந்தடியை ஓங்கினான். அப்போது இளவரசனுக்குப் பரிந்து பேசியவன் அதைத் தடுக்க, அடி அவனது மணிக்கட்டில் விழுந்தது. கேண்டி,

'யாரது இப்படி குறுக்கிடுவது? உன்னை விடமாட்டேன்,' என்று உறுமினான். தலையிட்டவனின் மண்டையில் தன்

குண்டாந்தடியால் தாக்கினான். ஒரு முனகலுடன் அந்த மனிதன் தரையில் சாய்ந்தான். கூட்டம் இதனால் சிறிதும் பாதிக்கப்படாமல் தனது வேடிக்கையைத் தொடர்ந்தது.

இப்போது இளவரசன் ஜான் கேண்டி வீட்டில் அடைக்கப்பட்டு விட்டான். கதவு வெளிப்பக்கம் பூட்டப்பட்டிருந்தது. ஒரு பாட்டிலில் எரிந்த கொழுப்பு மெழுகுத் திரியில் மங்கலான வெளிச்சத்தில் அங்கு சுற்றிலும் பார்த்தான் இளவரசன். அடிபட்டு, மேலும் அடிபடுமோ என்று அஞ்சி நடுங்கும் விலங்குகள்போல் ஒரு மூலையில் அழுக்கான இரு சிறுமிகளும், ஒரு நடுத்தர வயதுப் பெண்ணும் முடங்கியிருந்தார்கள். நரைத்த புதர் போன்ற தலைமுடியும், கொடூரமான கண்களும் கொண்ட ஒரு கிழவி மற்றொரு மூலையில் கிடந்தாள்.

'இங்கே பார், இங்கே நல்ல கேலிக்கூத்து நடக்கிறது. எழுந்து நில். முட்டாள்தனமாக பேசாதே. நீ யார்? உன் பெயரென்ன? என்று இளவரசனிடம் கேட்டான் ஜான் கேண்டி.

அவமானத்தால் இளவரசனின் முகம் மீண்டுமொரு முறை சிவந்தது. அந்த மனிதனை தீர்க்கமாகப் பார்த்தபடி,

'என்னைப் பேசச் சொல்லுமாறு உத்தரவிடுமளவு உனது வளர்ப்பு கீழ்த்தரமாக உள்ளது. நான் முன்பு சொன்னதைத்தான் இப்போதும் சொல்கிறேன். நான் வேல்ஸ் இளவரசன்.'

இந்த வியப்பூட்டும் பதில் கிழவியை அதிர்ச்சி கொள்ளச் செய்தது. அவள் இளவரசனை வியப்போடு பார்க்க, அதைக் கண்டு அவள் மகனுக்கு சிரிப்பு பொத்துக்கொண்டு வந்தது. ஆனால் டாம் கேண்டியின் தாய், சகோதரிகளின் எதிர்வினை வேறு மாதிரி இருந்தது. அடி விழுமோ என்ற அச்சம் மாறி வேறுவிதமான துன்ப உணர்வு வந்தது. அவர்கள் முகத்தில் அச்சத்தோடு அவனருகே வந்து, 'ஐயோ! டாம் பாவம்', என்றார்கள்.

அம்மா இளவரசன்முன் மண்டியிட்டு, தன் கரங்களை அவன் தோளில் வைத்து, கண்ணீர் மல்க அவன் முகத்தை அன்போடு பார்த்தாள். பிறகு, 'ஐயோ பாவம்! உன் முட்டாள்தனமான படிப்பு தன் வேலையைக் காட்டிவிட்டது. உன் மூளை பிசகி விட்டது. ஆ! படிக்க வேண்டாம் என்று நான் எச்சரித்ததை நீ ஏன் கேட்கவில்லை! நீ உன் அம்மாவின் இதயத்தை நொறுக்கி விட்டாய்,' என்றாள்.

இளவரசன் அவள் முகத்தைப் பார்த்து, மென்மையாக,

‘நல்ல பெண்மணியே! உன் மகன் நன்றாக இருக்கிறான். அவன் புத்தி பேதலிக்கவில்லை ஆறுதல் கொள். அவன் இருக்கும் அரண்மனை சென்று, என் தந்தை அரசரிடம் சொல்லி அவனை நான் உனக்கு மீட்டுத் தருகிறேன்,’ என்றான்.

‘அரசர் உன் தந்தையா? ஐயோ, என் குழந்தை! உனக்கு மரணத்தைத் தரப்போகும், உன்னைச் சேர்ந்தவர்களுக்குத் துன்பத்தைத் தரப்போகும் இந்த வார்த்தைகளைச் சொல்லாதே. இந்த மோசமான கனவை உதறித் தள்ளு. உன் பழைய நினைவுகளை மீட்டுக் கொள். என்னைப் பார். நான் உன்னைப் பெற்ற அம்மா இல்லையா? உன்னை நேசிப்பவள் இல்லையா?’

இளவரசன் தலையசைத்து, தயக்கத்தோடு,

‘உங்கள் மனதைப் புண்படுத்துவதில் நான் எவ்வளவு வேதனைப்படுகிறேன் என்பதை ஆண்டவரே அறிவார். ஆனால் உண்மையில் இதற்குமுன் நான் உங்களைப் பார்த்ததில்லை’, என்றான்.

அந்தப் பெண் அழுதபடி, கைகளால் தன் கண்களை மூடியபடி, தரையில் சாய்ந்து உட்கார்ந்தாள்.

‘நான், பெத்! மரியாதை தெரியாத நாய்களா! இளவரசர் முன்னால் நின்றுகொண்டா இருக்கிறீர்கள்? இந்தப் பிச்சைக்காரன் முன் மண்டியிட்டு, மரியாதை செய்யுங்கள்,’ என்று கத்தினான் கேண்டி.

சொல்லிவிட்டு குதிரை கனைப்பதுபோல் சிரித்தான். சிறுமிகள் தம் சகோதரனுக்காக கெஞ்ச ஆரம்பித்தார்கள். நான்,

‘அப்பா, தயவுசெய்து அவனை தூங்க விடுங்கள். தூக்கமும், ஓய்வும் அவனது மனநிலையை சரிசெய்யும்,’ என்றாள்.

‘ஆமாம், அப்பா!’ என்றாள் பெத். அவன் வழக்கத்தைவிட களைப்பாக இருக்கிறான். நாளை சரியாகிவிடுவான். நாளை திரும்பவும் இப்படி வெறுங்கையோடு வரமாட்டான்,’ என்றாள்.

இவர்கள் சொன்னதில் கேண்டி சற்று சகஜமாகி, செய்ய வேண்டிய காரியத்தை யோசித்தான். இளவரசன் பக்கம் கோபத்தோடு திரும்பி,

‘நாளை வீட்டு உரிமையாளனுக்கு நான் இரண்டு பென்னி தர வேண்டும். ஆறுமாத வாடகைக்கு – இல்லாவிட்டால் நம்மை

விரட்டி விடுவார்கள். இன்று சோம்பேறித்தனமாகப் பிச்சை எடுத்து என்ன கொண்டுவந்தாய்? காட்டு,' என்றான்.

'இந்த கீழ்த்தரமான விஷயங்களால் என்னை வெறுப்பேற்றாதே. நான் அரசரின் மகன் என்பதை திரும்பவும் கூறுகிறேன்,' என்றான்.

கேண்டி தனது பெரிய கையால் இளவரசனின் தோளில் ஓங்கி அடிக்க... இளவரசன் தடுமாறி, அவனது மனைவி மீது விழுந்தான். அவள் அவனைத் தன் மார்போடு அணைத்துக்கொண்டு, கேண்டி இளவரசனைக் குறி வைத்து அடித்த அடி, உதைகளை, தான் தாங்கிக் கொண்டாள். பயந்து போன சிறுமிகள் மூலையில் பதுங்கினார்கள். ஆனால் கிழவி ஆர்வமாக தன் மகனுக்கு உதவ முன்வந்தாள். இளவரசன், 'அம்மா, எனக்காக தாங்கள் துன்புற வேண்டாம். இந்தப் பன்றிகள் தம் விருப்பம்போல் என்னை அடிக்கட்டும்', என்றவாறு திருமதி.கேண்டியின் பிடியிலிருந்து வெளி வந்தான்.

இது அவர்களுக்கு மேலும் ஆத்திரம் தர... நேரத்தை வீணடிக்காது தம் வேலையைத் தொடர்ந்தார்கள். இளவரசனை அடித்ததோடு மட்டுமன்றி, அவனுக்குப் பரிந்து பேசியதற்காக அந்தச் சிறுமிகளுக்கும், அவர்களின் அம்மாவிற்கும் சரியான உதை கொடுத்தார்கள்.

'எல்லோரும் போய் தூங்குங்கள். இந்த விளையாட்டில் நான் களைத்து விட்டேன்' என்றான் கேண்டி.

விளக்கு அணைக்கப்பட்டது. எல்லோரும் தூங்கச் சென்றார்கள். வீட்டின் தலைவனும், கிழவியும் குறட்டை விடுவது தெரிந்ததும், சிறுமிகள் இருவரும் இளவரசன் அருகில் வந்து குளிருக்காக அவன் மீது கந்தல்களைப் போர்த்தினர். அவர்களது அம்மாவும் அருகில் வந்தாள். அவன் தலைமுடியை கோதிவிட்டாள். அழுதவாறு, அவன் காதருகே சிறிது நேரம் அன்பான ஆறுதலான வார்த்தைகளைச் சொன்னாள். அவன் சாப்பிடவும் ஏதோ சிறிது உணவை ஒதுக்கி வைத்திருந்தாள். ஆனால் பையனுக்கு வலியில் பசியே போய் விட்டது. அவள் வருந்தியதும், தைரியமாக, தான் அடிவாங்கி அவனைக் காப்பாற்றியதும் இளவரசனை நெகிழச் செய்தன. மிக உயர்ந்த, இளவரசனுக்குரிய வார்த்தைகளில் அவளுக்கு நன்றி சொன்னாள். தன் சோகங்களை மறந்து தூங்கச் செல்லுமாறு அவளை வேண்டினான். அவளது விசுவாசம், அன்பிற்கு தனது தந்தையான அரசர் உரிய வெகுமதி அளிப்பார்

என்றான். அவனது ‘பைத்தியக்காரத்தனம்’ திரும்பவும் வந்து விட்டதைப் பார்த்து அவள் திரும்பவும் அவனை மார்போடு அணைத்துக்கொண்டாள். அப்படியே படுத்தாள்.

படுத்தபடியே, யோசித்தபோது, பைத்தியமோ, இல்லையோ, இந்தப் பையனிடம் டாம் கேண்டியிடம் இல்லாத, சரியாகச் சொல்ல முடியாத ஏதோ ஒன்று இருப்பதாகப் பட்டது. ஏதோ இருக்கிறது என்று தெரிகிறதே தவிர அது என்னவென்று தெரியவில்லை. ஆனாலும் கூர்மையான அவளது தாய்மையுணர்வு அதை உணர்ந்தது. ஒருவேளை ‘இந்தப் பையன் தன் மகன் இல்லையோ? சே! என்ன அபத்தம்!’ தனது துன்பங்களை மீறி, இந்த எண்ணத்தை நினைத்துப் புன்னகைத்தாள். எதுவாயினும், அந்த எண்ணம் அவளை அலைக்கழித்தது. அது அவளைத் தொடர்ந்து துன்புறுத்தியது. அவளைவிட்டு நீங்க மறுத்தது. ஏதாவது ஒரு சோதனை வைத்து அவன் தன் மகனா, இல்லையா என்பதை அறிந்தால்தான் நிம்மதியாக இருக்கும் என்று நினைத்தாள். ‘அதுதான் சரி. என்ன செய்யலாம்?’ என்று பலவிதமான சோதனைகளை யோசித்தாள். இப்படி யோசிக்கும் போதே பையனின் சீரான சுவாசம் அவன் அசந்து தூங்குவதைக் காட்டியது. தூக்கத்தில் ஏதோ கனவு கண்டு அவன் மென்மையாக கத்தினான். உடனே அவளுக்கு ஒரு யோசனை தோன்றியது. ‘எனக்கு இது முன்பே தோன்றியிருக்க வேண்டும். சிறு குழந்தைப் பருவத்திலிருந்து ஏதாவது கனவு கண்டு விழித்தால், அவன் தன் கையால் கண்களை மூடிக்கொள்வான். ஆனால் எல்லோரையும் போல் உள்ளங்கையால் கண்களை மூடாது, புறங்கையால் மூடிக் கொள்வான். இதை நான் ஆயிரம் முறை பார்த்திருக்கிறேன். இப்போது பார்த்துவிடலாம்’ என்று தனக்குள் சொல்லியபடி மெழுகுவர்த்தியை ஏற்றினாள்.

மெழுகுவர்த்தியை கையால் பொத்தியவாறு தூங்கும் பையனுக்கு அருகில் சென்றாள். அவனருகே குனிந்து அவன் காதருகே தரையில் லேசாகத் தட்டினாள். அவன் திடுக்கிட்டு கண் விழித்தான். ஆனால் கைகளில் எந்த அசைவும் இல்லை.

அந்த ஏழைப் பெண்மணி துக்கத்திலும், வியப்பிலும் செய்வதறியாது திகைத்தாள். ஆனால் தனது உணர்வுகளை மறைத்துக்கொண்டு, அவனை தட்டித் தூங்க வைத்தாள். பிறகு நகர்ந்து சென்று தனது சோதனையின் பயங்கர முடிவு பற்றி யோசித்தாள். டாமிற்கு புத்தி, பிசகியதால் தான் வழக்கமாகச்

செய்வதைச் செய்யவில்லையோ என்று நம்ப முயற்சி செய்தாள். 'இல்லை, அவனது கைகளுக்குப் பைத்தியம் பிடிக்கவில்லை. இத்தனை நாள் பழக்கத்தை கை திடீரென மறந்துவிடாது. ஐயோ! இது என்ன சோதனை!' என்று புலம்பினாள்.

ஆனால் முன்பு சந்தேகம் விடாப்பிடியாக இருந்ததைப்போல இப்போது நம்பிக்கை விடாப்பிடியாக இருந்தது. சோதனையின் முடிவை அவளால் மனதார ஏற்க முடியவில்லை. 'இன்னொரு முறை முயற்சி செய்து பார்ப்போம். முதல் முறை ஏதோ தற்செயலாக அப்படி நடத்திருக்கலாம்' என்று நினைத்தாள். இரண்டாம் முறை, மூன்றாம் முறையும் எழுப்பிப் பார்த்தாள். அதே முடிவுதான். 'ஆனால் நான் இவனை இழக்க மாட்டேன். என்னால் முடியாது. இவன் என் மகனாகத்தான் இருக்க வேண்டும்,' என்று புலம்பியபடி துக்கத்தோடு தூங்கிப் போனாள்.

அந்த ஏழைத் தாயின் இடையூறுகள் நின்று, உடல் வலியும் சற்றுக் குறைந்ததும், இளவரசன் ஆழ்ந்து தூங்கினான். பல மணிநேரம் செத்து விழுந்ததுபோல் தூங்கினான். இப்படி ஐந்தாறு மணிநேரம் சென்றது. பின்னர் அந்த அசதி குறைந்தது. அரைத் தூக்கமும், அரை விழிப்புமாக,

'சர் வில்லியம்,' என்று முனங்கினான்.

ஒரு கணத்திற்குப் பிறகு,

'ஹோ, சர் வில்லியம் ஹெர்பர்ட்! இங்கே பாருங்கள், ஒரு விசித்திரக் கனவு..! சர் வில்லியம்! கேட்கிறீர்களா? நான் ஒரு ஏழையாக மாறிவிட்டதாக நினைத்தேன்.... ஐயோ! யாரங்கே! சர் வில்லியம்! என்ன? சேவகர்கள் எங்கே? ஐயோ! ரொம்ப கஷ்டமாக இருக்கிறதே!'

'உனக்கு என்ன ஆயிற்று? யாரை அழைக்கிறாய்?' என்று பக்கத்தில் ஒரு மெல்லிய குரல் கேட்டது.

'சர் வில்லியம் ஹெர்பர்ட்டை, நீ யார்?

'நானா? உன் சகோதரி நானைத் தவிர வேறு யார்? ஓ! டாம், நான் மறந்து விட்டேன். பாவம்! உனக்குப் பைத்தியம் பிடித்து விட்டது. ஆனால் கொஞ்சம் வாயை மூடிக்கொண்டிரு. இல்லாவிட்டால் எல்லோருக்கும் செத்து விழுவதுபோல் அடி கிடைக்கும்!'

திகைப்போடு எழுந்தான் இளவரசன். உடலின் காயங்கள் நடந்தவற்றை நினைவுபடுத்தின. சோர்வாக தன் படுக்கையில் சரிந்தபடி,

'ஐயோ! அப்படியானால், இது கனவில்லையா?' என்றான்.

ஒரே கணத்தில் தூக்கத்தில் மறந்து போயிருந்த வேதனையும், துயரமும் மீண்டும் வந்தன. தான் இப்போது இளவரசன் இல்லை. கந்தலாடை அணிந்த பிச்சைக்காரன். பிச்சைக்காரர்களும், திருடர்களும் மட்டுமே வசிக்கத் தகுந்த இருட்டறையின் கைதி என்பது புரிந்தது.

இந்த துயரத்திலும், சற்று தள்ளி ஏதோ கூச்சல் கேட்டது. அடுத்த கணம் கதவை யாரோ ஓங்கித் தட்டினார்கள். ஜான் கேண்டி கண் விழித்து,

'யாரது?' என்றான்.

'நீ குண்டாந்தடியால் அடித்தது யாரைத் தெரியுமா?' என்றது ஒரு குரல்.

'தெரியாது. அது பற்றி எனக்கு கவலையில்லை'.

'சீக்கிரமே உன் எண்ணத்தை மாற்றிக்கொள்ளப் போகிறாய். உயிர் தப்ப வேண்டும் என்றால் ஓடிப் போய் விடு. நீ அடித்த ஆள் உன்னை தேடிக்கொண்டிருக்கிறான். நான் ஆண்ட்ரூ பாதிரியார்தான் சொல்கிறேன்.'

'ஆண்டவரே! என்றபடி எழுந்தான் கேண்டி. குடும்பத்தினரை எழுப்பினான். 'எல்லோரும் ஓடுங்கள். இங்கிருந்தால் செத்தோம்'.

ஐந்தே நிமிடங்களில் கேண்டி குடும்பம் உயிர் தப்ப தெருவில் ஓடிக்கொண்டிருந்தனர். இளவரசனைக் கையில் பிடித்தபடி இருளில் ஓடினான் கேண்டி. தணிந்த குரலில்,

'முட்டாளே! நாவை அடக்கு. உன் பெயரைச் சொல்லி விடாதே. அரசு அதிகாரிகளை ஏமாற்ற நான் உனக்கு புதுப் பெயர் சூட்டி விடுகிறேன். வாய் பேசாதே,' என்று எச்சரித்தான்.

குடும்பத்தினரைப் பார்த்து, 'ஒருவேளை நாம் பிரிந்துவிட்டால், எல்லோரும் லண்டன் பிரிட்ஜிற்கு வந்து விடுங்கள். பிரிட்ஜ் அருகில் லினன் வியாபாரிகள் அருகே மற்றவர்கள் வரும் வரை காத்திருங்கள். பிறகு நாம் எல்லோருமாக சௌத்வார்க் போய் விடலாம்,' என்றான்.

அச்சமயம் அவர்கள் திடீரென இருளிலிருந்து வெளிச்சத்திற்கு வந்துவிட்டார்கள். வெளிச்சம் மட்டுமல்ல, ஆடிப் பாடிக் கொண்டு, பெருங் கூச்சலிட்ட மக்கள் கூட்டம் திரண்டிருந்த நதிக்கரை அருகே வந்துவிட்டார்கள். தேம்ஸ் நதி நெடுக வரிசையாக தீப்பந்தங்கள், இலண்டன் பிரிட்ஜ் ஒளி வெள்ளத்தில் இருந்தது. சௌத்வார்க் பாலமும் அவ்வாறே. நதியே பல வண்ண வெளிச்சத்தில் ஒளிர்ந்தது. இரவைப் பகலாக்கும் வண்ணம் வாண வேடிக்கைகள். எங்கு பார்த்தாலும் மக்கள் கூட்டம். லண்டனே அங்குதான் இருந்தது.

ஜான் கேண்டி கோபமாக ஒரு வசவைச் சொல்லி, எல்லோரையும் பின்வாங்கச் சொன்னான். ஆனால் அதற்குக் காலம் கடந்து விட்டது. அவனும் அவனது கூட்டமும் மக்கள் வெள்ளத்தில் சிக்கி விட்டார்கள். ஒரே கணத்தில் பிரிந்துவிட்டார்கள். ஆனால் இப்போதும் கேண்டி இளவரசனின் கையை விடவில்லை. இளவரசன் மனம் தப்பிவிடலாம் என்ற நம்பிக்கையில் துடித்துக் கொண்டிருந்தது. கூட்டத்தில் முண்டியத்த கேண்டி ஒரு குடிகாரனை இடித்துவிட்டான். குடிகாரன் தன் வலிய கரத்தால் கேண்டியைப் பிடித்து,

‘என்ன இவ்வளவு வேகம், நண்பா? எல்லோரும் விடுமுறையைக் கொண்டாடிக் கொண்டிருக்கும்போது உனக்கென்ன அவசர வேலை? என்றான்.

‘என் வேலை எனக்கு. உனக்கென்ன அதைப் பற்றி?’ என்றான் கேண்டி முரட்டுத்தனமாக. ‘கையை எடு. நான் போக வேண்டும்.’

‘போக முடியாது, வேல்ஸ் இளரவசனுக்காக நீ குடிக்கும்வரை உன்னை விடமாட்டேன்,’ என்றான் குடிகாரன்.

‘அப்படியானால் சீக்கிரமாக கோப்பையைக் கொடு. சீக்கிரம்.’

அதற்குள் கூட்டம் கூடிவிட்டது. அவர்கள் லவ்விங் கப், லவ்விங் கப் என்று கத்த ஆரம்பித்தார்கள் (லவ்விங் கப் என்பது விசேஷ நாட்களில் எல்லோரும் கூட்டமாக மது அருந்துவதற்கான மிகப் பெரிய கோப்பை. நமது விளையாட்டுப் போட்டிகளில் பரிசு தரும் கோப்பை போன்றது - மொழிபெயர்ப்பாளர்).

பெரிய லவ்விங் கப் கொண்டுவரப்பட்டது. குடிகாரன் அதைத் தூக்கி கேண்டியிடம் சம்பிரதாயமாக நீட்டினான். பாரம்பரிய வழக்கப்படி கேண்டி அதன் ஒரு பிடியை ஒரு கையால் பற்றிக்

கொண்டு, மற்ற கையால் மூடியை நீக்கினான். இதனால் இளவரசனின் கையை ஒரு கணம் விட்டுவிட நேர்ந்தது. இளவரசன் நேரத்தை வீணடிக்காமல், மக்கள் வெள்ளத்துள் புகுந்து மறைந்தான். அட்லாண்டிக் சமுத்திரம் போன்ற அந்த மனித வெள்ளத்தில் ஒரே கணத்தில் கரைந்து போனான்.

ஜான் கேண்டியைப் பற்றி நினைக்காமல்தான் அடுத்து செய்ய வேண்டியதைப் பற்றி யோசித்தான். விரைவிலேயே அவன் மற்றொரு விஷயத்தையும் கண்டுபிடித்தான். தன் இடத்தில் ஒரு போலி இளவரசனுக்கு நகரம் வரவேற்பு தருவதை உணர்ந்தான். அந்த ஏழைப் பையன் டாம் கேண்டி வாய்ப்பைப் பயன்படுத்திக் கொண்டு, தன் இடத்தை வேண்டுமென்றே அபகரித்துக்கொண்டு விட்டான்' என்ற முடிவிற்கு வந்தான்.

இப்போது ஒரே வழிதான் இருக்கிறது - கில்ட்ஹாலுக்கு வழி கண்டுபிடித்துச் சென்று, தன்னை அடையாளம் காட்டி, அந்தப் போலியை காட்டித்தர வேண்டும். டாமிற்கு தன் தவறை உணர்ந்து வருந்த போதிய அவகாசம் தந்து, அன்றைய ராஜதுரோக குற்றங்களுக்கான சட்டங்களின்படி அவனை தூக்கிலிட வேண்டும்.

அத்தியாயம் – 11

கில்ட்ஹாலில்

ஒளி வீசும் படகுகளுக்கு நடுவில் இளவரசரின் உல்லாசப்படகு தேம்ஸ் நதியில் கம்பீரமாகச் சென்றது. எங்கும் இசை நிறைந்திருந்தது. நதிக்கரை முழுவதும் வாணவேடிக்கைகள். தூரத்தில் நகரம் வெளிச்சத்தில் ஒளிர்ந்தது. நகரத்திற்கு மேலே வாணவேடிக்கைப் பட்டாசுகள் ஈட்டிபோலப் பாய்ந்து ஒளி சிந்தின. படகு சென்ற வழி முழுக்க கரையில் மக்கள் உரத்துக் கூச்சலிட்டு வாழ்த்தினார்கள்.

பட்டு மெத்தையில் பாதி புதைந்திருந்த டாம் கேண்டிக்கு இந்த சப்தங்களும், கண்கவர் காட்சிகளும் சொல்ல முடியாத வியப்பைத் தந்தன. அவனது நண்பர்களான எலிஸபெத், ஜேன் கிரே ஆகியோருக்கு இவை எந்த வியப்பையும் தரவில்லை.

டௌகேட் வந்த படகுகள் வால் புரூக் வழியாக (இப்போது இரண்டு நூற்றாண்டுகளாக இந்த வாய்க்கால் ஏக்கர் கணக்கான கட்டிடங்களுக்கு அடியில் புதைந்து போய் விட்டது) பக்லர்ஸ்பரி வந்தது. அங்கிருந்து ஏராளமான மக்கள் கூடி நின்ற பல பாலங்களுக்குக் கீழே சென்று ஒரு வழியாக பண்டைய லண்டனின் மையப்பகுதியிலிருந்த படகுத் துறைக்கு வந்தது. படகிலிருந்து இறங்கிய டாமும் அவனது பரிவாரங்களும் சீப்சைட் பகுதியைத் தாண்டி பழைய யூதர் பகுதி, பேசிங்ஹால் தெரு வழியே சிறிது நடந்து கில்ட்ஹாலுக்குச் சென்றார்கள்.

தங்கச்சங்கிலிகளும், இளஞ்சிவப்பு மேலங்கியும் கொண்ட சம்பிரதாய உடைகளில் இருந்த நகரத் தந்தை மற்றும் பல அதிகாரிகள் இளவரசர், பரிவாரங்களை முறையாக வரவேற்று அழைத்துச் சென்றார்கள். அரச சின்னங்கள் முன்னே சென்றன. மேடையில் இளவரசர் அமர்ந்ததும், எலிஸபெத்தும், ஜேன் கிரேயும் பின்னால் அமர்ந்தார்கள்.

அரங்கில் மேடைக்குக் கீழே ஒரு தாழ்வான மேடையில் பிரபுக்கள், அதிகாரிகள், பெரிய மனிதர்கள் அமர்ந்தார்கள். அரங்கில் இருந்த ஏராளமான மேஜை, நாற்காலிகளில் பொதுமக்கள் அமர்ந்திருந்தனர். நகரத்தின் பண்டைய பாதுகாவலர்களை கோக் மற்றும் மகோக் ஆகியோரின் பிரமாண்டமான சிலைகள் பல தலைமுறையாக தாம் பார்த்த காட்சியை இப்போதும் பார்த்தன. பேரிகை முழங்கியது. கட்டியம் கூறப்பட்டது. ஒரு பருத்த சமையல்காரன் இடது பக்கத்திலிருந்து தனது உதவியாளர்கள் புடை சூழ அரச விருந்தான மாட்டிறைச்சியை சுடச்சுட பணிவோடு கொண்டு வந்தான்.

பிரார்த்தனை முடிந்ததும் டாம் (சொல்லிக்கொடுக்கப்பட்டபடி) எழுந்து–முழு அரங்கமும் அவனோடு எழுந்து நின்றது– தங்கத்தாலான அழகான லவ்விங் கப்பிலிருந்து இளவரசி எலிஸபெத்தோடு மது அருந்தினான். லவ்விங் கப் அவளிடமிருந்து ஜேன் கிரேவிற்கும், கூடியிருந்தோருக்கும் சென்றது. இவ்வாறாக விருந்து துவங்கியது. நள்ளிரவு வாக்கில் களியாட்டம் உச்சபட்சமாக இருந்தது. அப்போது மிக அற்புதமான கண்கொள்ளாக் காட்சி ஒன்று நடந்தது. அதை நேரில் பார்த்தவர் கூறியுள்ளது இப்போது பார்த்தாலும் மிக நயமாக இருக்கிறது. அவரது வார்த்தைகளிலேயே அதைப் பார்ப்போம்.

'இடம் ஒதுக்கப்பட்டு, ஒரு பெருமகனும், ஒரு கோமானும் துருக்கிய பாணியில் தங்கச் சரிகையிட்ட நீண்ட மேலங்கி உடுத்தி உள்ளே நுழைந்தார்கள். இளஞ்சிவப்பு வெல்வெட்டில் தங்க வேலைப்பாடு செய்த தொப்பி அணிந்து இடையில் கட்டிய தங்கபெல்ட்டில் இரண்டு அகன்ற ஷிமிட்டர் எனப்படும் வாட்களைத் தரித்து வந்தார்கள். அடுத்து மற்றொரு பெருமகனும், கோமானும் ரஷ்ய பாணியில் மஞ்சள், வெள்ளை சாடினில் நீண்ட அங்கி தரித்து, பழுப்பு நிறத் தொப்பி அணிந்து வந்தார்கள். இவர்கள் கைக்கோடரி தாங்கி வந்தார்கள். அவர்களது காலணி முனையில் ஓரடி நீளத்திற்கு கூர்மையாக வளைந்திருந்தது. அவர்களுக்குப் பின்னால் ஒரு நைட், கப்பற்படை தளபதி, ஐந்து பிரபுக்கள் வந்தார்கள். இவர்களது உள்சட்டை இளஞ்சிவப்பு வெல்வெட்டில் இருந்தது. மார்பில் வெள்ளிச்சங்கிலிகள். மேலே இளஞ்சிவப்பு சாடின் மேலங்கி. தொப்பி நாட்டியக்காரர்களின் பாணியில் வண்ணக்கோழி இறகுகள் செருகியிருந்தது. இவர்கள் பிருஷ்ய பாணியில் உடையணிந்திருந்தார்கள். தீவட்டி ஏந்திய சுமார் நூறு பேர் இளஞ்சிவப்பு, பச்சை சாடின் உடையணிந்து, மூர்கள்போல் முகத்தில் கருப்பு வர்ணம் பூசி வந்தார்கள். பின்னர் மாறுவேடமணிந்த இசைக்குழுவினர் நடனமாடியபடி வந்தார்கள். பிரபுக்களும், சீமாட்டிகளும் நடனமாட, பார்க்கவே இனிமையாக இருந்தது'.

டாம் இந்த நடனங்களைப் பார்த்தபடி, தன் கண்முன் மாறும் வர்ண ஜாலங்களை ரசித்துக்கொண்டிருந்தபோது, அழுக்குக் கந்தலாடை அணிந்த உண்மை இளவரசன் கில்ட்ஹாலுக்குள் நுழையப் போராடிக்கொண்டிருந்தான்! கூட்டம் அவனது திண்டாட்டத்தை மிகவும் ரசித்தது. அந்தப் போலி இளவரசனைப் பார்க்க முண்டியடித்தது. அவன் கோபத்தை மேலும் கிளற, அவனை கேலி செய்தது. அவன் கண்ணீரோடு, அந்தக் கூட்டத்தோடு தகராறு செய்தான். கேலிகள் தொடர, அவன்.

'கயவர்களே! நான் திரும்பவும் சொல்கிறேன். நான்தான் வேல்ஸ் இளவரசன்! நான் ஆதரவிற்கு யாருமின்றி, உதவி செய்ய, ஆறுதல் கூற யாருமின்றி, தனித்து நிற்கிறேன். ஆனாலும் என் இடத்தைவிட்டு என்னை விரட்டிவிட முடியாது', என்றான்.

'நீ இளவரசனோ, இல்லையோ, உண்மையில் தைரியமானவன். எனவே நீ தனியாக இல்லை! நான் உன் பக்கம் நிற்கிறேன்! மைல்ஸ் ஹெண்டன் உனக்குத் துணை நிற்கிறான். தம்பி! உனது

வாய்க்கு ஓய்வு கொடு. இந்தப் பெருச்சாளிகளுக்குப் புரியக்கூடிய மொழியில் நான் பேசுகிறேன்.' இதைச் சொன்னவன் நடை, உடை, பாவனையில் டான் சீஸர் டி பால்சன் இசைநாடகக் கதாநாயகன் போலிருந்தாள். நல்ல உயரமாக, உறுதியான உடலமைப்போடு இருந்தான். நல்ல உயர்ந்த உடுப்புகள் அணிந்திருந்தான். எனினும் அவை நிறம் மங்கியிருந்தன. ஜரிகைகள் மங்கியிந்தன. கழுத்துப் பட்டை கசங்கியிருந்தது. தொப்பியின் குஞ்சம் உடைந்திருந்தது. அழுக்கான தோற்றத்தைத் தந்தது. பக்கவாட்டில், துருப்பிடித்த இரும்பு உறையில் நீண்ட குத்துவாளை செருகியிருந்தான். அவனது தடுமாற்றமான நடையைப் பார்த்தாலே அவன் தகராறு செய்பவன் என்று தெரிந்தது. இந்தப் புதுமையான மனிதனின் பேச்சைக் கேட்டதும் கூட்டம் சிரித்து ஆரவாரம் செய்தது. யாரோ, 'மாறுவேடத்தில் மற்றொரு இளவரசர்!' என்று கத்தினான். 'ஜாக்கிரதை! கவனமாகப் பேசு, இதெல்லாம் ஆபத்தான விஷயம்!' 'அவன் கண்ணைப் பாரு! பையனை அவனிடமிருந்து பிடுங்கி, குதிரை லாயத்தில் கட்டுங்கள்,' என்றெல்லாம் கத்தினார்கள்.

உடனே யாரோ இளவரசன் மீது கை வைத்தார்கள். அடுத்த கணம் புதியவனின் நீண்டவாள் உறையிலிருந்து வெளியே வர, கை வைத்தவன் தொம்மென்று தரையில் மல்லாக்க விழுந்தான். மறுகணம் நூற்றக்கணக்கான குரல்கள், 'அந்த நாயைக் கொல்லுங்கள், அவனைக் கொல்லுங்கள்' என்று கத்தின. கூட்டம் அந்த வீரனைச் சுற்றி வளைத்தது. அவன் சுவர்ப் பக்கமாக பின்புறம் நகர்ந்து, வெறிபிடித்தவன்போல் தன் வாளைச் சுழற்ற ஆரம்பித்தான். அடிபட்டவர்கள் இங்குமங்கும் ஓடினர். ஆனால் கூட்டம் குறையாத வெறியுடன் அவன்மேல் பாய்ந்தது.

சில கணங்களில் அவன் கதை முடிந்துவிடும் என்ற நிலையில், ஒரு பேரிகை முழங்கியது. 'அரசரின் தூது அறிவிப்பாளர்களுக்கு வழி விடுங்கள்,' என்றொரு குரல் கேட்டது. ஒரு சிறு குதிரைப்படை வேகமாக வர, கூட்டம் சிதறியது. அந்தப் புதியவன் இளவரசனை இழுத்துக்கொண்டு, கூட்டத்திலிருந்து விலகி தப்பிச் சென்றான்.

நாம் இப்போது கில்ட்ஹாலுக்குத் திரும்பலாம். திடீரென அங்கு நிலவிய அத்தனை கூச்சல்களுக்கிடையே, தெளிவான ஒரு பேரிகை ஒலி எழுந்தது. உடனடியாக ஒரு நிசப்தம். லேசான பரபரப்பு. பின்னர் ஓர் ஒற்றைக்குரல் – அரண்மனையிலிருந்து வந்த தூது அறிவிப்பாளனின் குரல் – அவன் ஒரு நீண்ட அறிக்கையை வாசிக்க, கூட்டம் அமைதியாக நின்றபடி கேட்டது.

'அரசர் மரணமடைந்தார்,' என்பதுதான் அந்த அறிக்கையின் இறுதியில் மரியாதையாகச் சொல்லப்பட்ட வாசகம்.

கூட்டம் ஒன்றுபோல தலையை மார்பு நோக்கித் தாழ்த்தியது. சில கணங்கள், பெரும் நிசப்தத்தில் அப்படியே நின்றது. பின்னர் அவர்கள் இன்றுபோல மண்டியிட்டு, தம் கரங்களை டாமை நோக்கி உயர்த்தினார்கள். 'மன்னர் வாழ்க!' என்ற அவர்களது வலுவான கோஷத்தில் அந்த மாளிகை நடுங்கியது.

இந்த திகைப்பூட்டும் காட்சியைச் சுற்றுமுற்றும் பார்த்த டாம், இறுதியாக தன்னருகே மண்டியிட்டிருந்த இளவரசிகளையும், ஹெர்ட்ஃபோர்ட் பிரபுவையும் பார்த்தான். அவன் முகத்தில் ஒரு தீர்மானம். மெல்லிய குரலில் ஹெர்ட்ஃபோர்ட் பிரபுவின் காதருகே,

'நேர்மையாக எனக்கு பதில் தாருங்கள்! அரசரால் மட்டுமே பிறப்பிக்கத் தகுந்த ஒரு உத்தரவை நான் இப்போது பிறப்பித்தால், அது ஏற்றுக்கொள்ளப்படுமா இல்லை, மறுக்கப்படுமா?' என்றான்.

'இந்த சாம்ராஜ்ஜியத்தில் யாரும் மறுக்க மாட்டார்கள் பிரபு! இங்கிலாந்தே உங்கள் உருவில் இருக்கிறது. நீங்கள்தான் அரசர் – உங்கள் வார்த்தைதான் சட்டம்.'

டாம் மிக ஊக்கத்தோடு, வலுவான, உள்ளார்ந்த குரலில்,

'அப்படியானால், இந்த நாள் முதல் அரசரின் சட்டம் கருணையின் சட்டமாக இருக்கட்டும். ஒருபோதும் ரத்தத்தின் சட்டமாக இருக்கவேண்டாம்! அனைவரும் எழுங்கள்! சிறைக்குச் சென்று, நார்ஃபோல்க் பிரபுவின் மரணதண்டனையை அரசர் ரத்து செய்துவிட்டார் என்று சொல்லுங்கள்,' என்றான்.

அவனது சொற்கள் அந்த அரங்கம் முழுவதும் பரவியது. ஹெர்ட்ஃபோர்ட் வேகமாக வெளியேற... மற்றொரு வியப்புக்குரிய கூச்சல் எழுந்தது.

'ரத்தத்தின் ஆட்சி முடிந்தது! இங்கிலாந்து மன்னர் எட்வர்ட் நீடூழி வாழ்க!'

அத்தியாயம் – 12

இளவரசனும், அவனது மீட்பரும்

மைலஸ் ஹெண்டனும், இளவரசனும் கூட்டத்திலிருந்து விலகி வந்ததும் அவர்கள் பல சந்து பொந்துகள் வழியாக நதியை நோக்கிச் சென்றார்கள். லண்டன் பிரிட்ஜ்ஜை அடையும் வரை பாதையில் ஒரு தடங்கலும் இல்லை. பின்னர் திரும்பவும் பெருங்கூட்டத்தில் புகுந்து செல்ல நேர்ந்தது. ஹெண்டன் இளவரசனின் – இல்லை அரசரின் – கையை இறுக்கிப் பிடித்திருந்தார். அந்த பயங்கரச் செய்தி ஏற்கெனவே பரவி விட்டது. ஒரே சமயத்தில் பேசிய ஆயிரம் குரல்கள் மூலம் இளவரசனுக்கும் 'அரசர் மரணம்' என்ற செய்தி தெரிந்துவிட்டது. அச்செய்தி பாவப்பட்ட அந்த அனாதையை நடுங்கச் செய்தது. தன் இழப்பு எத்தனை பெரியது என்பதை உணர்ந்த அவன், பெரும் துயரத்தில் ஆழ்ந்தான். ஏனெனில் மற்ற அனைவருக்கும்

பெரும் அச்சத்தைத் தந்த அந்த கொடுங்கோல் அரசர் அவனிடம் எப்போதும் அன்பாக இருந்தவர். கண்களில் நீர் பெருகி பார்வையை மறைத்தது. அந்த கணத்தில் ஆண்டவரின் படைப்பிலேயே, தான் ஒருவன்தான் கைவிடப்பட்டவன், ஒதுக்கப்பட்டவன், அனாதை என்பதாக உணர்ந்தான். அப்போது இடி முழக்கம்போல மற்றொரு கோஷம் எழுந்தது. 'ஆறாவது எட்வர்ட் மன்னர் நீடுழி வாழ்க!' இது அவனை திகைக்க வைத்தது. உடலில் ஒரு பெருமிதம் பரவியது. 'ஹா... இது எத்தனை வினோதமாக இருக்கிறது – நான் மன்னர்!'

நமது நண்பர்கள் கூட்டத்தோடு லண்டன் பாலத்தில் நடந்தார்கள். அறுநூறு ஆண்டுகளாக நிற்கும் அந்தப் பாலம் எப்போதும் மக்கள் கூட்டத்தோடு சந்தடியாக இருக்கும். ஏனெனில் அதன் இருபுறமும் நெருக்கமான கடைகளும், வீடுகளும் இருந்தன. அந்தப் பாலமே ஒரு வகையில் ஒரு நகரம் போன்றது. அதில் விடுதிகள், மதுபானக் கூடங்கள், அடுமனைகள், துணிக்கடைகள், உணவகங்கள், ஏன் ஒரு தேவாலயம்கூட உண்டு. அந்தப் பாலம் இணைத்த லண்டன், செஸத்வார்க் பகுதிகள் முக்கியமற்ற புறநகர்ப்பகுதிகள் என்னுமளவு பாலம் முக்கியத்துவம் பெற்றிருந்தது. ஒரு மைலின் ஐந்திலொரு பாகம் நீளம் என்றாலும் அது ஒரே குறுகலான தெரு மட்டும் கொண்ட ஒரு குறுகிய நகரமாக, ஒரு தனி நகரமாக இருந்தது. அங்கு வசித்தோர் கிராமப்புறத்தினர்போல ஒருவரையொருவர் பரம்பரை பரம்பரையாக நன்கு அறிந்தவர்கள். அதிலும் மேட்டுக்குடியினர் உண்டு. கசாப்புக் கடைக்காரர்கள், அடுமனைக்காரர்கள் போன்ற அந்த மேட்டுக்குடியினர் ஒரே இடத்தில் ஐநூறு, அறுநூறு ஆண்டுகளாக வசித்து வருபவர்கள். பாலத்தின் வரலாறு, அது பற்றிய வினோதமான கதைகளை ஆரம்பம் முதல் முடிவு வரை அறிந்தவர்கள். அவர்கள் அந்தப் பாலம் பற்றியே சிந்தித்து, பாலம் பற்றியே பேசி, பாலத்தின் வாழ்க்கையையே வாழ்ந்தார்கள். அந்த மக்கள் படிப்பறிவில்லாத, குறுகிய எண்ணம் கொண்ட, தற்பெருமை பேசும் குணம் கொண்டவர்கள். குழந்தைகள் அந்தப் பாலத்தில்தான் பிறந்தார்கள். அங்கேயே வளர்ந்தார்கள். கிழப்பருவம் எய்தினார்கள். உலகின் வேறு எந்தப் பகுதியிலும் கால் வைக்காது, அங்கேயே மடிந்தார்கள். அந்தப் பாலத்தில் இரவும் பகலும் இடைவிடாது நடந்த ஊர்வலங்கள், கூச்சல்கள், குழப்பங்கள்தான் உலகமே என்றும், எவ்வாறோ தாங்கள்தான் அதற்கு உரிமையாளர்கள் என்றும் நினைத்தார்கள். எனவே

அவர்கள் அதுபோன்ற ஊர்வலங்கள் நடந்தபோதெல்லாம் தம் ஜன்னலருகே நின்று வேடிக்கை பார்த்து அந்த உரிமையை நிலைநாட்டினார்கள்.

அந்தப் பாலத்தில் பிறந்து வளர்ந்தவர்களுக்கு, வேறு எங்கு வாழ்ந்தாலும் வாழ்க்கை மந்தமானதாக, சலிப்பூட்டுவதாகத் தோன்றும். எழுபத்திமூன்று வயதில் இந்தப் பாலத்தைவிட்டு விட்டு, ஊருக்குள் சென்று வாழ்ந்தவனின் கதையைப் பற்றி இங்கு சொல்வார்கள். அவன் படுக்கையில் புரண்டுகொண்டே இருந்தானாம். ஊரின் அமைதி அவனுக்கு அச்சமூட்டுவதாக, அமுக்குவதாக, வேதனை தருவதாக இருந்ததாம். தூக்கமே வரவில்லையாம். வெறுத்துப் போய், உடல் இளைத்து, பிசாசு போன்ற தோற்றத்தோடு பாலத்துக்குத் திரும்பி வந்தானாம். கீழே அலை மோதும் நீரின் ஓசையும், பாலத்தின் ஓயாத இரைச்சலும் இன்பமாக இருக்க, இன்பக் கனவுகளோடு நிம்மதியாகத் தூங்கினானாம்.

கதை நடக்கும் காலத்தில் பாலம் குழந்தைகளுக்கு நேரடியான பொருட்களைக் காட்டி வரலாற்றுப் பாடம் நடத்தியது. ஏனெனில் மிக முக்கியமான பிரமுகர்களின் தலைகளெல்லாம் பாலத்தின் இரும்புக்கம்பிகளில் செருகப்பட்டிருக்கும். ஆனால் அவை நமக்குத் தேவையற்றவை.

பாலத்தின் 'ஒரு சிறு விடுதியில்தான் ஹெண்டன் தங்கியிருந்தார். தன் நண்பனோடு அவன் தன் வீட்டுக்கு கதவருகே சென்றபோது ஒரு முரட்டுக்குரல்,

'சரி, ஒரு வழியாக வந்துவிட்டியா! இனிமேல் நீ தப்ப முடியாது. உன் எலும்புகளை நொறுக்கினால்தான் உனக்கு அறிவு வரும் என்றால், நான் தயாராக இருக்கிறேன்,' என்றது. ஜான்கேண்டிதான். இளவரசனைப் பிடிக்க கையை நீட்டினான்.

மைல்ஸ் ஹெண்டன் இடையில் புகுந்து,

'அத்தனை சீக்கிரமாக அது முடியாது நண்பனே! நீ தேவையில்லாமல் முரட்டுத்தனமாக நடந்துகொள்கிறாய் என்று நினைக்கிறேன். உனக்கு இந்தப் பையன் என்ன வேண்டும்?' என்றார்.

'அடுத்தவர் விவகாரங்களில் மூக்கை நுழைப்பதுதான் உன் வேலை என்றால், இவன் என் பையன்.'

‘பொய்,’ என்றான் குட்டி அரசன் கோபமாக.

‘தைரியமாகச் சொல்கிறாய். உன் மூளை பிசகி உள்ளதோ, இல்லையோ, நான் அதை நம்புகிறேன். இந்த முரடன் உன் அப்பாவோ, இல்லையோ அது வேறு விஷயம். ஆனால் அவன் உன்னை திட்டவோ, அடிக்கவோ முடியாது. நீ என்னோடு பொறுமையாக இரு.’

‘கண்டிப்பாக – இவனை எனக்குத் தெரியாது. நான் இவனை வெறுக்கிறேன்.

அவனோடு போக வேண்டும் என்றால் நான் செத்து விடுவேன்.’

‘அப்படியானால் பிரச்சனை தீர்ந்தது. இனி பேச ஒன்றுமில்லை’.

‘அதையும்தான் பார்த்துவிடலாம்,’ என்று ஜான் கேண்டி ஹெண்டனைத் தாண்டி பையன் பக்கம் வந்தான். ‘நான் பலவந்தமாக –

அவனைத் தொட்டால், நீ செத்தாய்,’ என்று ஹெண்டன் கையை வாளிடம் கொண்டு சென்றார். கேண்டி பின்வாங்கினான். ‘இதோ பார், ஒரு கூட்டம் இவனை துன்புறுத்தியபோது நான் இவனைக் காப்பாற்றினேன். இல்லையெனில் இவன் செத்திருப்பான். இப்போது நான் மீண்டும் அவனைக் கைவிட்டு விடுவேன் என்று நினைக்கிறாயா? நீ அவனது தந்தையோ, இல்லையோ – அது பொய் என்றே நினைக்கிறேன். உன்னிடம் சிக்கித் துன்புறுவதைவிட விரைவான மரணம் அவனுக்கு நல்லதாக இருக்கும். எனவே ஓடிப்போய் விடு. நான் அதிகம் பேச மாட்டேன். அதிகமான பொறுமையும் எனது இயல்பல்ல.’

ஏதோ திட்டிக்கொண்டே ஜான் கேண்டி, கூட்டத்தில் புகுந்து மறைந்தான். ஹெண்டன் தன் துணைவனோடு மூன்றாவது மாடியில் தனது அறைக்குச் சென்றார். அறைக்கு உணவு கொண்டு வர ஏற்பாடு செய்தார். அது எளிய அறை. அழுக்கான கட்டிலும், சில மேஜை, நாற்காலிகளும் இருந்தன. பலவீனமான மெழுகுவர்த்திகள் அறைக்கு லேசான வெளிச்சம் தந்தன. குட்டி அரசன் பசி, களைப்பினால் சோர்ந்து கட்டிலில் சாய்ந்தான். ஒரு பகல், ஓர் இரவு (அப்போது கிட்டத்தட்ட அதிகாலை இரண்டு அல்லது மூன்று மணி இருக்கும்) முழுவதும் நடத்திருக்கிறான். இடையில் எதுவும் சாப்பிடவில்லை.

'உணவு மேஜை தயாரானதும் கூப்பிடுங்கள்', என்று முனங்கியவாறு தூங்கிப் போனான்.

ஹெண்டனின் கண்களில் சிறு மலர்ச்சி. தனக்குள்ளாக,

'இந்தக் குட்டிப் பிச்சைக்காரன் ஏதோ தனது சொந்த இடம் போல இங்கு வந்து அடுத்தவன் கட்டிலை மிக இயல்பாக எடுத்துக்கொண்டுவிட்டானே - எந்தவிதமான அனுமதியும் கேட்காமல்! அவனது உடல் உபாதையில்தான் வேல்ஸ் இளவரசன் என்கிறான். அந்தத் தோரணையை நன்கு காப்பாற்றுகிறான். ஆனால் இவன் மூளை பிசகிவிட்டது என்பதில் சந்தேகமில்லை. சரி, நான் இவனது நண்பனாக இருப்பேன். நான் இவனைக் காப்பாற்றி இருக்கிறேன். அதனால் என்னிடம் இவன் ஈர்க்கப்பட்டுள்ளான். ஏற்கெனவே இந்த வாயாடிப் போக்கிரியை எனக்கு மிகவும் பிடித்துப் போய்விட்டது. அந்த முரடனை எப்படி ஒரு போர் வீரனைப்போல எதிர்த்தான்! தூக்கம் அவனது துயரங்களை மறைத்திருப்பதால், அவன் முகம்தான் எத்தனை அழகாக உள்ளது. நான் அவனுக்குக் கற்றுத் தருவேன். அவனது நோயை சரி செய்வேன். ஆம். நான் அவனுக்கு அண்ணனாக இருப்பேன். அவனை நன்கு பார்த்துக்கொள்வேன். அவனை யாரும் துன்புறுத்தவோ, அவமதிக்கவோ விடமாட்டேன்,' என்று சொல்லிக்கொண்டார்.

அவர் அந்தப் பையனிடம் குனிந்து கருணையோடு அவனது கன்னத்தை மெதுவாகத் தடவி, தன் வலிய கரத்தால் அவனது சுருண்ட தலைமுடியை கோதிவிட்டார். பையனது உடல் லேசாக நடுங்கியது. தொண்டன்,

'இப்படி போர்வையில்லாது படுத்தால் சளி பிடித்து விடுமே! என்ன செய்வது?' என்று தனக்குள் முனங்கினார்.

போர்வையைத் தேடினார். எதுவும் கிடைக்கவில்லை. தனது சட்டையைக் கழற்றி அவ மீது போர்த்தினார். 'குளிர் எனக்குப் பழக்கமானதுதான், ஒன்றும் செய்யாது,' என்று சொல்லிக் கொண்டார். குளிரைப் போக்க அங்குமிங்கும் நடைபயின்றவாறு தனக்குள்ளேயே பேசிக்கொண்டார்.

'புத்தி பேதலித்ததால் இவன் தன்னை வேல்ஸ் இளவரசன் என்று நினைத்துக்கொண்டிருக்கிறான். இப்போது இளவரசரே இல்லை. அவர் அரசராகி விட்டார். இவன் அடுத்தபடியாக தன்னை அரசர் என்று சொல்லிக்கொள்ளப்போகிறான்....

ஏழாண்டுகளாக வெளிநாட்டில் சிறையில் இருந்ததால், என் தந்தை உயிரோடு இருக்கிறாரா என்றே தெரியவில்லை. இருந்தால் அவர் எனக்காக இந்தச் சிறுவனுக்கு அடைக்கலம் தருவார். என் அண்ணன் ஆர்தர்கூட உதவுவான். ஆனால் மற்றொரு சகோதரன் ஹக் – நரி இதயம் படைத்த விலங்கு – அவன் ஏதும் தலையிட்டால் நான் அவன் மண்டையை உடைப்பேன். ஆம்! எப்படியோ சமாளித்துவிடலாம்'.

ஒரு வேலைக்காரன் சுடச்சுட உணவைக் கொண்டுவந்து மேஜையில் வைத்துச் சென்றான். இவர்கள் போன்ற எளியவர்களுக்கு அவன் பரிமாறுவதில்லை. கதவு மூடும் சத்தம் பையனை எழுப்பி விட்டது. துள்ளி எழுந்து உட்கார்ந்த அவன் சுற்றிலும் பார்த்தான். முகத்தில் பழைய வேதனைக் களை வந்தது. பெருமூச்சுடன், 'ஐயோ, அது கனவுதான், என்னவொரு துன்பம்!' என்று முனங்கினான். பின்னர் மைல்ஸ் ஹெண்டனின் சட்டையைக் கவனித்தான். அவர் செய்த தியாகத்தைப் புரிந்து கொண்டான். மென்மையாக.

'நீங்கள் என்னிடம் மிக அன்பாக நடந்துகொள்கிறீர்கள், மிகஅன்பாக சட்டையை அணிந்துகொள்ளுங்கள். இனி எனக்கு அது தேவைப்படாது', என்றான்.

எழுந்து கை கழுவுமிடத்திற்குச் சென்று காத்து நின்றான்.

'உணவு சுடச்சுட இருக்கிறது. நன்றாக சாப்பிட்டுத் தூங்கலாம். எதற்கும் அஞ்ச வேண்டாம்!' என்றார் ஹெண்டன்.

பையன் பதில் சொல்லவில்லை. வியப்போடு சற்று பொறுமையில்லாமல் அவரைப் பார்த்தான்.

'என்ன விஷயம்?'

'ஐயா! நான் குளிக்க வேண்டும்'.

'அவ்வளவுதானா? அதற்கு இந்த மைல்ஸ் ஹெண்டனிடம் நீ அனுமதி கேட்கத் தேவையில்லை. இது என் இடம்தான். நீ இங்கு விருப்பம்போல் செய்யலாம்', என்றார்.

இப்போதும் அவன் அசையாது நின்றான். அதுபோக, பொறுமையின்றி, தன் சிறு காலால் ஓரிரு முறை தரையைத் தட்டினான். ஹெண்டனுக்குக் குழப்பம். 'என்ன வேண்டும்?' என்றார்.

‘தயவுசெய்து, தேவையில்லாமல் பேசாமல், தண்ணீரை எடுத்து ஊற்றுங்கள்’.

ஹெண்டன் சிரிப்பை அடக்கிக்கொண்டு, ‘சரியான கூத்தாக இருக்கிறதே!’, என்று நினைத்தபடி, அவன் சொன்னதைச் செய்தார். அடுத்து அவன், ‘சரி, துண்டு,’ என்று உத்தரவிடும்வரை அப்படியே திகைத்து நின்றார். எதுவும் பேசாது துண்டை நீட்டினார். அவன் குளித்து முடித்து உணவு மேஜைமுன் அமர்ந்தான். ஹெண்டன் தானும் ஒரு நாற்காலியில் உட்காரப் போகும்போது, பையன், ‘பொறுங்கள்! அரசர் முன்னால் தாங்கள் அமரலாமா?’ என்றான்.

ஹெண்டன் ஆடிப் போய்விட்டார். ‘பையனின் கிறுக்குத்தனம் அளவுக்கு மீறிவிட்டதே! இப்போது தன்னை அரசராக நினைத்துக் கொள்கிறானே! சரி நாமும் இந்த விளையாட்டை ஆட வேண்டியதுதான். இல்லாவிட்டால் நம்மை சிறையில் தள்ளிவிடுவான்,’ என்று நினைத்துக்கொண்டார்.

இந்த வேடிக்கையை அனுபவித்தபடி, நாற்காலியை நகர்த்திவிட்டு, முடிந்த அளவு பணிவாக, அரசர் பின்னால் நின்று கொண்டார்.

சாப்பிட ஆரம்பித்ததும், அவனது ராஜதோரணை சற்று குறைந்தது. சற்று திருப்தியானதும், பேச விரும்பினான். ‘உங்கள் பெயர் மைல்ஸ் ஹெண்டன் என்று நினைக்கிறேன். சரிதானா?’ என்றான்.

‘ஆம் ஐயா!’ என்றார் ஹெண்டன். ‘இவனோடு சற்று விளையாடலாம். ஐயா! பிரபு எல்லாம் போட்டு அழைக்கலாம். ஒன்றும் குறைந்து போய்விட மாட்டேன்,’ என்று நினைத்தார்.

இரண்டாவது கோப்பை, வைனை அருந்தியபடி அரசர், ‘உங்களைப் பற்றி நான் அறிய விரும்புகிறேன். உங்கள் கதையைச் சொல்லுங்கள். உங்கள் வீரம், கண்ணியமான நடத்தை – நீங்கள் உயர்குடியில் பிறந்தவரா?’

‘பிரபு, நாங்கள் உயர்குடியினர்தான். என் தந்தை அரச சேவையில் இருந்த சிறு பிரபு – ஒரு இளங்கோமான் (2) – கெண்ட் பகுதியின் ஹெண்டன் ஹாலின் சர்.ரிச்சர்ட் ஹெண்டன்.’

‘இப்பெயர் சட்டென்று நினைவிற்கு வரவில்லை. சரி – உங்கள் கதையைச் சொல்லுங்கள்.’

'பிரபு, பெரியதாக ஒன்றுமில்லை. அரைமணி நேரத்தில் சொல்லிவிடலாம். எனது தந்தை சர்.ரிச்சர்ட் பெரும் செல்வந்தர். மிக தயாள குணம் உடையவர். என் இளவயதிலேயே தாயார் காலமாகி விட்டாள். எனக்கு இரு சகோதரர்கள். மூத்தவர் ஆர்தர் என்னைப் போன்று நல்ல மனிதர். இளையவர் ஹக் மிகக் கொடூரமானவன். நயவஞ்சகன். நம்பிக்கைத் துரோகி. அவன் சிறு வயதிலிருந்தே அப்படித்தான். பத்தாண்டுகளுக்கு முன்பு, அவனை நான் கடைசியாகப் பார்த்தபோது அப்படித்தான் இருந்தான். அப்போது அவனுக்கு பத்தொன்பது வயது. எனக்கு இருபது. ஆர்தருக்கு இருபத்தியிரண்டு. எங்களோடு எங்கள் அத்தை மகள் எடித் இருந்தாள். அப்போது அவளுக்கு பதினாறு வயது. மிக அழகாக, மென்மையாக, நல்லவளாக இருப்பாள். ஒரு சீமானின் மகள், என் தந்தைதான் அவளுக்குக் காப்பாளர். நானும், அவளும் ஒருவரையொருவர் நேசித்தோம். ஆனால் அவள் பிறந்தபோதே ஆர்தருக்கு நிச்சயம் செய்யப்பட்டிருந்தாள். என் தந்தை அதை மீற விரும்பவில்லை. ஆர்தர் வேறொரு பெண்ணைக் காதலித்தார். நாங்கள் சற்று பொறுமையாக இருந்தால், காலப்போக்கில் எங்களது எண்ணம் நிறைவேறும் என்று சொன்னார். ஆனால் ஹக் எடித்தின் ஏராளமான செல்வத்தை விரும்பினான். எனவேதான் அவளைக் காதலிப்பதாகச் சொன்னான். அவள் ஏற்கவில்லை. அவனை யாருக்கும் பிடிக்காது. ஆனால் கடைக்குட்டி என்பதால் என் தந்தைக்கு அவனைப் பிடிக்கும். அவனை நம்பினார். அவனும் மிக சாமர்த்தியமாகப் பேசும் திறமை கொண்டவன்.

'என் சகோதரர் ஆர்தர் உடல்நலம் சரியில்லாதவர். எனவே என்னை விரட்டிவிட்டால், தானே அனைத்திற்கும் அதிபதி ஆகிவிடலாம் என்று ஹக் திட்டமிட்டான். அது ஒரு பெரிய கதை. என் அறையில் இருந்த ஒரு நூலேணியை வைத்து, நானும் எடித்தும் ஓடிப் போகத் திட்டமிட்டிருப்பதாகத் தந்தையிடம் சொன்னான். அதற்கு சில பணியாட்களையும் பொய் சாட்சி சொல்ல வைத்தான்.

'மூன்றாண்டுகள் வீட்டைவிட்டு வெளியேறி ஒரு போர் வீரனாக இரு. அப்போதுதான் உனக்கு அறிவு வரும்,' என்று என் தந்தை என்னை விரட்டிவிட்டார். நானும் பல போர்க்களங்களில் பணியாற்றி பல்வேறு துன்பங்கள், சாகசங்கள் அனைத்தையும் அனுபவித்தேன். ஒரு போரில் பிடிபட்டு எதிரி நாட்டுச் சிறையில் ஏழாண்டுகள் வாடினேன். எனது துணிச்சலாலும், அறிவாலும் தப்பித்து, நேராக இங்கு வந்தேன். இடைப்பட்ட காலத்தில்

ஹெண்டன் ஹால், அதன் மக்களுக்கு என்ன நேர்ந்தது என்று தெரியவில்லை. இதுதான் எனது சுருக்கமான கதை'.

'மிகக் கடுமையாகத் துன்புறுத்தப்பட்டிருக்கிறீர்கள்,' என்றான் குட்டி அரசன். 'நான் அதை சரிசெய்வேன். இது அரசனின் வாக்கு.'

பிறகு தானும் தனது சமீபத்திய சோகக் கதையைச் சொன்னான். அவன் சொல்லி முடித்ததும், ஹெண்டன்.

'ஆஹா... இவனுக்குத்தான் என்னவொரு கற்பனை! இவனுக்கு சாதாரண மூளை இல்லை. பைத்தியமோ, இல்லையோ, இப்படியொரு கதையை இவ்வளவு நேர்த்தியாக யாராலும் சொல்ல முடியாது. பாவம், நான் இருக்கும் வரை இவனுக்கு எந்தத் துன்பமும் வரவிடக் கூடாது. இவனை எங்கும் தனியாக விட்டுவிடக் கூடாது. என் பக்கத்திலேயே தோழனாக வைத்துக் கொள்ள வேண்டும். அப்படியே கொஞ்சம் கொஞ்சமாக சரியாகி விடுவான்,' என்றெல்லாம் நினைத்தார் ஹெண்டன்.

அரசர் – யோசனையுடன், நிதானமான குரலில்,

'என்னை அவமானத்திலிருந்து அடிபடுவதிலிருந்து காத்து, எனது கிரீடத்தையும் பாதுகாத்திருக்கிறீர்கள். இப்படிப்பட்ட சேவைக்கு நல்ல வெகுமதி தர வேண்டும். உங்களுக்கு என்ன வேண்டும் என்று சொல்லுங்கள். எனது அரச அதிகாரத்திற்கு உட்பட்டதுதான் என்றால் அது உங்களதுதான்,' என்றார்.

இந்த அற்புதமான பேச்சு, ஹெண்டனை அவரது யோசனையிலிருந்து மீட்டது. இது எனது கடமை. எனக்கு எதுவும் வேண்டாம் என்று நன்றி சொல்லிவிட நினைத்தார். ஆனால் ஒரு புத்திசாலித்தனமான யோசனை தோன்ற, 'பரிசு பற்றி யோசிக்க தனக்கு சிறிது அவகாசம் வேண்டும்' என்றார். 'இதுபோன்ற முக்கியமான விஷயங்களில் அவசரம் கூடாது' என்று கூறி அரசரும் சம்மதித்தார்.

ஹெண்டன் சில கணங்கள் யோசித்தார். 'சரி, இதைத்தான் செய்ய வேண்டும். இப்போதைய அனுபவம் இதே வாழ்க்கையைத் தொடர முடியாது என்பதை உணர்த்துகிறது. ஆம், நான் இதைத்தான் கேட்க வேண்டும். நல்லவேளையாக நான் வாய்ப்பை மறந்துவிடவில்லை,' என்று நினைத்தவர், ஒரு காலை மடித்து மண்டியிட்டு,

'எனது எளிய சேவை, சாதாரண ஒரு குடிமகனின் கடமைக்கு மேலாக சற்றும் அதிகமானதல்ல. ஆனால் மேன்மை தாங்கியவர் அது வெகுமதி தரத்தக்கது என்று கருதுவதால் இந்தக் கோரிக்கையை முன்வைக்கிறேன். மேதகு அரசருக்குத் தெரிந்திருப்பதுபோல, சுமார் நானூறு ஆண்டுகளுக்குமுன் நமது இங்கிலாந்து அரசருக்கும், பிரான்ஸ் அரசருக்கும் விரோதமாக இருந்தது. ஆண்டவரை சாட்சியாக வைத்து இரு தேசத்து வீரர்களும் சண்டையிட்டு, பிரச்சனையை தீர்த்துக் கொள்ளலாம் என்று முடிவு செய்தார்கள். தீர்ப்பு சொல்ல ஸ்பெயின் அரசர் வந்திருந்தார். பிரான்ஸ் வீரரைப் பார்த்த இங்கிலாந்தின் வீரர்கள் அனைவரும் அவரோடு சண்டையிட முடியாது என பயந்து ஒதுங்கிவிட்டார்கள். எனவே பிரான்ஸ் அரசர் ஜெயித்துவிடும் நிலை வந்தது. அப்போது இங்கிலாந்தின் மாபெரும் வீரரான டி கோர்ஸி பிரபு தனது அதிகாரங்கள் பறிக்கப்பட்டு சிறையில் இருந்தார். அவரை சண்டையிடுமாறு கேட்டுக் கொள்ள அவரும் சம்மதித்தார். அவரது பிரமாண்டமான உருவத்தைப் பார்த்ததுமே பிரெஞ்சு வீரர் அஞ்சி ஓடிவிட்டார். இங்கிலாந்து அரசர் வென்று விட்டார். அரசர் டி கோர்ஸிக்கு அவரது பழைய அதிகாரங்கள் அனைத்தையும் மீண்டும் வழங்கினார். 'உங்களுக்கு என்ன வேண்டுமோ கேளுங்கள். எனது ராஜ்ஜியத்தில் பாதி என்றாலும்கூட,' என்றார். அப்போது அவர், நான் இப்போது மண்டியிட்டுக் கேட்பது போன்றே, 'பிரபு! இந்த ராஜ்ஜியம் நீடிக்குமளவும், நானும், எனது வாரிசுகளும் அரசர் முன்னிலையில் தொப்பி அணிந்திருக்கும் உரிமையைத் தர வேண்டும்,' என்று கேட்டுக் கொண்டார். அந்த உரிமை தரப்பட்டது என்பதை தாங்கள் அறிவீர்கள். கடந்த நானூறு ஆண்டுகளாக அந்த வழக்கம் தொடர்கிறது. இன்றுகூட, அந்த வம்சத்தினர் அரசர் முன்னிலையில் 'தலையில் தொப்பியோடு இருக்கிறார்கள் (3). அதைப் போன்றே நானும் ஒரு வரம் கேட்கிறேன். அரசர் எனக்கு ஒரே ஒரு மரியாதை தந்தால் போதும். அது அனைத்தையும்விட மிகப் பெரிய வெகுமதியாக இருக்கும். நானும் எனது வாரிசுகளும் இங்கிலாந்து அரசரின் முன்பாக உட்கார்வதற்கான உரிமையை வழங்க வேண்டும்,' என்றார்.

'எழுந்திருங்கள், சர் மைல்ஸ் ஹெண்டன்!' என்றார் அரசர். ஹெண்டனின் தோளில் வாளால் தட்டி மரியாதை செய்து, 'எழுந்து, அமருங்கள். உங்கள் கோரிக்கை ஏற்கப்பட்டது. இங்கிலாந்து உள்ள அளவும், இந்த ஆட்சி நீடிக்குமளவும், இந்த மரியாதை தொடரும்.'

மேதகு அரசர், ஏதோ யோசனையில் நகர்ந்து செல்ல, ஹெண்டன் நாற்காலியில் அமர்ந்தார். 'தைரியமான யோசனை. கால்கள் கடுமையாக வலிக்கின்றன. இதை மட்டும் கேட்காவிட்டால், இவன்முன் நான் வாரக்கணக்காக நிற்க வேண்டும் – இவன் மூளை சரியாகும் வரையிலாவது,' என்று நினைத்துக்கொண்டார். 'எனவே நான் இந்த அரசரின் கனவு சாம்ராஜியத்தில் சர் பட்டம் பெற்று நைட்டாகி விட்டேன். வினோதமான பதவிதான். ஆனால் இதை எண்ணி நான் சிரிக்கக் கூடாது. ஏனெனில் எனக்கு ஒன்றுமில்லாததாகத் தோன்றும் இந்த விஷயம் இவனுக்கு முக்கியமானதாகப் படுகிறது. என்னைப் பொருத்த அளவிலும்கூட இது பொய்யில்லை. இது இவனது தாராள மனப்பான்மையை காட்டுகிறது.' சிறிது நேரம் கழித்து, 'மற்றவர் எதிரில் இவன் என்னை இந்தப் பட்டத்தை வைத்து அழைத்தால் என்ன செய்வது! எனது உடுப்பிற்கும் அந்தப் பட்டத்திற்கும் எவ்வளவு முரண்பாடாக இருக்கும்! எவ்வாறாயினும், அது இவனுக்கு மகிழ்ச்சியைத் தந்தால், இவன் என்னை அப்படியே அழைக்கட்டும். நான் எதுவும் சொல்ல மாட்டேன்,' என்று நினைத்துக் கொண்டார்.

அத்தியாயம் – 13

இளவரசன் காணாமல் போனான்

இரு தோழர்களுக்கும் மிகவும் களைப்பாக இருந்தது. அரசர், 'இந்தக் கந்தல்களை கழற்றி விடுங்கள்,' என்றார்.

ஹெண்டன் எதுவும் சொல்லாமல், அவனது உடைகளை கழற்றி விட்டு படுக்க வைத்தார். 'இவன் திரும்பவும் என் படுக்கையை எடுத்துக்கொண்டு விட்டான் – நான் என்ன செய்வது?' என்று தனக்குள் சொல்லிக்கொண்டார். அவரது குழப்பத்தைப் பார்த்த அரசர், ஒரே வார்த்தையில் உத்தரவிட்டார். தூக்கக் கலக்கத்தோடு,

'அந்தக் கதவில் சாய்ந்து தூங்குங்கள். அப்படியே அங்கு காவல் இருங்கள்.' அடுத்த கணம் தனது துன்பங்களை மறந்து, தூங்கிப் போனான்.

'கடவுளே! இவன் அரசனாகப் பிறந்திருக்க வேண்டியவன்,' என்ற வியப்போடு முனங்கினார் ஹெண்டன். 'இந்த வேஷத்தை அற்புதமாக நடிக்கிறான்.'

பிறகு அவர் தரையில் அமர்ந்து, கதவில் சாய்ந்துகொண்டார். 'ஏழாண்டுகள் எவ்வளவோ கஷ்டப்பட்டு விட்டேன். இப்போது இவன்மேல் குற்றம் காண வேண்டாம்.'

அப்படியே தூங்கிப் போனார். எழும்போது பகலாகி விட்டது. அரசர் எழுந்து, மிகவும் குளிராக இருப்பதாகக் குறை கூறிவிட்டு, 'நீங்கள் என்ன செய்யப் போகிறீர்கள்?' என்றார்.

'பிரபு! எனக்கு வெளியே, சிறிது வேலை இருக்கிறது. சீக்கிரம் வந்து விடுவேன். நீங்கள் திரும்பவும் உறங்குங்கள். உங்களுக்கு அது அவசியம். நன்கு போர்த்தி விடுகிறேன். சற்று கதகதப்பாக இருக்கும்.'

அவர் சொல்லி முடிப்பதற்குள் அரசர் தூங்கிப் போனார். வெளியே சென்ற மைல்ஸ் முப்பது, நாற்பது நிமிடங்களில் இளவரசருக்கு பழைய ஆடைகள் வாங்கிக் கொண்டு வந்தார்.

'பணம் தாராளமாக இருந்தால், இன்னும் நல்ல உடைகள் வாங்கியிருக்கலாம்.' என்று புலம்பினார். வாங்கி வந்த உடைகளில் இருந்த கிழிசல்களை தம்மிடமிருந்த ஊசி, நூலை வைத்து தைத்து சரிசெய்ய ஆரம்பித்தார்.

'தங்குமிடம், உணவிற்கு பணம் தந்தாயிற்று. இருக்கும் பணத்தில் பயணத்திற்கு இரண்டு கழுதைகளை ஏற்பாடு செய்து கொண்டு, இரண்டு, மூன்ற நாட்கள் செலவை சமாளித்து ஹெண்டன் ஹால் போய்விட்டால், எல்லா பிரச்சனைகளும் தீர்ந்து விடும்.'

இப்படி பலவாறாக நினைத்துக்கொண்டு, ஏதோ பாடலைப் பாடியபடி, ஊசியால் சமயங்களில் விரல்களில் குத்திக்கொண்டு, ஒருவழியாக கிழிசல்களை தைத்து முடித்தார்.

பிறகு போர்வையை விலக்கிப் பார்த்தால்–பையனைக் காணவில்லை!

ஒருகணம் திகைப்பில் பேச்சற்று, வெறித்துப் பார்த்தார். பையனின் கந்தலாடைகளையும் காணவில்லை. கோபத்தோடு விடுதிக் காவலனை அழைத்தார். அப்போது ஒரு பணியாள் உணவைக் கொண்டுவந்தான்.

'சனியனே! என்ன நடந்தது என்று சொல்,' என்று கர்ஜித்தார். வேலைக்காரனுக்கு பயத்தில் பேச்சு வரவில்லை. 'இங்கிருந்த பையன் எங்கே?'

பணியாள் தட்டுத்தடுமாறி தகவலைச் சொன்னான்.

'ஐயா வெளியே போன அடுத்த கணம், ஒரு சிறுவன் ஓடி வந்து, இந்தப் பையன் சௌத்வார்க் பக்கம் பாலத்தின் முனைக்கு வர வேண்டும் என்று நீங்கள் சொன்னதாகச் சொன்னான். நான் அவனை இங்கு அழைத்து வந்தேன். பையனை எழுப்பி தகவலைச் சொன்னேன். அவன் உடனே தனது உடைகளை அணிந்து கொண்டு கிளம்பினான். 'இத்தனை சீக்கிரமா? அவர் தாமே வராமல் இப்படி மரியாதை இன்றி யாரிடமோ சொல்லி அனுப்புகிறாரே! என்று முணங்கியபடி சென்றான். அதனால் –

'நீ ஒரு முட்டாள் – முட்டாள் என்பதால் சுலபமாக ஏமாந்து விட்டாய்! ஒருவேளை எதுவும் தீங்கு நடந்திருக்காது. பையனுக்கு ஒன்றும் ஆகி இருக்காது. நான் போய் அவனைத் தேடுகிறேன். உணவு மேஜையை தயார் செய். இரு! படுக்கையில ஆள் படுத்திருப்பதுபோல போர்த்தப்பட்டு இருக்கிறதே-இது தற்செயலாக ஏற்பட்டதா?'

'தெரியவில்லை ஐயா! வந்த பையன் ஏதோ செய்தான்.'

'ஐயோ! என்னை ஏமாற்றத்தான் இப்படி செய்திருக்கிறான். சிறிது கால அவகாசம் பெற இப்படிச் செய்திருக்கிறான். அந்தப் பையன் தனியாகத்தான் வந்தானா?'

'தனியாகத்தான் ஐயா.'

'நிச்சயமாக?'

'நிச்சயமாக ஐயா!'

'நன்றாக யோசித்துச் சொல்.'

ஒரு கணம் யோசித்த, பணியாள்,

'அவன் வந்தபோது, யாரும் உடன் வரவில்லை. ஆனால் இருவரும் பாலத்திற்கு அருகே சென்றபோது, முரட்டுத்தனமான ஒருவன் அந்தப் பக்கத்திலிருந்து வந்தான். அவன் அவர்களோடு சேர்ந்து சென்றதுபோல் இருந்தது.'

'பிறகு? சீக்கிரம் சொல்' என்று உறுமினார் ஹெண்டன் பொறுமையின்றி.

'அவர்கள் அப்படியே கூட்டத்தில் கலந்துவிட்டார்கள். அதற்குள் எனது முதலாளி கூப்பிட்டு விட்டார். அவர் சொன்ன ஒரு வேலையை நான மறந்துவிட்டதாக திட்டினார்.'

'போய்த் தொலை முட்டாளே! உன் மடத்தனமான உளறலில் எனக்கு பைத்தியம் பிடித்துவிடும் போலும்! இரு! ஏன் ஓடுகிறாய்? ஒரு நிமிடம் இருக்க முடியாதா? அவர்கள் சௌத் வார்க் பக்கமா போனார்கள்?'

'அப்படியானாலும், ஐயா! நான் முன்பே சொன்னதுபோல, நான் பிறக்காத குழந்தைபோல ஒரு தவறும் அறியாதவன் –'

'போதும்! இன்னும் உளறுகிறாய்! நான் அடித்து விரட்டுவதற்குள் ஓடிப்போ. பணியாள் மறைந்தான். தொண்டன் அவன் பின்னாலேயே இரண்டிரண்டு படிகளாகத் தாண்டி இறங்கினாள். 'அந்தப் பாவியப்பயல் இவனைத் தன் மகன் என்கிறான். என் கிறுக்கு சின்ன எஜமானை நான் இழந்துவிட்டேன். இல்லை! அவனை நான் இழக்க மாட்டேன்! அவனைத் திரும்பக் கண்டுபிடிக்க இந்த உலகத்தையே புரட்டிப் போடுவேன்! பாவம் – அவனது சாப்பாடு இங்கிருக்கிறது. எனக்கும்தான். ஆனால் எனக்கு பசி போய் விட்டது! இந்தச் சாப்பாட்டை எலிகள் தின்னட்டும்! வேகம், வேகம், அதுதான் இப்போது தேவை! கூட்டத்தில் புகுந்து வேகமாகச் சென்றார். வழியெங்கும் பலமுறை, 'நான் அழைத்ததாக நம்பியதால் அன்றோ, அவன் போனான். இல்லையென்றால் போயிருக்கமாட்டானே! ' என்று புலம்பினார்.

அத்தியாயம் – 14

அரசர் மறைந்தார்! அவர் நாமம் வாழ்க!

அதே நாள் காலையில், டாம் கேண்டி, ஆழ்ந்த உறக்கத்திலிருந்து கண் விழித்தான். சில கணங்கள் தனது குழப்பமான சிந்தனையை ஒழுங்குபடுத்த, அப்படியே அமைதியாகப் படுத்திருந்தான். பின்னர் திடீரென உற்சாகமான, அதே சமயம் எச்சரிக்கையான குரலில்,

'எனக்குப் புரிகிறது! எனக்குப் புரிகிறது! ஆண்டவருக்கு நன்றி செலுத்த வேண்டும்! மகிழ்ச்சி வரட்டும்! துன்பம் ஒழியட்டும்! ஹா, நான், பெத், உங்கள் கந்தைகளை தூர எறிந்து விட்டு, என்னிடம் வாருங்கள்... உங்கள் காதுகளால் நம்ப முடியாத அற்புதமான விஷயங்களைச் சொல்கிறேன்... நான் பெத்! என்று சொல்லிக் கொண்டாள்.

அருகில் ஒரு மங்கலான உருவம் வந்தது. அது,

'உத்தரவிடுகிறீர்களா? ' என்றது.

'உத்தரவா..? எனக்கு உன் குரல் தெரியும்! சொல் – நான் யார்?'

'தாங்களா? நேற்றிரவு வரை நீங்கள் வேல்ஸ் இளவரசர். இன்று தாங்கள் எனது மேன்மை தாங்கிய பிரபு! இங்கிலாந்து அரசர், எட்வர்ட்!'

டாம் தனது தலையை தலையணையில் புதைத்தவாறு

'ஐயோ! இது கனவல்ல! ஐயா, நீங்கள் சென்று ஓய்வெடுங்கள் – எனது துயரங்களை என்னிடமே விட்டுவிடுங்கள்,' என்றான் கெஞ்சலாக.

டாம் மீண்டும் தூங்கினான். சிறிது நேரத்தில் இந்த இன்பக் கனவு வந்தது. அது கோடை காலம் போலிருந்தது. அவன் குட்மேன்ஸ் பீல்ட் எனப்படும் புல்வெளியில் தனியாக விளையாடிக்கொண்டிருக்கிறான். அப்போது திடீரென அவனருகில் தோன்றிய, கூன் முதுகும், நீண்ட சிவந்த மீசையும் கொண்ட ஓரடி உயரமே இருந்த குள்ளன் ஒருவன், 'இந்த மரத்தருகே தோண்டு,' என்கிறான். அவன் அதுபோல தோண்ட, பன்னிரண்டு புதிய காசுகள் கிடைக்கின்றன – எத்தனை செல்வம்! ஆனால் இதுமட்டுமல்ல, ஏனெனில் குள்ளன், 'எனக்கு உன்னைத் தெரியும். நீ நல்ல பையன். தகுதியானவன். உன் துன்பங்கள், தீர்ந்தன. உனக்கு நல்ல காலம் வந்துவிட்டது. இந்த இடத்தில் ஒவ்வொரு ஏழாவது நாளும் தோண்டு. இதே போல புதையல், பன்னிரண்டு புதிய காசுகள் கிடைக்கும். இந்த ரகசியத்தை யாரிடமும் சொல்லாதே,' என்கிறான்.

பிறகு குள்ளன் மறைந்து விடுகிறான். டாம் தனது புதையலுடன் ஓஃபல் கோர்ட்டுக்கு ஓடுகிறான். 'தினமும் இரவு அப்பாவிடம் ஒரு காசைத் தருவேன். அவர் நான் அதை பிச்சையெடுத்தாக எண்ணி மகிழ்வார். அதனால் எனக்கு உதை கிடைக்காமல் இருக்கும். வாரா வாரம் எனக்கு படிப்பு சொல்லித் தரும் அந்த நல்ல பாதிரிக்கு ஒரு காசைத் தருவேன். அம்மா, நான், பெத்துக்கு பாக்கி நானகு காசுகள். இனிமேல் பசி. கந்தல் துணிகள், அடி, உதை எதுவும் இருக்காது,' என்று சொல்லிக்கொள்கிறான்.

கனவில், மூச்சு வாங்க வீட்டிற்கு ஓடுகிறான். சந்தோஷமாக அம்மாவின் மடியில் தனது நான்கு காசுகளைப் போடுகிறான்.

'இதெல்லாம் உனக்குத்தான் – எல்லாமே உனக்குத்தான்! உனக்கு, நானுக்கு, பெத்திற்கு இது திருடியதோ, பிச்சையெடுத்ததோ இல்லை, நேர்மையாக சம்பாதித்தது,' என்கிறான்.

வியப்பும், மகிழ்ச்சியும் அடைந்த அம்மா அவனை தன் மார்போடு சாய்த்துக்கொண்டு,

'நேரமாகிவிட்டதே-மேன்மை தாங்கிய அரசர் எழுந்திருக்கலாமா?' என்கிறாள்.

ஓ! அம்மாவிடம் அவன் இதை எதிர்பார்க்கவில்லை. கனவு கலைந்தது. அவன் கண் விழித்தான்.

அவன் கண்களைத் திறந்தான். படுக்கையறைக்குப் பொறுப்பான மூத்த அதிகாரி, அவன் படுக்கையருகே மண்டியிட்டிருந்தார். கனவின் இன்பம் மறைந்தது. தான் இன்னும் கைதிதான், அரசன்தான் என்பதை அந்தச் சிறுவன் உணர்ந்தான். அறை முழுக்க துக்கத்திற்கான பழுப்பு நித்தில் மேலங்கி அணிந்த அதிகாரிகளும், அரசரின் சேவகர்களும் நிறைந்திருந்தார்கள். டாம் படுக்கையில் அமர்ந்து, கனமான பட்டுத் திரைச்சீலைகளுக்கு ஊடாக அவர்களை வெறித்துப் பார்த்தான்.

உடை அணியும் நீண்ட சடங்கு ஆரம்பித்தது. உடை அணியும் சடங்கு நடக்கும்போதே ஒவ்வொருவராக மண்டியிட்டு, அரசர் மறைவிற்கு தம் துக்கத்தைத் தெரிவித்தனர். முதலில் ஒரு சட்டையை எடுத்த குதிரைப்படைக் காப்பாளர் அதை நாய்கள் படை அதிகாரியிடம் அளித்தார். அவர் அதை படுக்கையறையின் இரண்டாம் நிலை அதிகாரியிடம் தந்தார். அவர் அதை வின்ஸர் வனத்தின் தலைமை பாதுகாவலரிடம் தந்தார். அவரிடமிருந்து அது மற்றொரு அதிகாரியிடம் சென்றது. அவர் அதை லங்காஸ்டரின் பொக்கிஷ அதிகாரி வசம்தர, அவர் அதை உடைகளுக்கான பொறுப்பாளரிடம் தந்தார். அரண்மனையின் தலைமை மேற்பார்வையாளரிடம் தர, அவர் அதை சிறைச்சாலைக் காவலதிகாரியிடம் தர, அவரிடமிருந்து சட்டை பரம்பரை உடையணிவிப்பவர், இங்கிலாந்து கடற்படைத் தலைமை தளபதி, காண்டர்பரியின் ஆர்ச் பிஷப் ஆகியோர் கைகள் வழியாக படுக்கையறையின் மூத்த அதிகாரி கைக்கு வர, அதை அவர் டாமிற்கு அணிவித்தார். 'தன் பகுதியில் தீப்பிடித்தால் இப்படித்தான்

தண்ணீரை வாளியில் ஒவ்வொருவராகக் கைமாற்றுவார்கள்' என்று டாம் நினைத்துக் கொண்டான்.

இந்த மெதுவான, விரிவான சடங்கின் மூலம் ஒவ்வொரு ஆடையாக அணிவிக்கப்பட்டது. டாம் இந்த சடங்கால் மிகவும் வெறுத்துப் போனான். கடைசியாக நீண்ட பட்டுக் கால்சராய் வந்ததும், 'அப்பாடா! சடங்கு முடியப் போகிறது' என்று நிம்மதியடைந்தான். ஆனால் அந்த நிம்மதி நீடிக்கவில்லை. அந்த கால்சராயை அவனுக்கு அணிவிக்க வந்த மூத்த அதிகாரி திடீரென அதை காண்டர்பரி ஆர்ச் பிஷப்பிடம் திருப்பித் தந்து, 'இதைப் பாருங்கள் பிரபு!' என்று எதையோ காட்டி கிசுகிசுத்தார். அவர் முகம் வெளிறிப்போனது. எனவே, 'இதைப் பாருங்கள்,' என்றபடி அந்த கால்சராய் திரும்பவும் ஒவ்வொரு அதிகாரியாக பின்னோக்கிப் பயணித்தது. கடைசியாக அதைப் பெற்ற அதிகாரி, 'அடடா!, ஒரு இழை விட்டுப்போயிருக்கிறதே!' என்று சொல்லி, அதை தூக்கிப்போட்டுவிட்டு, புதியது ஒன்றை எடுத்துத் தந்தார். புதிய கால்சராய் தன் நீண்ட பயணத்தைத் தொடர்ந்தது.

ஆனால் எந்த சடங்கும் ஏதாவது ஒரு நேரத்தில் முடியத்தானே வேண்டும்! எனவே ஒரு கட்டத்தில், எல்லாம் முடிந்து டாம் படுக்கையிலிருந்து எழுந்தான். உரிய அதிகாரி நீர் ஊற்ற, உரிய அதிகாரி முகம் கழுவ உதவ, உரிய அதிகாரி துண்டோடு தயாராக நிற்க, டாம் ஒரு வழியாக முகம் கழுவி முடித்து, அரசரின் சிகையலங்கார அதிகாரியின் சேவைக்குத் தயாரானன். அவரது சேவையும் முடிந்தபோது டாம் மிக அழகாக மாறிப் போனான். பழுப்பு சாடின் உடையில், பழுப்பு சிறகுகள் செருகிய தொப்பியில் அழகிய பெண்போல் காட்சியளித்தான். அரச பரிவாரங்களுக்கு மத்தியில் உணவறைக்கு கம்பீரமாகச் சென்றான். வழியெங்கும் நின்றவர்கள் அவனைக் கண்டதும் மண்டியிட்டனர்.

அரச சம்பிரதாயங்களோடு காலையுணவு முடிந்ததும், அதிகாரிகள், பளபளக்கும் கோடரிகள் தாங்கிய ஐம்பது மெய்க்காப்பாளர்கள் புடைசூழ ராஜாங்க காரியங்களைக் கவனிக்க அரச தர்பாருக்கு அழைத்துச்செல்லப்பட்டான். 'மாமா' ஹெர்ட்ஃபோர்ட் பிரபு ஆலோசனைகள் வழங்க, சிம்மாசனம் அருகே நின்றுகொண்டார்.

காலஞ்சென்ற அரசால் நியமிக்கப்பட்ட அறிவார்ந்த அதிகாரிகள் குழு தங்களது பணிகளுக்கு டாமின் ஒப்புதல் பெற நின்றார்கள். காலஞ் சென்ற அரசரின் ஈமக்கடன்களை நிறைவேற்றுவது குறித்து

காண்டர்பரி ஆர்ச் பிஷப், இங்கிலாந்தின் பொக்கிஷ அதிகாரி, செயிண்ட். ஜான் பிரபு, ரஸ்ஸல் பிரபு, ஹெர்ட்ஃபோர்ட் பிரபு, விஸ்கவுண்ட் லிஸ்லி, டுர்ஹாமின் பிஷப் கத்பெர்ட் ஆகியோர் கையெழுத்திட்ட உத்தரவை காண்டர்பரி ஆர்ச் பிஷப் படித்துக் காட்டினார்.

டாம் அதை கவனிக்கவேயில்லை. உத்தரவின் ஒரு பகுதி அவனுக்கு குழப்பமாக இருந்தது. அவன் ஹெர்ட்ஃபோர்ட் பிரபுவிடம்,

'அடக்கம் என்று நடப்பதாகச் சொல்கிறீர்கள்?' என்றான்.

'வரும் பதினாறாம் தேதி, பிரபு!'

'என்ன வினோதம்! அதுவரை உடல் கெடாமல் இருக்குமா?'

அவனுக்குப் பாவம், அரசகுல சம்பிரதாயங்கள் தெரியாது. ஓஃபல் கோர்ட்டில் இறந்த உடல்கள் வேறுவிதமாகத்தான் பயணப்படும். ஹெர்ட்ஃபோர்ட் பிரபு அவனுக்கு ஓரிரு வார்த்தைகளில் விளக்கம் தந்தார்.

வெளியுறவு அமைச்சர் அயல்நாட்டுத் தூதர்கள் நாளை காலை பதினோரு மணிக்கு அரசரைச் சந்திக்க வர அனுமதி கேட்டார்.

டாம் ஹெர்ட்ஃபோர்ட் பிரபுவைப் பார்க்க, அவர்,

'அரசர்! சம்மதம் தாருங்கள். அவர்கள் தமது அரசர்கள் சார்பாக இரங்கல் தெரிவிக்க வருகிறார்கள்,' என்றார்.

டாம் சொன்னபடி செய்தான். மற்றொரு அமைச்சர் காலஞ்சென்ற அரசரின் குடும்ப செலவுகள் பற்றிய அறிக்கையைப் படித்தார். கடந்த ஆறு மாதங்களுக்கு 28000 பவுண்ட் என்ற தொகையைக் கேட்டதும் டாமிற்கு மயக்கம் வந்தது. அதில் 20000 பவுண்ட் இன்னும் தரப்படவில்லை. கஜானா காலி, 1200 பணியாட்களுக்கு சம்பளம் தரப்படவில்லை (4) என்று அறிக்கை சொன்னதும், மீண்டும் மயக்கம் வந்தது. டாம் உடனே, அதைப் புரிந்து கொண்டு,

'நாம் சிரமத்தில் இருக்கிறோம் என்பது தெளிவு. நாம் சிறிய வீட்டிற்குப் போய்விடலாம். பணியாட்களை அனுப்பிவிடலாம். அவர்களால் வேலைகள் தாமதம்தான் ஆகும். பில்லிங்கேட் அருகே மீன் மார்க்கெட்டிற்கு எதிரே ஒரு சிறிய வீடு இருக்கிறது எனக்கு ஞாபகம் உள்ளது' என்று ஆரம்பித்தான்.

டாமின் கையை மாமா லேசாக அழுத்த, முகம் சிவக்க, தன் முட்டாள் நாவை அடக்கினான். ஆனால் யாரும் இந்த வினோத பேச்சை கவனித்தாகக் காட்டிக்கொள்ளவில்லை.

மற்றொரு அமைச்சர் காலஞ்சென்ற அரசர் தனது உயிலில் ஹெர்ட்ஃபோர்ட் பிரபுவிற்கு கோமகன் பட்டம் தந்தது, தனது சகோதரர் சர் தாமஸ் சைமோருக்கு பெருமகன் நிலை அளித்தது, ஹெர்ட்ஃபோர்ட் பிரபுவின் புதல்வனை கோமானாக்கியது, இதுபோல பல்வேறு அரச விசுவாசிகளுக்கும் பதவி உயர்வு தந்திருப்பது பற்றிய அறிக்கையை வாசித்தார். இந்த பதவி உயர்வுகளை பிப்ரவரி 16ம் தேதி அளிப்பதாக முடிவு செய்யப்பட்டது. அரசர் இந்த பதவி உயர்வுகளுக்குத் தகுந்த நிலமானியங்கள் பற்றி எதுவும் குறிப்பிடவில்லை. எனினும், அரசரின் விருப்பம் தெரியும் என்பதால், புதிய அரசர் அனுமதித்தால், சைமோருக்கு 500 பவுண்ட் மதிப்புள்ள நிலங்கள், ஹெர்ட்ஃபோர்ட், புதல்வருக்கு 800 பவுண்ட் மதிப்புள்ள நிலங்கள் தரலாம் என்றும் மந்திரிசபை முடிவு செய்தது.(5)

பணத்தை இப்படி வாரி இறைப்பதற்கு முன்பு அரசரின் கடன்களைத் தீர்ப்பதுதான் அறிவுடைமை என்பதுபோல் டாம் உளறப் போனபோது, ஹெர்ட்ஃபோர்ட் அவன் கையை லேசாகத் தொட, சுதாரித்துக் கொண்டான். அதன் பிறகு, உள்ளே எவ்வளவு சங்கடம் இருந்தாலும், எதுவும் பேசாது தன் ஒப்புதலை அளித்தான். மிக முக்கியமான விஷயங்களை எல்லாம் நான் இப்படி எளிதாக முடிவெடுத்துச் சொல்லும்போது, அவனுக்கு ஓர் இன்பமான யோசனை தோன்றியது. தன் அம்மாவை ஓஃபல் கோர்ட்டின் சீமாட்டியாக்கி, அவளுக்கு நிலமானியம் தந்தால் என்ன? உடனே ஒரு சோகமான எண்ணம் அதை புறம் தள்ளியது. அவன் பெயரளவில்தான் அரசன். இந்த பெரிய அதிகாரிகளும், பிரபுக்களும்தான் அவனது எஜமானர்கள். அவனது அம்மா அவர்களைப் பொருத்தவரை ஓர் இழி பிறவி. அவன் சொல்வதை அன்போடு கேட்டுக்கொண்டு, பிறகு அவனை வைத்தியரிடம் அனுப்பிவிடுவார்கள்.

இந்த சலிப்பான வேலை தொடர்ந்தது. அரசவை தொடர்பான பல்வேறு மனுக்கள், அறிவிப்புகள், உத்தரவுகள் வாசிக்கப்பட்டன. டாம் பெருமூச்சோடு, ‘நான் என்ன பாவம் செய்தேன் என்று ஆண்டவர் திறந்தவெளியிலிருந்து, சுதந்திரக் காற்றிலிருந்து என்னை இழுத்து வந்து, அரசராக்கி என்னை துனபுறுத்துகிறார்?’

என்று தனக்குள் புலம்பிக்கொண்டான். அவனது தலை அப்படியே தோளிலிருந்து சரிந்தது. சாம்ராஜ்யத்தின் அத்தனை பணிகளும், அவனது ஒப்புதல் என்ற புனிதமான அம்சம் கிடைக்காததால் நின்றன. தூங்கும் அந்தக் குழந்தையைச் சுற்றி நிசப்தம். பேரரசின் அதிகாரிகள் தம் ஆலோசனைகளை நிறுத்திக்கொண்டார்கள்.

தனது ஆலோசகர்களின் அனுமதியின் பேரில் மதியம் டாம் எலிஸபெத், ஜேன் கிரேயுடன் இன்பமாக ஒரு மணிநேரம் பொழுது போக்கினான். எனினும் இளவரசிகள் அரசரின் மறைவால் சோகத்தில் இருந்தார்கள். சில கணங்களின் தனிமைக்குப் பிறகு, சுமார் பன்னிரண்டு வயதான ஒல்லியான சிறுவன் அவனைப் பார்க்க வந்தான். துக்கத்திற்கான கருப்பு உடை அணிந்திருந்தான். துக்கத்திற்கான பதக்கம் அணியாவிட்டாலும், தோளில் பழுப்பு ரிப்பன் கட்டி இருந்தான். தலை கவிழ்ந்தபடி, தயங்கியவாறு வந்து, ஒரு காலை மடக்கி மண்டியிட்டான். டாம் அவனையே பார்த்துக்கொண்டிருந்தான். பிறகு,

'சிறுவனே, எழுந்திரு, நீ யார்? என்ன வேண்டும் உனக்கு?' என்றான். அவன் எழுந்து கவலையோடு நின்றான்.

'பிரபுவிற்கு என்னை நினைவிருக்கும் என்று நினைக்கிறேன். நான் தங்களுக்காக அடிவாங்கும் பையன்'.

'அடி வாங்கும் பையனா?'

'ஆம், பிரபு! நான் ஹம்ப்ரி – ஹம்ப்ரி மார்லோ'.

'இவனைப் பற்றி நம் ஆலோசகர்கள் முன்பே ஏன் சொல்லவில்லை?' என்று டாம் நினைத்துக் கொண்டான். நிலமை சிக்கலாக இருக்கிறது. என்ன செய்வது? தெரிந்ததுபோல் காட்டிக்கொண்டு, பிறகு ஏதேனும் உளறி மாட்டிக்கொள்வதா? இல்லை, அது சரிப்படாது.' பின்னர் ஒரு யோசனை தோன்ற நிம்மதி வந்தது. தனது ஆலோசகர்கள் முக்கியமான பொறுப்புகளில் இருப்பதால் அவர்களால் தன்னோடு எப்போதும் இருக்க முடியாது என்பதால் இது போன்ற விபத்துக்கள் அடிக்கடி வரலாம். எனவே இவற்றை சமாளிக்க நாமே ஏதாவது திட்டம் வைத்துக்கொள்ள வேண்டும். இவனை வைத்து சில விஷயங்களை பழகிக்கொள்ள வேண்டும்.' ஓரிரு கணங்கள் குழப்பத்தோடு, தன் புருவத்தைத் தடவியபடி,

'உன்னைப் பற்றி ஏதோ ஞாபகம் இருக்கிறது. ஆனால் எனது நோயின் துன்பத்தால்-'

‘ஐயோ! எனது பாவப்பட்ட பிரபுவே!’ என்றான் பையன் வேதனையாக. ‘இவருக்கு புத்தி பிசகி விட்டது என்று சொன்னார்களே, நான் மறந்து போனேன். அதைத் தெரிந்தது போல் காட்டிக்கொள்ளக் கூடாது என்றும் சொன்னார்கள்’ என்று தனக்குள் சொல்லிக்கொண்டான்.

‘வரவர எனக்கு மறதி அதிகமாகி விட்டது’, என்றான் டாம். ‘ஆனால், அதை கண்டுகொள்ளாதே. ஏதேனும் குறிப்பு தந்தால் நான் நினைவுகூர்ந்து விடுவேன். விஷயத்தைச் சொல்.’

‘சின்ன விஷயம்தான் பிரபு! ஆனாலும் உங்களிடம் சொல்லத்தான் வேண்டும். உங்கள் கிரேக்கப் பாடத்தில் நீங்கள் மூன்றுமுறை தவறு செய்து, இரண்டு நாட்களாகி விட்டன. நினைவிருக்கிறதா?’

‘ஆ-மா-ம். அப்படித்தான் தோன்றுகிறது (மூன்று முறை அல்ல. நாற்பது முறை) ஆமாம். ஞாபகம் வந்துவிட்டது. மேலே சொல்.’

‘கோபமடைந்த ஆசிரியர் எனக்கு சவுக்கடி தரப்போவதாகச் சொன்னார்’.

‘உன்னை சவுக்கால் அடிப்பதா?’ என்று டாம் ஆச்சரியப்பட்டுப் போனான். ‘என் தவறுக்கு உன்னை எதற்கு அடிக்க வேண்டும்?’

‘பிரபு திரும்பவும் மறந்துவிட்டீர்கள். தாங்கள் பாடங்களில் தவறு செய்யும்போதெல்லாம் ஆசிரியர் என்னைத்தானே அடிப்பார்,’

‘உண்மை-உண்மை. மறந்து போனேன். நீ எனக்கு கற்றுத் தருவாய். பிறகு நான் தவறு செய்யும்போது, நீ சரியாகச் சொல்லித் தரவில்லையென்று’

‘ஐயோ, பிரபு! இதென்ன வார்த்தைகள்? உங்கள் சேவகர்களில் மிக எளியவனான நான் தங்களுக்குக் கற்றுத் தருவதா?’

பிறகு உன் மீது என்ன தவறு? இதென்ன விடுகதை? உண்மையில் எனக்குப் பைத்தியமா, உனக்கா? புரியும்படி சொல்.’

‘ஆனால், பிரபு! வேல்ஸ் இளவரசரை யாரேனும் அடிக்க முடியுமா? அதனால் தாங்கள் தவறு செய்யும்போது என்னை அடிப்பார்கள். எனக்கு வேலையே உங்களுக்காக அடி வாங்குவது தான்’[1]

டாம் அந்த சாந்தமான பையனை வெறித்துப் பார்த்தான். ‘என்ன ஒரு விசித்திரமான வேலை. நல்லவேளை எனக்குப் பதிலாக தலை வாரிக்கொள்ளவும், உடையணியவும் ஒருவனை

வேலைக்கு அமர்த்தவில்லை. இனி நானே எனக்கான அடியை வாங்கிக்கொள்கிறேன்,' என்று நினைத்துக் கொண்டான்.

'அதுபோல அடி வாங்குகிறாயா?' என்றான்.

'இல்லை அரசே! நான் இன்று அடி வாங்கியிருக்க வேண்டும். ஆனால் அரசர் மறைவிற்கான துக்கம் காரணமாக, அடி தரப்படவில்லை. எனவேதான் நான் தைரியத்தை வரவழைத்துக் கொண்டு தங்களை சந்திக்க வந்தேன். என் சார்பாக தாங்கள் தலையிட வேண்டும்.'

'உன்னை அடியிலிருந்து காப்பாற்றுவதற்கா?'

'ஹா, தாங்கள் நினைவு வைத்திருக்கிறீர்கள்.'

'எனது நினைவு சீராகி வருகிறது போலும். கவலை வேண்டாம். உனக்கு அடி விழாது. நான் பார்த்துக்கொள்கிறேன்.'

'மிக்க நன்றி பிரபு! ஒருவேளை நான் எல்லை மீறுவதாக இருக்கலாம். ஆனால்'

ஹம்ப்ரி தயங்குவதைக்கண்டு, டாம், தான் எந்த கோரிக்கையையும் ஏற்கும் மனநிலையில் இருப்பதாக அவனுக்கு தைரியமூட்டினான்.

'அப்படியானால், என் மனதில் இருப்பதைச் சொல்லி விடுகிறேன். தற்போது தாங்கள் இளவரசர் அல்ல. அரசராகி விட்டீர்கள். தாங்கள் இடும் உத்தரவுகளை யாரும் மீற முடியாது. எனவே தாங்கள் இனி துன்பம் தரும் படிப்பை மூட்டை கட்டி வைத்துவிட்டு, அரசாங்கப் பணிகளைப் பார்க்கச் சென்று விடுவீர்கள். அவ்வாறாயின், நானும் எனது சகோதரிகளும் அழிந்து போவோம்.'

'அழிந்துபோவதா? அது ஏன்?'

'கருணை மிக்க பிரபுவே, என் முதுகால்தான் நான் வாழ்கிறேன். அடி வாங்கும் வேலை இல்லாவிட்டால் நான் பட்டினிதான். தாங்கள் படிப்பை விட்டுவிட்டால், அடி வாங்குவதற்கு ஒரு பையன் தேவைப்பட மாட்டான். தயவு செய்து என்னைக் கைவிட்டுவிடாதீர்கள்.'

டாம் அவனது நிலைகண்டு மனமிளகினான். பெருந்தன்மையோடு,

'கவலைப்படாதே. இந்த வேலை உனக்கும், உன் பரம்பரைக்கும் நிரந்தரமாக இருக்கும்,' என்றான். தனது வாளால் அவன் தோளில் லேசாகத் தட்டி, 'எழுந்திரு, இங்கிலாந்தின் பரம்பரை அடிவாங்கும் பையனான ஹம்ப்ரி மார்லோ! துயரத்தை விடு – நான் மீண்டும் படிக்கிறேன். அதுவும், உன் சம்பளம் அதிகரிக்கும் வகையில் மிக மோசமாகப் படிக்கிறேன்,' என்றான்.

ஹம்ப்ரி மிகப் பணிவோடு,

'நன்றி பிரபுவே! தங்களது கருணையால் என் எதிர்காலம் பற்றிய கவலை தீர்ந்தது. இனி நானும் என் பரம்பரையும் என்றும் மகிழ்ச்சியாக வாழ்வோம்,' என்றான்.

இந்தப் பையன் தனக்கு உபயோகமாக இருப்பான் என்பதை டாம் புத்திசாலித்தனமாக உணர்ந்தான். அவன் ஹம்ப்ரியை பேசச் சொல்லி உற்சாகப்படுத்தினான். அவனும் இளவரசர் 'குணமடைய' தான் உதவுவதாக நினைத்து, இளவரசரின் பள்ளிக்கூடம் பற்றி, அரண்மனை பற்றி பல தகவல்களைச் சொன்னான். ஒரு மணி நேரத்தில் டாமிற்கு அரசவை பற்றி, அங்குள்ள பல்வேறு பிரமுகர்கள் பற்றி பல முக்கியமான தகவல்கள் கிடைத்தன. எனவே, டாம் இதுபோல் தினமும் தெரிந்துகொள்ள முடிவு செய்தான். அரசர் வேறு யாருடனும் இல்லாமல் தனியாக இருக்கும் நேரங்களில், ஹம்ப்ரி அரசரை அவரது அறையில் வந்து சந்திக்கலாம் என்று உத்தரவு போட்டான். ஹம்ப்ரி வெளியேறிய அடுத்த கணம், டாமிற்கு வேறொரு பிரச்சனையை எடுத்துக் கொண்டு ஹெர்ட்ஃபோர்ட் பிரபு வந்துவிட்டார்.

அரசரின் உடல்நலக் குறைவு பற்றிய வதந்திகள் எங்கும் பரவி இருக்கலாம் என்று அஞ்சிய மந்திரிசபை, ஓரிரு நாட்களில் அரசர் பெரும் விருந்து ஒன்றில் கலந்துகொண்டால், அந்த வதந்திகளைத் தடுத்துவிடலாம் என்று கருதுவதாக அவர் கூறினார். விருந்தில் அரசர் எவ்வாறு நடந்துகொள்ள வேண்டும் என்று கவனமாகக் கற்றுத் தந்துவிட்டால், சமாளித்து விடலாம்.

எனவே, ஹெர்ட்ஃபோர்ட் பிரபு, அரசருக்கு 'நினைவூட்டுவது' என்ற பெயரில் மிகப் பணிவாக அரச விருந்தில் எவ்வாறு நடந்து கொள்ளவேண்டும் என்பது பற்றி சொல்லித்தர ஆரம்பித்தார். ஆனால் டாமிற்கு பெரிய அளவில் உதவி தேவைப்படவில்லை என்பது அவருக்கு நிம்மதியளித்தது. ஏனெனில் ஹம்ப்ரி ஏற்கெனவே சில நாட்களில் வரப்போகும் விருந்து பற்றி நிறைய சொல்லித் தந்திருந்தான்.

அரசரின் நினைவாற்றல் முன்னேறி இருப்பதை உணர்ந்த பிரபு, சாதாரணமாகப் பேசுவதுபோல, டாமிற்கு சில சோதனைகள் வைத்தார். டாம் ஓரிரு சமயம் தடுமாறினாலும், மொத்தத்தில் சோதனைகளின் முடிவு மகிழ்ச்சி தருவதாக இருந்தது. பிரபுவிற்கு மிகவும் திருப்தி. எனவே அவர் மேலும் ஊக்கம் பெற்று, நம்பிக்கையோடு,

‘இப்போது அரசர் இன்னும் சற்று யோசித்தால், அரச முத்திரை பற்றிய குழப்பம் தீர்ந்து விடும். நேற்று வரைதான் அதற்கு முக்கியத்துவம். இன்று அதன் முக்கியத்துவம் முடிந்து விட்டது. என்றாலும், தாங்கள் தயவு செய்து முயற்சி செய்கிறீர்களா?’

டாமிற்கு பெரும் குழப்பம் - அரசமுத்திரை என்றால் என்னவென்றே அவனுக்குத் தெரியாது. ஒரு கணம் தயங்கியபின், அப்பிராணியாக,

‘அது எப்படி இருக்கும் பிரபு?’ என்றான்.

பிரபு தன் திகைப்பை வெளித்தெரியாதவாறு மறைத்துக் கொண்டு, ‘ஐயோ! மறுபடியும் இவரது மூளை பிசகிவிட்டதே!’ என்று மனதுக்குள் புலம்பினார். அது குறித்துப் பேசினால் அரசரின் துன்பம் அதிகரித்து விடும் என்று பேச்சை மாற்றி விட்டார்.

அத்தியாயம் – 15

அரசராக டாம்

மறுநாள் தமது ஆடம்பரமான பரிவாரங்களுடன் அயல்நாட்டுத் தூதர்கள் வந்தார்கள். சங்கடத்தோடு அரியணையில் இருந்த டாம் அவர்களை சந்தித்தான். அந்தக் காட்சியின் கோலாகலம் அவன் கண்களுக்கு விருந்தாக இருந்தது. அவனது கற்பனையைத் தட்டியெழுப்பியது. என்றாலும் அந்த சந்திப்பு மிக நீண்டதாக, சலிப்பூட்டுவதாக இருந்ததால், விரைவிலேயே அந்த மகிழ்ச்சி துன்பமாக மாறியது. டாம் அவ்வப்போது ஹெர்ட்ஃபோர்ட் காதில் ஓதியவற்றை வைத்து, நல்லபடியாக சமாளிக்க முயன்றான். இருப்பினும் இது முற்றிலும் புதியது என்பதால் ஓரளவிற்குமேல் வெற்றி பெற முடியவில்லை. பார்க்க ஓரளவு அரசன்போல் இருந்தாலும், அவனால் அரசனாக உணர முடியவில்லை. சந்திப்பு முடிந்தபோது, ‘அப்பாடா’ என்றிருந்தது.

அவனது நாளின் பெரும்பகுதி அரசவைப் பணிகளில் வீணாகிறது- அப்படித்தான் அவன் நினைத்தான். அரசரின் பொழுதுபோக்குக்காக ஒதுக்கப்பட்ட இரண்டு மணிநேரமும் கூட, பல்வேறு கட்டுப்பாடுகள், சடங்கு சம்பிரதாயங்கள் நிறைந்திருந்ததால் அவனுக்கு சுமையாகவே இருந்தது. இருப்பினும் அவனுக்கு தனது அடிவாங்கும் பையனோடு ஒரு மணிநேரம் தனித்து இருக்க முடிந்தது. அதில் நல்ல பொழுதுபோக்குகளோடு, தேவையான தகவல்களும் கிடைத்தன.

டாம் கேண்டி அரசர் பொறுப்பேற்று மூன்று நாட்களாகி விட்டன. அந்த மூன்றாவது நாளும் கிட்டத்தட்ட மற்ற இரண்டு நாட்கள்போலவே கழிந்தது. என்றாலும் ஒரு விதத்தில் சற்று தெளிவு வர ஆரம்பித்தது. முன்புபோல் அவன் சங்கடமாக உணரவில்லை. சூழ்நிலைக்கு ஓரளவு பழகி விட்டான். அவனது சங்கிலிகள் அழுத்தினாலும்கூட, இப்போது எல்லா நேரங்களிலும் அழுத்தவில்லை. ஒவ்வொரு மணிநேரமாகக் கழியக் கழிய, பெரிய மனிதர்களின் இருப்பும், மரியாதையும் அவனை அதிகம் துன்புறுத்தவோ, சங்கடப்படுத்தவோ இல்லை.

ஒரே ஓர் அச்சமான விருந்து தவிர மற்றபடி அவன் நான்காம் நாளை உற்சாகமாக வரவேற்றிருப்பான். அன்றுதான் விருந்து. அன்றைய நிகழ்ச்சியில் பல முக்கியப் பணிகள் இருந்தன. அன்று அவன் மந்திரி சபைக்குத் தலைமையேற்று, உலகெங்கும் பரவி இருக்கும் பல்வேறு அயல் நாடுகள் குறித்து மேற்கொள்ள வேண்டிய கொள்கைக்கான தனது கருத்துகளை, உத்தரவுகளைச் சொல்ல வேண்டும். அன்றும், ஹெர்ட்ஃபோர்ட் பிரபு உடனிருந்தார். ஆனால் இவையெல்லாம் பெரியதல்ல; ஏராளமானோர் அவனைப் பார்த்து, அவனது தவறுகளை தங்களுக்குள் பேசிக்கொண்டிருக்கும் பெரிய மண்டபத்தில், தானே விருந்து சாப்பிட வேண்டுமே என்பதுதான் அவனது கவலை. விருந்து அன்றைய தினம்தான். அன்று நிறைய நிகழ்ச்சிகள் இருந்தன. உலகம் முழுவதும் பரவியுள்ள தேசங்கள் குறித்து கொள்கைகள் பற்றிய அவனது கருத்துகள், உத்தரவுகளைத் தர வேண்டும். ஹெர்ட்ஃபோர்ட் பிரபு அன்று தலைமை காப்பாளராக நியமிக்கப்பட இருந்தார். வேறு பல பணிகளும் இருந்தன. ஆனால் எண்ணற்ற கண்களுக்கு நடுவே, அவனது செய்கைகளை, தவறுகளை விமர்சிக்கப் போகும் எண்ணற்ற வாய்களுக்கு நடுவே விருந்துண்ணப் போகும் அந்த துன்பத்திற்கு முன் அவையெல்லாம் அவனுக்கு முக்கியமற்றதாகவே தோன்றின.

இருப்பினும், அந்த நாளை யாரும் தடுக்க முடியாது என்பதால், அது வந்தது. டாம் மிக மறதியாக, உற்சாகம் குன்றி இருந்தான். அன்றாடக் கடமைகள்கூட அன்று சிரமத்தைத் தந்தன. மாட்டிக் கொண்டுவிட்ட உணர்வு மீண்டும் அழுத்தியது.

முற்பகலில் அவன் ஹெர்ட்ஃபோர்ட் பிரபுவுடன் உரையாடியபடி, அதிகாரிகளும், அரசப் பிரதானிகளும் அவனைச் சந்திக்கும் நிகழ்ச்சிக்காகக் காத்திருந்தான்.

சிறிது நேரம் கழித்து, ஜன்னலருகே உலாவிய டாம். அரண்மனை வாயிலுக்கு வெளியே இருந்த சாலையை வேடிக்கை பார்த்தான். சாலையின் அந்த சுதந்திரத்திற்காக ஏங்கினான். அப்போது பெரும் கூச்சலோடு ஆண்கள், பெண்கள், குழந்தைகள் என ஒரு பெரிய ஒழுங்கற்ற கூட்டம் சாலையில் வந்தது.

'இது என்ன விஷயம் என்று அறிய விரும்புகிறேன்,' என்றான் ஒரு சிறுவனின் ஆர்வத்தோடு.

'தாங்கள்தான் அரசர்! நான் நடவடிக்கை எடுக்க அனுமதி உண்டா?' என்றார் பிரபு.

'ஆம்! நிச்சயமாக,' என்றான் டாம். பிறகு, 'உண்மையில் அரசராக இருப்பதும் அவ்வளவு துயரமானது அல்ல – அதிலும் பல வசதிகள் உள்ளன,' என்றான் திருப்தியோடு.

பிரபு ஒரு சேவகனை அழைத்து, காவலர்களின் தலைவருக்கு ஓர் உத்தரவை அனுப்பினார்.

'அந்தக் கூட்டத்தை நிறுத்தி, எதற்காக வருகிறார்கள் என்று கேட்கச் சொல். இது அரசரின் ஆணை'.

சில நொடிகளில் கவசமணிந்த காவலர் படை அந்தக் கூட்டம் நோக்கிச் சென்றது. ஒரு சேவகன் வந்து, பொது அமைதிக்கு பங்கம் விளைவித்ததற்காக மரணதண்டனையளிக்க அழைத்துச் செல்லப்படும் ஓர் ஆண், ஒரு பெண், ஒரு சிறுமியைத் தொடர்ந்து அந்தக் கூட்டம் செல்வதாகக் கூறினான்.

மரணம் – அதுவும் கொடூர மரணம் – அந்த பாவப்பட்ட துரதிர்ஷ்டசாலிகளுக்கு! இந்த எண்ணம் டாமின் இதயத்தைப் பிசைந்தது. எல்லா உணர்வுகளையும் மீறி மனதில் இரக்கம் மேலோங்கியது. அவன் சட்டங்களைப் பற்றி நினைக்கவில்லை. இந்தக் குற்றவாளிகள் பிறருக்குச் செய்த துன்பங்கள் பற்றி

நினைக்கவில்லை. அவன் தூக்குமேடையை, அந்த குற்றவாளிகள் தலை மீது தொங்கும் விதியைப் பற்றி மட்டுமே நினைத்தான். அவனது கவலையில் அந்தக் கணத்தில்தான் போலி அரசன் என்பதை மறந்தான். அதை உணர்வதற்குள் உத்தரவு அவன் வாயிலிருந்து புறப்பட்டு விட்டது.

'அவர்களை இங்கு அழைத்து வாருங்கள்'.

அடுத்த கணம் முகம் சிவக்க, ஏதோ மன்னிப்பு வார்த்தைகளைச் சொல்ல நினைத்தான். ஆனால் தனது உத்தரவால் பிரபுவோ, சேவகனோ வியப்படையவில்லை என்பதை கவனித்ததும், சொல்ல வந்ததை அடக்கிக்கொண்டான். சேவகன், வழக்கம் போல, பணிந்து விட்டு, உத்தரவை நிறைவேற்ற அறையிலிருந்து பின்னோக்கி நகர்ந்தான். அரச அதிகாரத்தின் சாதகங்கள் பற்றிய பெருமித உணர்வு டாமிற்கு வந்தது. 'பாதிரியின் கதைகளைப் படிக்கும்போது நான் இப்படித்தான் உணர்வேன். என்னை இளவரசனாக நினைத்துக்கொண்டு, இதைச் செய், அதைச் செய்' என்று அதிகாரம் செய்வேன். யாரும் என்னைத் தடை செய்ய மாட்டார்கள்' என்று நினைத்துக்கொண்டான்.

இப்போது கதவுகள் திறந்தன. ஒவ்வொருவரின் பதவியும் உரக்கச் சொல்லப்பட, அப்பதவிக்குரியவர் வந்தார். விரைவில் அந்த இடம் முழுவதும் நிறைந்துவிட்டது. ஆனால் டாம் யாரையும் கவனிக்கவில்லை. அவன் மனம் முழுக்க அந்த குற்றவாளிகளின் நினைப்பு. பொறுமையற்ற ஆவலுடன் கதவுப்பக்கம் பார்த்துக்கொண்டிருந்தான்.

சிறிது நேரத்தில் குற்றவாளிகள் காவலர்கள் சூழ அழைத்து வரப்பட்டார்கள். சிவில் அதிகாரி டாம் முன் மண்டியிட்டுவிட்டு சற்று தள்ளி நின்றார். குற்றவாளிகள் மண்டியிட்ட நிலையில் இருந்தனர். டாமிற்குப் பின்பக்கமாக ஒரு காவலன் நின்று கொண்டான். டாம் குற்றவாளிகளை ஆர்வத்தோடு பார்த்தான். அந்த ஆணின் உடையோ, தோற்றமோ, எதுவோ அவனை எங்கோ பார்த்தது போல் தோன்றியது. 'இவனை எங்கோ பார்த்திருக்கிறேன். எப்போது, எங்கே என்று தெரியவில்லை' என்று நினைத்தான். அப்போது அந்த மனிதன் டாமை நிமிர்ந்து பார்த்துவிட்டு, சட்டென்று தலை குனிந்தான். ஒரு கணம் அந்த முகத்தைப் பார்த்தது டாமிற்குப் போதுமானதாக இருந்தது. 'இப்போது தெரிந்துவிட்டது. புத்தாண்டு அன்று கடும் புயலில் தேம்ஸ்

நதியில் மூழ்கப் போன கிலெஸ் விட்டைத் தூக்கிக் காப்பாற்றியவன் இவன்தான். மிக வீரமான செயல். ஏதோ கீழ்தரமான செயலைச் செய்து, இந்த வழக்கில் இவன் சிக்கியது பரிதாபம்தான்.... அந்த நாளை, நேரத்தை என்னால் மறக்க முடியாது. அப்போது சரியாக பதினோரு மணி. அப்போதுதான் கேமர் கேண்டி எனக்கு சரியான உதை கொடுத்தான்,' என்று நினைத்துக் கொண்டான்.

அந்தப் பெண்ணையும், சிறுமியையும் சிறிது நேரத்திற்கு அப்புறப்படுத்தும்படி உத்தரவிட்டான். பிறகு காவல் அதிகாரியிடம்,

'நல்ல அதிகாரியே! இவன் குற்றம் என்ன?' என்றான்.

அதிகாரி மண்டியிட்டு,

'பிரபு, இவன் ஒருவனை விஷம் வைத்து கொன்றுவிட்டான்,' என்றார்.

நீரில் மூழ்கிய சிறுவனை வீரமாகக் காப்பாற்றியவன் என்று அவன் மீது கருணை கொண்ட டாமிற்கு இது அதிர்ச்சியாக இருந்தது.

'அது நிரூபிக்கப்பட்டுவிட்டதா?'

'மிகத் தெளிவாக, அரசே'.

டாம் பெருமூச்சோடு, 'இவனை இழுத்துச்செல்லுங்கள் – இவனுக்கு தண்டனை சரிதான். ஆனால் பரிதாபம்தான் – ஏனெனில் இவன் வீரமானவன்' என்றான்.

குற்றவாளி தன் கைகளைக் கூப்பி, உடைந்த வார்த்தைகளில் அரசரைப் பார்த்து கெஞ்ச ஆரம்பித்தான்,

'அரசரே! பிரபு, என் மீது கருணை காட்டுங்கள்! நான் ஒரு பாவமும் அறியாதவன் – என் மீதான குற்றம் சரியாக நிரூபிக்கப்படவில்லை – ஆனாலும் நான் அதுபற்றிப் பேச மாட்டேன். தீர்ப்பு வழங்கப்பட்டுவிட்டது. அதை மாற்ற முடியாது. ஆனாலும் எனது பரிதாப நிலையில் ஒரு வரம் கேட்கிறேன். அரசரே! ஒரே ஒரு கருணை! என் வேண்டுகோளுக்கு இரக்கம் காட்டி, என்னை தூக்கிலிட உத்தரவிடுங்கள்!'

டாம் வியப்படைந்தான். அவன் எதிர்பார்த்தது இதுவல்ல.

'என்னவொரு வினோதமான கோரிக்கை! உனது தண்டனை அது இல்லையா.'

'பிரபு! அதுவல்ல, என்னை கொதிக்கும் நீரிலிட்டுக் கொல்லச் சொல்லி உத்தரவு'.

இந்த வார்த்தைகளைக் கேட்டதும், டாம் தனது இருக்கையிலிருந்து துள்ளினான். சமாளித்துக்கொண்டு,

'உன் கோரிக்கை ஏற்கப்பட்டது! நீ ஆயிரம் பேருக்கு விஷம் தந்திருந்தாலும், நீ இத்தனை கொடூரமான விதத்தில் சாகக் கூடாது.'

குற்றவாளி முகம் தரையில்பட வணங்கினான். மிகுந்த நன்றியுடன்.

'உங்களுக்கு எந்த துன்பம் நேர்ந்தாலும், கடவுள் தடுக்கட்டும். என் மீதான தங்களது கருணையை ஆண்டவர் என்றும் மறவாது, அதற்கு ஈடுசெய்யட்டும்,' என்றான்.

டாம் ஹெர்ட்ஃபோர்ட் பிரபுவிடம்,

'பிரபு! இந்த மனிதனின் கொடிய தண்டனைக்கு அத்தாட்சி உள்ளதா?' என்றான்.

'பிரபு! விஷம் வைப்போருக்கு இந்த தண்டனைதான் என்பதுதான் சட்டம். ஜெர்மனியில் கள்ள நாணயம் தயாரிப்போரை கொதிக்கும் எண்ணெயில் முக்கிக் கொல்வார்கள். அதுவும் மொத்தமாக அல்ல. ஒரு கயிற்றில் கட்டி கொஞ்சம் கொஞ்சமாக, மெதுவாக முதலில் பாதம், பிறகு கால்கள், பிறகு...'

'தயவுசெய்து வேண்டாம் பிரபு! என்னால் தாங்க முடியவில்லை!' என்று கத்திய டாம், அந்தக் காட்சியை கற்பனை செய்ய முடியாமல் தன் கைகளால் கண்களைப் பொத்திக்கொண்டான். 'இந்தச் சட்டத்தை மாற்றும்படி உங்களை, கெஞ்சிக் கேட்டுக் கொள்கிறேன். யாருக்கும் இந்த சித்ரவதை வேண்டாம்.'

பிரபு மிகவும் கருணையுள்ளம் கொண்டவர் – அவரது வர்க்கத்தில், அதுவும் அந்தக் காலகட்டத்தில் அது மிக அபூர்வம் – என்பதால் அவர் முகம் திருப்தியை வெளிப்படுத்தியது.

'பிரபுவின் கருணைமிக்க சொற்கள் சித்ரவதைகளை நிறுத்திவிட்டன. உங்களது இந்த கருணைமிக்க செயலை வரலாறு என்றும் நினைவில் கொள்ளும்,' என்றார்.

காவல் அதிகாரி குற்றவாளியை இழுத்துச்செல்ல நகர்ந்தார். டாம் அவரை சைகையால் தடுத்து நிறுத்தினான்.

'ஐயா! நான் இந்த விஷயத்தை மேலும் விசாரிக்க நினைக்கிறேன். இவன் குற்றம் சரியாக, நிரூபணம் ஆகவில்லை என்கிறான். உங்களுக்குத் தெரிந்ததைக் கூறுங்கள்'-

'அரசரின் விருப்பம் அதுவானால், சொல்கிறேன். விசாரணையின் போது இவன் ஐலிங்டன் 'கிராமத்தில் உடல்நலமின்றி ஒருவன் படுத்திருந்த வீட்டில் நுழைந்ததாகத் தெரிகிறது. காலை 10 மணி என்று மூன்று சாட்சிகளும், பத்து மணிக்கு சில நிமிடங்கள் கழித்து என்று இரு சாட்சிகளும் கூறினார்கள். உடல்நலமில்லாதவன் அப்போது தனியாக தூங்கிக்கொண்டு இருந்திருக்கிறான். இந்த ஆள் வந்துவிட்டுப் போயிருக்கிறான். ஒரு மணிநேரத்திற்குள் அந்த உடல்நலமில்லாதவன் வலிப்பு, இழுப்பு வந்து செத்து விட்டான்.'

'விஷம் கொடுத்ததை யாரும் பார்த்தார்களா? விஷம் அங்கு கண்டெடுக்கப்பட்டதா?'

'இல்லை பிரபு!.

'பிறகு விஷம் தரப்பட்டது எப்படித் தெரிந்தது?'

'பிரபு! விஷம் அருந்தியவர்கள் மட்டுமே இந்த அறிகுறிகளோடு இறப்பார்கள் என்று வைத்தியர்கள் சாட்சியம் கூறியுள்ளனர்.'

அந்தக் காலத்தில் அது முக்கியமான சாட்சியம். அதை மறுக்க முடியாது என்பதை உணர்ந்த டாம்,

'வைத்தியர்களுக்கு தம் தொழில் தெரியும் – ஒருவேளை அவர்கள் சொல்வது சரியாக இருக்கலாம். இந்த விஷயம் இவனுக்கு பாதகம்தான்', என்றான்.

'இதுமட்டுமல்ல பிரபு! இதற்கும் மேலாக, மோசமான விஷயமும் உண்டு, அந்த உடல்நலமில்லாதவன் விஷத்தால் இறப்பான், அதுவும் பிரவுன் நிறமுடியும் கந்தையும் அணிந்த ஒரு புதியவன் தரும் விஷத்தால் என்று ஒரு சூனியக்கிழவி முன்பே ஆருடம் சொல்லியிருந்தாக பலரும் சாட்சியம் கூறியுள்ளனர். கிழவி கிராமத்தைவிட்டுப் போய்விட்டாள். எங்கிருக்கிறாள் என்று தெரியவில்லை. அவள் சொன்னது குற்றவாளிக்கு சரியாகப் பொருந்துகிறது. ஏற்கெனவே சொல்லப்பட்டதோடு சூழ்நிலை சரியாகப் பொருந்துகிறது பிரபு'.

மூடநம்பிக்கை நிறைந்த அக்காலத்தில் இது மிக வலுவான வாதம். டாம் விஷயம் முடிந்தது என்றே நினைத்தான்.

சாட்சியங்களை நம்பினால், இவனது குற்றம் நிரூபணமாகி விட்டது. ஆனாலும் குற்றவாளிக்கு வாய்ப்புத் தருவதற்காக, டாம்,

'நீ ஏதாவது சொல்லவேண்டுமென்றால், சொல்,' என்றான்.

'நான் எது சொன்னாலும் ஏற்கப்படாது, அரசே! நான் நிரபராதி. ஆனால் அதை நிரூபிக்க முடியவில்லை. எனக்கு நண்பர்கள் யாரும் இல்லை. இருந்தால் அன்று நான் ஐலிங்டனில் இல்லை என்பதை நிரூபித்துக் காட்டியிருப்பேன். இவர்கள் சொல்லும் நேரத்தில் நான் வெகுதொலைவில் வாப்பிங் ஓல்ட் ஸ்டேர் என்ற இடத்தில் இருந்தேன். நான் உயிரை எடுத்ததாக இவர்கள் கூறும் நேரத்தில் ஒரு உயிரைக் காப்பாற்றினேன். மூழ்கும் பையனை –'

'அமைதி! ஷெரீஃப்! சம்பவம் நடந்த தேதியைச் சொல்லுங்கள்!'

'புத்தாண்டு தினத்தில், காலை பத்து மணியளவில் –'

'குற்றவாளிக்கு விடுதலை – இது அரசரின் ஆணை!'

அரசர் சம்பிரதாயம் மீறி இப்படிக் கூவியதில் பெரும் சலசலப்பு. டாம் சட்டென்று சமாளித்து,

'இத்தனை வலுவில்லாத சாட்சியத்தின் பேரில் ஒரு மனிதனை தண்டிப்பதில் எனக்கு ஆத்திரமாக வருகிறது,' என்றான்.

கூட்டத்தில் அரசரை வியந்து பாராட்டும் முணுமுணுப்பு. பாராட்டு டாமின் உத்தரவிற்காக அல்ல. குற்றவாளிக்கு மன்னிப்புத் தருவது பெரிய பாராட்டுக்குரிய விஷயமல்ல. டாம் காட்டிய புத்திசாலித்தனத்திற்குத்தான் இந்தப் பாராட்டு. சில மெல்லிய குரல்கள் இதை வெளிப்படுத்தின.

'அரசர் மனநலம் கெட்டவரல்ல – மிகவும் புத்திசாலி'.

'எப்படி அறிவுபூர்வமாகக் கேள்விகள் எழுப்பினார்? இந்தப் பிரச்சனையைத் தீர்ப்பதில் அவரது பழைய சாதுர்யம் வெளிப்பட்டு விட்டது'.

'ஆண்டவருக்கு நன்றி! அவரது உடல்நலம் சரியாகி விட்டது! இவர் பலவீனமானவரல்ல, நமது அரசர் தம் தந்தையைப் போலவே நடந்து கொண்டார்!'

அறை கைதட்டலால் நிறைந்தது. டாமும் அதை கவனித்தான். அது அவனுக்கு மனநிறைவு தந்தது.

ஆனாலும் இந்த இன்ப நினைவுகளைவிட அவனது சிறுபிள்ளைத்தனமான ஆர்வம் மேலோங்கியது. அந்தப் பெண்ணும் சிறுமியும் என்ன தவறு செய்தார்கள் என்று அறிய ஆவல் ஏற்பட்டது. எனவே அவனது உத்தரவின் பேரில், அழுது, நடுங்கிய அவர்கள் இருவரும் அழைத்து வரப்பட்டார்கள்.

'இவர்கள் என்ன செய்தார்கள்? என்று டாம் ஷெரீபிடம் கேட்டான்.

'இவர்கள் பில்லிசூனியம் செய்தார்கள். அது தெளிவாக நிரூபிக்கப்பட்டது. எனவே சட்டப்படி இவர்களை தூக்கிலிட நீதிபதிகள் ஆணையிட்டார்கள். இவர்கள் பிசாசிடம் தம்மை ஒப்படைத்துக்கொண்டவர்கள் – அதுவே இவர்களது குற்றம்.'

டாம் நடுங்கினான். இப்படிப்பட்ட ஆட்களை தவிர்க்க வேண்டும் என்று அவனுக்குச் சொல்லித் தந்திருந்தார்கள். ஆனாலும் அவனால் தன் ஆவலைக் கட்டுப்படுத்த முடியவில்லை.

'இது எங்கே நடந்தது? எப்போது?'

'டிசம்பர் மாதத்தில் ஒரு நள்ளிரவில், ஒரு பாழடைந்த தேவாலயத்தில், பிரபு!'.

டாம் மீண்டும் நடுங்கினான்.

'அங்கு யார் இருந்தார்கள்,'

'இவர்கள் இருவர் மட்டும் – மேலும் அதுவும்'.

'இவர்கள் ஒப்புக்கொண்டுவிட்டார்களா?

'இல்லை, பிரபு – மறுக்கிறார்கள்'.

'அப்படியானால், இது எப்படி தெரிய வந்தது?

'இவர்கள் அங்கு திரிந்ததை ஒரு சாட்சி பார்த்திருக்கிறார். இது சந்தேகத்தை ஏற்படுத்தியது. சில மோசமான நிகழ்வுகள் அதை உறுதிப்படுத்தின. குறிப்பாக, இவர்கள் தாம் பெற்ற தீயசக்தியால் புயலை உருவாக்கி, அப்பகுதியில் நாசம் விளைவித்ததற்கு சாட்சியம் உள்ளது. நாற்பது சாட்சிகள் புயலை உறுதி செய்தனர். ஆயிரம் பேர்கூட புயலைப் பார்த்திருக்கலாம்.'

'இது சற்று சிக்கல்தான்' என்றான் டாம். சிறிது நேரம் யோசித்து விட்டு,

‘இந்தப் பெண்ணும் புயலால் பாதிக்கப்பட்டாளா?’ என்றான்.

பல பெரியோர்கள் இக்கேள்வியில் இருந்த புத்திசாலித்தனத்தை உணர்ந்து, தலையசைத்தார்கள். ஆனால் ஷெரீஃப்பிற்கு இந்தக் கேள்வியின் முக்கியத்துவம் புரியவில்லை. அவர் மிக நேரடியாக,

‘ஆமாம் பிரபு! உறுதியாக, அவள் வீடு சேதமடைந்து, அவளும் அவள் குழந்தையும் தங்க இடமில்லாது போனது,’ என்றார்.

‘தனக்குத்தானே தீங்கு செய்துகொள்ளும் சக்தியை யாராவது வாங்குவார்களா? அவள் ஏமாற்றப்பட்டிருக்கிறாள். அவள் பைத்தியமாகத்தான் இருக்க வேண்டும். அவள் பைத்தியம். தான் செய்வது என்ன என்று அவளுக்குத் தெரியாது என்றால் அவள் தவறு செய்யவில்லை என்றுதான் பொருள்,’ என்றான் டாம்.

டாமின் அறிவாற்றலைக்கண்டு பெரியோர்கள் மீண்டும் தலையசைத்தார்கள். ‘அரசர் பைத்தியம் என்று சொல்கிறார்கள். ஆனால் இந்தப் பைத்தியம் பிறருக்கு அறிவு புகட்டும் என்றால், நல்லதுதான்,’ என்று ஒருவர் முணுமுணுத்தார்.

‘குழந்தைக்கு என்ன வயது?’ என்றான் டாம்.

‘ஒன்பது வயது பிரபு!’

டாம் ஒரு நீதிபதியைப் பார்த்து, ‘இங்கிலாந்தின் சட்டப்படி ஒரு குழந்தை ஒரு ஒப்பந்தத்தில் ஈடுபட்டு, தன்னை விற்றுக் கொள்ள முடியுமா?’ என்றான்.

‘குழந்தைகள் அவ்வாறு செய்ய சட்டத்தில் இடமில்லை பிரபு! ஏனெனில் பெரியவர்களின் கயமையைப் புரிந்துகொள்ளுமளவு அவர்களுக்கு அனுபவம் இருக்காது. பிசாசு ஒரு குழந்தையை வாங்கலாம் – அக்குழந்தை உடன்பட்டால், ஆனால் ஒரு பெரிய மனிதனை வாங்க முடியாது’ எனறார் நீதிபதி.

‘ஒரு ஆங்கிலேய மனிதனை பிசாசு வாங்க முடியாது என்பது பெரிய அநீதியல்லவா!’ என்றான் டாம்.

இந்தப் புதுமையான கருத்தைக் கேட்டு பலரும் புன்னகை புரிந்தார்கள். டாமின் உடல்நலம் தேறுகிறது என்பதன் அறிகுறியாகவே இதை அனைவரும் பார்த்தார்கள்.

அந்தப் பெண் அழுவதை நிறுத்திவிட்டு, நம்பிக்கையோடு டாமின் வார்த்தைகளுக்காகக் காத்திருந்தாள். இதை டாம்

கவனித்ததும், அவள் மீதான இரக்கம் அதிகரித்தது. அவன்,

'இவர்கள் எப்படி புயலை வரவழைத்தார்கள்?' என்றான்.

'தமது காலுறையைக் கழற்றுவதன் மூலம் பிரபு!'

டாமிற்கு வியப்பாக இருந்தது. மிகுந்த ஆவலுடன்,

'அற்புதம்! அச்செயல் எப்போதுமே இந்த மோசமான விளைவை ஏற்படுத்துமா?' என்றான்.

'எப்போதுமே பிரபு – இந்தப் பெண் அதற்கான மந்திரத்தை மனதாலோ, நாவாலோ சொல்லி, அப்படிச் செய்தால்,'

டாம் அந்தப் பெண் பக்கமாகத் திரும்பி,

'அந்த சக்தியை பிரயோகம் செய் – நான் புயலைப் பார்க்க வேண்டும்,' என்றான்.

மூட நம்பிக்கை நிறைந்த அந்தக் கூட்டத்தில் பலருக்கும் அச்சம் ஏற்பட்டது. எல்லோருமே அங்கிருந்து தப்பி ஓடிவிடலாமா என்று நினைத்தார்கள். ஆனால் டாம் எதைப் பற்றியும் கவலையின்றி, ஆர்வமாக இருந்தான். அப்பெண்ணின் குழப்பமான முகத்தைப் பார்த்து,

'பயப்படாதே – உன் மீது பழி வராது. மேலும் – உனக்கு விடுதலை கிடைக்கும் – யாரும் உன்னை தடுக்க மாட்டார்கள். அந்த சக்தியைக் காட்டு,' என்றான்.

'பிரபுவான அரசரே! எனக்கு அந்த சக்தி கிடையாது. நான் தவறாகக் குற்றம் சாட்டப்பட்டுள்ளேன்,' என்றாள் அவள்.

'பயப்படாதே, உனக்கு எந்தத் தீங்கும் நேராது. ஒரு புயலை உருவாக்கிக் காட்டு - சிறியதாக இருந்தாலும் பரவாயில்லை – அதைச் செய்தால் உயிர் பிழைக்கலாம் – அரசரின் மன்னிப்போடு நீயும், உன் குழந்தையும் விடுதலை பெறலாம்.'

அப்பெண் அழுதபடி, கீழே விழுந்து, வணங்கி தனக்கு அந்த சக்தி இல்லை என்றாள். இருந்தால் தன் உயிர் போனாலும் பரவாயில்லை, குழந்தையின் உயிரைக் காக்கலாம் என்று புயலை உருவாக்கி விடுவேன் என்றாள்.

டாம் எவ்வளவு வற்புறுத்தினாலும், அவள் அதையே கூறினாள். இறுதியாக டாம்,

‘இவள் உண்மை சொல்கிறாள் என்ற நினைக்கிறேன். அவளது நிலையில் என் தாய் இருந்தால், தான் தப்பிப்பதற்காக, நாடே அழிந்தாலும் சரி என்று புயலை உருவாக்கி இருப்பாள்! எல்லா தாய்களும் இதுபோலத்தான். உனக்கும், உனது குழந்தைக்கும் விடுதலை அளிக்கிறேன். நீ குற்றமற்றவள். இப்போது நீ மன்னிக்கப்பட்டு விட்டதால், பயப்பட வேண்டாம். காலுறையைக் கழற்று. புயல் உருவானால், உனக்கு பரிசுகள் தருவேன்.’

விடுதலை பெற்ற பெண், தன் நன்றியை உரக்கக் கூறியபடி, அவன் சொன்னதுபோல் செய்ய, டாம் ஆர்வமாகப் பார்த்தான். அரச பரிவாரங்கள் அச்சத்தோடு நின்றன. அப்பெண் தனது காலுறையை, மகளின் காலுறையைக் கழற்றினாள். புயல், பூகம்பம் எதுவும் வரவில்லை. டாம் பெருமூச்சுவிட்டபடி,

‘நல்லவளே, சிரமப்பட வேண்டாம். அந்த சக்தி உன்னிடமிருந்து போய் விட்டது. அமைதியாக உன் வழியில் செல். அந்த சக்தி என்றேனும் உனக்குக் கிடைத்தால், என்னை மறந்துவிடாதே. எனக்குப் புயலைப் பார்க்க வேண்டும்,’ என்றான்.[13]

அத்தியாயம் – 16

அரச விருந்து

விருந்து நேரம் நெருங்கி விட்டது. ஆனால் அது டாமிற்கு ஏனோ பதட்டத்தையோ, அச்சத்தையோ தரவில்லை. காலையின் அனுபவம் அவனுக்கு தன்னம்பிக்கையைத் தந்திருந்தது. பெரியவர்களைவிட அந்த எளிய சிறுவன் நான்கே நாட்களில் சூழ்நிலைக்கு நன்கு பழகிவிட்டான்.

முக்கியமான விருந்துக்கு டாம் தயாராகும் நேரத்தில், மரியாதைக்குரியவர்களான நாம் விருந்து மண்டபத்திற்குச் சென்று அங்கு நடப்பவற்றைப் பார்க்கலாம். அது பளபளக்கும் தூண்களும், ஓவியங்கள் தீட்டப்பட்ட சுவர்களும், விதானங்களும் உள்ள மிகப்பெரிய மாளிகை. வாசலில் மிக அழகாக உடையணிந்து, ஈட்டியை ஏந்திக் கொண்டு உயரமான காவலர்கள் சிலை போல நின்றார்கள். அந்த இடத்தைச் சுற்றிய பார்வையாளர் மாடங்கள் முழுவதும் இசைக்கலைஞர்களும், பளீரென்று உடுத்திய ஆண், பெண் பிரமுகர்களும் நிறைந்திருந்தார்கள். அரங்கின் நடுவே

உயரமான மேடையில் டாமின் மேஜை. இப்போது நிகழ்ச்சியைப் பார்த்தவர் கூறியதை அவர் வாயாலேயே கேட்போம்.

‘ஒரு தடியை ஏந்திய கனவானும், மேஜை விரிப்பை ஏந்தியவரும் வந்தார்கள். மிக பயபக்தியோடு இருவரும் மும்முறை மண்டியிட்டுவிட்டு, மேஜை விரிப்பை விரித்துவிட்டு, திரும்பவும் மண்டியிட்டுவிட்டு நகர்ந்தார்கள். திரும்பவும் இருவர். ஒருவர் தடியுடன், மற்றவர் கையில் ஒரு உப்பு ஜாடி, ஒரு தட்டு மற்றும் ரொட்டி. இவர்களும் முன்பு வந்தவர்கள் போலவே மண்டியிட்டுவிட்டு, தாம் கொண்டுவந்ததை மேஜையில் வைத்தார்கள். பிறகு இரு பிரபுக்கள் அருமையான உடையில் வந்தார்கள். வணங்கிவிட்டு, மேஜையில் அரசரே அமர்ந்திருப்பதுபோன்று, மிகப் பணிவுடன் அதில் ஒருவர் வெண்ணெய் தடவும் கத்தியை மேஜையில் வைத்தார்.’ [6]

இப்படி ஆரம்பகட்ட சம்பிரதாயங்கள் முடிந்தன. இப்போது, தூரத்தில் பேரிகை ஒலியும், ‘மேன்மை தாங்கிய அரசர் வருகிறார், பராக்!’ என்ற ஒலியும் கேட்டன. இவை திரும்பத் திரும்ப ஒலித்தன. இப்போது மிக மிக அருகில் ஒலித்தன. இப்போது நம் முகத்திற்கு நேராகவே ஒலித்தன. அக்கணம், சீரான வேகத்தில் வரிசையாக வண்ணமிகு அணிவகுப்பு வந்தது. இப்போது மீண்டும் நேரில் பார்த்தவரின் வர்ணனை:

‘முதலில் கனவான்கள், பிரபுக்கள், கோமான்கள், வீரப்பதக்கம் பெற்றவர்கள் ஆடம்பரமான உடையில், தொப்பியின்றி வந்தார்கள். அடுத்து நிதியமைச்சர், பின்னர் செங்கோலை எடுத்துக்கொண்டு ஒருவரும், அரசரின் வாளைச் சுமந்து கொண்டு ஒருவரும். வாள் தங்க அரச சின்னங்கள் பதித்த சிவப்பு உறையில். அடுத்து மன்னரே வந்தார். அவர் வந்ததும் ஏராளமான முரசுகளும் பன்னிரண்டு பேரிகைகளும் முழங்கி வரவேற்றன. மாடங்களில் இருந்த அனைவரும் எழுந்து நின்று, ‘ஆண்டவர் மன்னரைக் காக்கட்டும்,’ என்று வாழ்த்தினர். அரசரைச் சுற்றி பளபளக்கும் கோடரி ஏந்திய ஐம்பது மெய்க்காவலர்கள். அவர்களுக்குப் பின்னால் மற்ற அரசப் பிரதானிகள்.

எல்லாம் பார்க்கவே அற்புதமாக, இனிமையாக இருந்தது. டாமிற்கு இதயம் படபடத்தது. கண்கள் மின்னின. தான் எப்படி நடந்துகொள்கிறோம் என்ற தயக்கமின்றி, தன்னைச் சுற்றி நடக்கும் வினோதங்களை அவன் ரசித்ததால், மிக கம்பீரமாகவே வந்தான்.

தனக்குச் சொல்லித் தந்ததை மனதில் கொண்டு அவ்வப்போது, கிரீடமணிந்த தன் தலையை லேசாகச் சாய்த்து, ‘என் நற்பிரஜைகளே, நன்றி!’ என்றான்.

தனது கிரீடத்தை எடுக்காது, தனது இருக்கையில் அமர்ந்தான். அதில் அவனுக்கு துளியும் சங்கடமில்லை. தலையில் கிரீடத்தோடு சாப்பிடுவது அரசருக்கு மட்டுமே உள்ள தனிப்பட்ட உரிமையாகும். பரிவாரங்கள் பிரிந்து தத்தமது இடங்களில், தலையில் தொப்பியின்றி நின்றன.’

இப்போது இசை முழக்கத்தோடு கடற்படைக் காவலர் பிரிவு நுழைந்தது. அது இங்கிலாந்திலேயே மிக உயரமானவர்களாக, வலிமையானவர்களாக உள்ளவர்களை சலித்து எடுத்து உருவாக்கப்பட்ட படையாகும். இப்போது நேரில் பார்த்தவரது வர்ணனை:

‘இப்போது கடற்படைக் காவலர்கள் வந்தார்கள். முதுகுப்பக்கம் தங்க ரோஜாக்கள் பதித்த இளஞ்சிவப்பு ஆடை உடுத்தி, தொப்பியின்றி வந்தார்கள். அவர்கள் தட்டுகளில் ஒவ்வொரு பதார்த்தமாக கொண்டுவந்து வைத்தார்கள். அவர்கள் கொண்டு வந்த அதே வரிசையில் அவை மேஜையில் வைக்கப்பட்டன. உணவில் விஷம் எதுவும் கலந்திருக்கக் கூடாது என்பதற்காக, ருசி பார்ப்பவர் ஒவ்வொரு வீரனும் கொண்டுவந்த பதார்த்தத்தில் ஒரு கவளத்தை கொண்டு வந்த வீரனை உண்ணச் செய்தார்.

நூற்றுக்கணக்கான கண்கள் அவன் ஒவ்வொரு வாய் சாப்பிடுவதையும், ஏதோ ஒரு வெடி வெடித்து,’ அவன் சுக்குநூறாகச் சிதறிவிடுவானோ என்பதுபோல் கவனமாகப் பார்த்தபோதும், டாம் எந்த சங்கடமும் இன்றி திருப்தியாகச் சாப்பிட்டான். அவசரப்படக் கூடாது என்பதில் கவனமாக இருந்தான். எதைச் செய்யவேண்டும் என்றாலும், அதற்கென்று ஒரு அதிகாரி இருப்பார். எனவே அவன் எந்தப் பிசிறும் இன்றி வெற்றிகரமாக முடித்தான்.

விருந்து ஒரு வழியாக முடிந்தது. வாழ்த்தொலிகள், பேரிகைகள், முரசுகள் அதிர தனது பரிவாரங்களோடு டாம் வெளியேறினான். அரசவையின் சிரமமான பணிகளிலிருந்து தப்ப, இதுபோன்ற விருந்து ஒரு நாளைக்குப் பலமுறை இருந்தால்கூட நல்லதுதான் என்று நினைத்துக்கொண்டான்.

அத்தியாயம் – 17

முதலாம் ஃபூ ஃபூ

தான் தேடுபவர்களைப் பிடித்துவிடலாம் என்ற நம்பிக்கையோடு, எதிரில் வருபவர்களை கூர்ந்து பார்த்தபடி மைல்ஸ் ஹெண்டன் பாலத்தின் சௌத்வார்க் முனையில் வேகமாக நடந்தார். எனினும் அவருக்கு ஏமாற்றம்தான். விசாரித்தபடி அவர்கள் சௌத்வார்க் பகுதிக்கு வந்தது தெரிந்து, அதுவரை வந்துவிட்டார். அதற்குப் பிறகு தகவல்கள் கிடைக்கவில்லை. அடுத்த என்ன செய்வது என்று குழம்பினார். இருப்பினும் அன்று முழுவதும் முயற்சியைத் தொடர்ந்தார். பசியும், களைப்புமாகத் திரிய, இரவு வந்து விட்டது. ‘டபார்ட் விடுதியில் சாப்பிட்டுவிட்டு, காலையில் சீக்கிரம் எழுந்து நகர் முழுவதும் தேடலாம்’ என்று நினைத்துக் கொண்டு படுத்தார். அப்படியே படுத்து யோசித்தபோது, ஒரு யோசனை தோன்றியது. அந்தப் பையன் தன் அப்பாவிடமிருந்து தப்பி விட்டால், திரும்பவும் லண்டனுக்கு, தனது பழைய இடங்களுக்குப் போவானா? இல்லை, மாட்டான். திரும்ப மாட்டிக் கொள்வதைத் தவிர்க்கப் பார்ப்பான். அப்படியானால், வேறு என்ன செய்வான்? மைல்ஸ் ஹெண்டனைத் தவிர உலகில் வேறு எந்த நண்பரோ, பாதுகாவலரோ இல்லை என்றால், இயல்பாக அவரைத் தேடுவான். ஆனால் அதற்காக லண்டன் செல்ல வேண்டும் என்றால் ஆபத்துதான். ஹெண்டன் தனது இடமான ஹெண்டன் ஹாலுக்குச் செல்லப்போகிறார் என்று அவனுக்கு தெரியும் என்பதால், அங்கு போகலாம். ஆமாம் இப்போது தெளிவு பிறந்தது. சௌத்வார்க்கில் நேரத்தை வீணடிக்க வேண்டாம். கெண்ட் வழியாக மாங்க்ஸ் ஹோம் நோக்கிச் செல்லலாம். வழியில் தேடிக்கொண்டே போகலாம் என்று முடிவு செய்தார். இப்போது நாம் காணாமல் போன குட்டி அரசனிடம் செல்வோம்.

விடுதிக் காவலாளி அரசரோடு சேர்ந்துகொள்ளப் போவதாகச் சொன்ன அந்தப் போக்கிரி சேர்ந்துகொள்ளவில்லை. ஆனால் அவர்களை பின்தொடர்ந்தான். அவன் இடது கை தொட்டிலில் தொங்கியது. இடது கண்ணை பெரிய பச்சைத்துணியால் மறைத்திருந்தான். லேசாக நொண்டினான். கைத்தாங்கலாக ஒரு கம்பை வைத்திருந்தான். அரசனை அழைத்துச்சென்ற சிறுவன்

சௌத்வார்க் வழியாக அதைத் தாண்டி ஒரு பெரிய சாலையை அடைந்தான். அரசனுக்கு இப்போது எரிச்சலாக வந்தது. நான் இங்கேயே நிற்கப்போகிறேன் – ஹெண்டன்தான் என்னிடம் வரவேண்டும் என்றான். பையன்,

'உன் நண்பர் அங்கு காட்டில் அடிபட்டு இருக்கும்போது, நீ இங்கேயே இருக்கிறாயா? சரி, இரு – ' என்றான்.

அரசனின் மனம் உடனே மாறியது.

'அடிபட்டதா? யாருக்கு அந்த தைரியம் வந்தது? சரி, வழியைக் காட்டு. வேகமாக! குண்டடிபட்டதா? செய்தவனுக்கு நிச்சயம் தண்டனை உண்டு' என்றான்.

காடு சற்று தொலைவுதான் என்றாலும் அதை விரைவில் அடைந்தார்கள். சிறுவன் சுற்றிலும் பார்த்தான். தரையில் ஒரு சிறு துணி கட்டிய குச்சி ஊன்றப்பட்டு இருந்தது. அந்த வழியில் சென்றான். வழியெங்கும் அதுபோல நிறைய குச்சிகள் இருந்தன. அவைதான் வழிகாட்டிகள். இவ்வாறாக ஒரு பொட்டல் வெளியை அடைந்தார்கள். அங்கு எரிந்த சிதைந்த பண்ணை வீடு ஒன்று இருந்தது. அருகில் சிதிலடைந்த தானியக் கிடங்கு. யாரும் இருப்பதாகத் தெரியவில்லை. எங்கும் ஒரே நிசப்தம். பையன் கிடங்களில் நுழைய, அரசன் பின்னால் சென்றான். யாரும் இல்லை! அரசன் அந்தப் பையனை சந்தேகத்தோடு பார்த்து,

'அவர் எங்கே?' என்றான்.

ஒரு கேலிச் சிரிப்புதான் அவனது பதில். அரசன் கோபமடைந்தான். ஒரு மரக்குச்சியை எடுத்துக்கொண்டு அவனை அடிக்கச் சென்றபோது மற்றொரு கேலிச் சிரிப்பு கேட்டது. இது சற்று தள்ளி பின்தொடர்ந்து வந்துகொண்டிருந்த போக்கிரியின் சிரிப்பு. அரசன் திரும்பி, கோபமாக,

' நீ யார்? உனக்கு இங்கே என்ன வேலை?' என்றான்.

'உன் முட்டாள்தனத்தை விடு' என்றான் அந்த மனிதன். 'அமைதியாக இரு. உன் அப்பாவைக்கூட அடையாளம் தெரியாத அளவு என் மாறுவேடம் அத்தனை சிறப்பாகவா இருக்கிறது?'

' நீ என் அப்பா இல்லை. எனக்கு உன்னைத் தெரியாது. நீ எனது பணியாளை மறைத்து வைத்திருந்தால், எனக்காக அவரை என்னிடம் ஒப்படைத்துவிடு. இல்லையெனில் நீ துன்பப்படுவாய்.'

ஜான் கேண்டி, நிதானமான, கடுமையான குரலில்.

'நீ பைத்தியம் என்று தெளிவாகத் தெரிகிறது. உன்னை தண்டிக்க எனக்கு விருப்பமில்லை. ஆனால் நீ என்னைக் கோபப்படுத்தினால், நான் தண்டிப்பேன். நீ என்ன உளறினாலும், இங்கு கேட்க ஆளில்லை. ஆனால் உன் பேச்சு முறையை மாற்றிக்கொள். இல்லாவிட்டால் நாம் போகும் இடத்தில் சிக்கல் வரும். நான் கொலை செய்தவன். வீட்டிலும் கொல்லத் தயங்க மாட்டேன். பாதுகாப்பிற்காக நான் பெயரை மாற்றிக் கொண்டிருக்கிறேன். இப்போது என் பெயர் ஹாப்ஸ் ஜான் ஹாப்ஸ். உன் பெயர் ஜாக். இதை நினைவில் கொள். இப்போது சொல், உன் அம்மா எங்கே? சகோதரிகள் எங்கே? அவர்கள் நான் சொன்ன இடத்திற்கு வரவில்லை. எங்கே போனார்கள் என்று தெரியுமா?'

அரசன் வெறுப்பாக,

'இந்தப் புதிர்களால் என்னை தொல்லை செய்யாதே. என் அம்மா காலமாகிவிட்டாள். சகோதரிகள் அரண்மனையில் இருக்கிறார்கள்,' என்றான். அருகிலிருந்த பையன் வெடித்துச் சிரித்தான். அரசன் அவனை அடித்திருப்பான். ஆனால் கேண்டி – இல்லை ஹாப்ஸ் அவனைத் தடுத்துவிட்டு,

'ஹியூகோ!, பேசாமல் இரு, அவனை சீண்டாதே. அவனுக்கு மூளை குழம்பிவிட்டது. ஜாக், இங்கே உட்கார். அமைதி கொள். நீ ஏதாவது சாப்பிட வேண்டும், சீக்கிரம்,' என்றான்.

ஹாப்ஸும், ஹியூகோவும் தணிந்த குரலில் ஏதோ பேச ஆரம்பித்தார்கள். அரசன் சற்று ஒதுங்கிக்கொண்டான். சற்று தள்ளி தரையில் ஓர் அடி உயரத்திற்கு வைக்கோல் பரப்பி இருந்த இடத்தில் சென்று படுத்தான். போர்வை போல வைக்கோலை தன் மேல் போட்டுக் கொண்டான். அப்படியே சிந்தனையில் ஆழ்ந்தான். அவனுக்கு பல துயரங்கள் நேர்ந்திருந்தாலும், தந்தையின் மறைவுதான் பெரும் துயரமாக இருந்தது. உலகம் முழுக்க எட்டாம் ஹென்றி என்றால் அஞ்சி நடுங்கும். ஆனால் அந்தச் சிறுவனுக்கோ அந்தப் பெயர் இன்பத்தையே தரும். அவன் கண்முன் அன்பான, இனிய முகத்தையே காட்டும். தந்தையுடனான இனிய நிகழ்வுகளை நினைக்க, இதயத்தில் இருந்த துக்கம் கண்ணீராக வடிந்தது. பகல் வேளை முடிவடைய, பையன் களைப்பினால் தூங்கிப்போனான்.

வெகுநேரம் கழித்து–எவ்வளவு நேரம் என்று அவனுக்கே தெரியவில்லை–அரைத் தூக்கத்தோடு எழுந்தான். 'எங்கே இருக்கிறோம், என்ன நடந்தது?' என்று யோசித்தபோது, கூரையில்

மழை விழும் ஓசை கேட்டது. மனம் சற்று நிம்மதி அடைந்தபோது பலர் முரட்டுத்தனமாக சிரித்து, கொக்கரிப்பது கேட்டது. என்னவென்று பார்த்தான். ஒரு கொடிய காட்சி தென்பட்டது. தரைக்கு நடுவிலும், கிடங்கின் ஒரு மூலையிலும் தீப்பற்றி எரிந்து கொண்டிருந்தது. அதைச் சுற்றிலும் ஆணும், பெண்ணுமாக, இதுவரை அவன் பார்த்தறியாத கோர உருவங்கள். நீண்ட மூடியும், கந்தலாடையும் அணிந்த முரடர்கள், நடுத்தர உருவம் கொண்ட இளைஞர்கள், கொடூர முகம் கொண்டவர்கள். கண்களில் திரை கட்டிய குருட்டுப் பிச்சைக்காரர்கள். மரக்கால், ஊன்றுகோலோடு இருந்த முடவர்கள், கட்டுப்போட்ட புண்களிலிருந்து சீழ் வழிய இருந்த நோயாளிகள், தம் தொழிற்கருவிகளோடு இருந்த சாணை தீட்டுவோர், நாவிதர், இன்னும் முதிராத பெண்கள், இளம் பெண்கள், சுருங்கிப்போன, துர்நாற்றம் பிடித்த வாயுடைய கிழவிகள். எல்லோருமே அழுக்காக, ஆபாசமாக உடுத்தியிருந்தார்கள். மூன்று சிறு குழந்தைகளும் இருந்தன. பார்வையற்றோருக்கு வழி காட்டும் இரு நாய்களும் இருந்தன.

இரவு வந்துவிட்டது. கூட்டம் உணவை முடித்துவிட்டு கேளிக்கையை ஆரம்பித்தது. ஒரு மதுபானப் பாத்திரத்திலிருந்து ஒவ்வொருவராகக் குடித்தனர்.

‘பாட்டுப் பாடுங்கள்’, என்று ஆளாளுக்குக் கத்தினார்கள்.

ஒரு பார்வையற்றவனும், ஒரு ஊனமுற்றவனும் எழுந்தார்கள். அவர்கள் பாட, கூட்டம் ஒவ்வொரு பத்தியையும் கோரஸாகப் பாடியது. ஒரு கட்டத்தில் எல்லோரும் சேர்ந்து பாடினார்கள். பிறகு பேச ஆரம்பித்தார்கள். பேச்சின் மூலம் ஜான் ஹாப்ஸ் அந்தக் கூட்டத்திற்குப் புதியவன் அல்ல. முன்பொரு காலத்தில் அக்கூட்டத்திற்குப் பயிற்சி அளித்தவன் என்று தெரிந்தது. அவனது பிற்கால வரலாறு பற்றிக் கேட்டார்கள். அவன் ‘தற்செயலாக ஒருவனை கொலை செய்ததாகச்’ சொன்னபோது அனைவரும் திருப்தி தெரிவித்தார்கள். கொலையானவன் ஒரு பாதிரி என்றதும் எல்லோரும் கை தட்டினார்கள். அதற்காக அவன் அனைவருடனும் ஒருமுறை மதுவருந்தினான். பழைய கூட்டாளிகள் அவனை வரவேற்றார்கள். புதியவர்கள் அவனுடன் கை குலுக்கிப் பெருமையடைந்தார்கள். இத்தனை நாட்களாக அவனை ஏன் பார்க்க முடியவில்லை என்று கேட்டார்கள். அவன்.

‘கிராமப்புறங்களைவிட இப்போதெல்லாம் லண்டன்தான் சிறந்தது. பாதுகாப்பானது, அந்த விபத்து மட்டும் நடக்காவிட்டால்

நான் அங்கேயே இருந்திருப்பேன். நான் இனி கிராமத்துப் பக்கம் வரக் கூடாது என்றுதான் இருந்தேன். ஆனால் வேறு வழியில்லை,' என்றான்.

'இப்போது கூட்டத்தில் எத்தனை பேர் இருக்கிறார்கள்? என்று கேட்டான்.

'இருபத்தியைந்துபேர் (7). பெரும்பாலானோர் இங்குதான் இருக்கிறார்கள். மற்றவர்கள் கிழக்குப் பக்கமாகத் திரிகிறார்கள். காலையில் நாங்களும் போய் விடுவோம்,' என்றான் தலைவன்.

'வென்னைப் பார்க்க முடியவில்லையே, அவன் எங்கே?'

'அவன் பாவம், ஒரு சண்டையில் செத்துப் போனான்.'

'ரொம்ப வருத்தமாக இருக்கிறது. திறமையானவன். வீரன்'.

'உண்மைதான். அவனது ஆள் பிளாக்பெஸ் எங்களோடுதான் இருக்கிறாள். கிழக்குப் பக்கம் போன கூட்டத்தில் இருக்கிறாள். அருமையான பெண். ரொம்ப ஒழுக்கமானவள். வாரத்தில் நான்கு நாட்களுக்குமேல் குடிக்க மாட்டாள்.'

'ஆமாம், எனக்கு நினைவிருக்கிறது. அவள் அம்மா சற்று மோசமானவள். கெட்ட குணம் கொண்ட கிழவி. ஆனால் புத்திசாலி.'

'அவளையும் இழந்துவிட்டோம். கைரேகை பார்ப்பது, ஜோசியம் பார்ப்பது ஆகியவற்றால் அவளுக்கு சூனியக்காரி பட்டம் கிடைத்துவிட்டது. சட்டம் அவளை நெருப்பில் வாட்டி கொன்றுவிட்டது. ஆனால் அவள் சாகும்போதும் தைரியமாக இருந்தாள். நெருப்பு முகத்தைத் தீண்டி, தலைமயிரைப் பொசுக்கும் போதும், கூட்டத்தினரைப் பார்த்து கடுமையாகத் திட்டினாள். ஆயிரம் வருடம் வாழ்ந்தாலும் அவளைப்போல் திறமையாகத் திட்ட முடியாது. அவளது கலை அவளோடு மறைந்தது. அவளைப் போல யாராவது முயற்சி செய்யலாமே தவிர அவளைப்போலவே செய்ய முடியாது'.

தலைவன் பெருமூச்சு விட்டான். கூட்டமும் அனுதாபத்தோடு பெருமூச்சு விட்டது. ஒருகணம் அங்கே ஒரு சோகமான சூழல். மிகக் கொடியவர்கள் என்றாலும்கூட அவர்களும் அவ்வப்போது இழப்பை, துக்கத்தை உணரக்கூடியவர்கள்தான் – அதுவும், பெரும் மேதை வாரிசு இல்லாமல் மறைந்து போனது. எனினும் மீண்டும் ஒரு சுற்று குடித்ததும், சற்று உற்சாகம் பிறந்தது.

‘நம் நண்பர்கள் வேறு யாரெல்லாம் மிகவும் துன்பப்பட்டார்கள்?’

‘ஆம் – சிலர், குறிப்பாக புதிதாய் வந்தவர்கள். இவர்கள் சிறு விவசாயிகள். இவர்களது நிலங்களெல்லாம் ஆடுகளுக்கான மேய்ச்சல் நிலமாக மாற்றப்படுவதற்காகப் பறிக்கப்பட்டதால் வாழ்வு இழந்தார்கள். இவர்கள் பிச்சையெடுத்தார்கள். வண்டிச் சக்கரத்தில் கட்டிவைக்கப்பட்டு சவுக்கடி வாங்கினார்கள். மேலாடை அவிழ்க்கப்பட்டு, ரத்தம் ஆறாக ஓடும்வரை அடிக்கப்பட்டார்கள். பிறகு கட்டிவைத்து இவர்கள் மீது கற்களை வீசினார்கள். திரும்பவும், பிச்சையெடுத்தல், திரும்பவும் சவுக்கடி. ஒரு காது வெட்டப்படுதல். இவர்கள் மூன்றாவது முறையும் பிச்சையெடுத்தார்கள். இந்த பாவப்பட்டவர்கள் வேறு என்ன செய்ய முடியும்? கன்னத்தில் சூடு போடப்பட்டு, அடிமைகளாக விற்கப்பட்டார்கள். இவர்கள் தப்பி ஓடினார்கள். வேட்டையாடிப் பிடிபட்டு தூக்கிலிடப்பட்டார்கள். இது சுருக்கமாகச் சொல்லப்படும் கதை. நம்மில் மற்றவர்கள் அவ்வளவு துன்பப்படவில்லை. யோகெல், பர்ன்ஸ், ஹோட்ஜ், எழுந்து உங்கள் அழகைக் காட்டுங்கள்’.

அவர்கள் எழுந்து, தம் கந்தலாடையை அவிழ்த்து, தம் முதுகுகளைக் காட்டினார்கள். முதுகு முழுவதும் குறுக்கும் நெடுக்குமாக சவுக்கடித் தடங்கள், ஒருவன் தலைமுடியை ஒதுக்கி முன்பு இடது காது இருந்த இடத்தைக் காட்டினான். மற்றொருவன் தோளில் V என்று சூடு போடப்பட்ட தடத்தையும், வெட்டுண்ட ஒரு காதையும் காட்டினான். மூன்றாவது ஆள்,

‘நான் யோகெல். அன்பான மனைவி, குழந்தைகளுடன் வசதியான விவசாயியாக ஒரு காலத்தில் இருந்தேன். இப்போது நிலங்கள் பறிக்கப்பட்டுவிட்டன. மனைவியும், குழந்தைகளும் போய்விட்டார்கள். அவர்கள் சுவர்க்கத்தில் இருக்கலாம். ஒருவேளை நகரத்தில்கூட. ஆனால், ஆண்டவருக்கு நன்றி – அவர்கள் நல்லவேளையாக இப்போது இங்கிலாந்தில் இல்லை! வயதான எனது தாயார் உடல்நலமற்றோருக்கு வைத்தியம் பார்த்து பிழைத்துக்கொண்டிருந்தாள். அவளிடம் சிகிச்சை பெற்ற ஒருவன் இறந்துபோனான். வைத்தியர்களால் காரணம் கண்டுபிடிக்க முடியவில்லை. எனவே, என் குழந்தைகளின் கதறலுக்கு நடுவே, அவள் சூனியக்காரி என்று சொல்லப்பட்டு, உயிரோடு எரிக்கப்பட்டாள். ஆங்கிலேயச் சட்டம்! – மிகச் சிறந்ததாம்! உங்கள் கோப்பைகளை உயர்த்தி இங்கிலாந்து எனும் நரகத்திலிருந்து

அவளைக் காப்பாற்றிய கருணைமிக்க ஆங்கிலேயச் சட்டத்தை வாழ்த்தி, மது அருந்துங்கள்! நன்றி நண்பர்களே. நான் வீடு வீடாகப் பிச்சை எடுத்தேன் – நானும், என் மனைவியும் – பசியோடு இருந்த குழந்தைகளை இழுத்துக் கொண்டு – ஆனால் இங்கிலாந்தில் பசியோடு இருப்பது குற்றமாம் – எனவே மூன்று நகரங்களில் எங்களை நிர்வாணமாக்கி சவுக்கடி தந்தார்கள். எல்லோரும் அந்த இரக்கமிக்க ஆங்கிலேய சட்டத்திற்காக மீண்டும் மதுவருந்துங்கள். ஏனெனில் அந்த சவுக்கடி என் மேரியின் ரத்தத்தைக் குடித்து, அவளுக்கு விரைவாக மோட்சம் தந்தது. அவள் இப்போது எல்லாத் துன்பங்களும் விலகி, பாட்டர்ஸ் பீல்டில் அமைதியாக உறங்குகிறாள். குழந்தைகள் நல்லது – சட்டம் என்னை ஊர் ஊராக விரட்ட, அவர்கள் பட்டினி கிடந்தார்கள். குடியுங்கள், நண்பர்களே – ஒரு சொட்டு மட்டும் – எந்தத் தவறும் செய்யாத அந்தக் குழந்தைகளுக்காக ஒரு சொட்டு மட்டும். நான் திரும்பத் திரும்ப ஒரு துண்டு ரொட்டிக்காகப் பிச்சையெடுத்தேன். கைதாகி காதை இழந்தேன். பாருங்கள் – காதில் ஒரு துணுக்கு மிச்சமிருப்பதை. திரும்பவும் பிச்சையெடுத்தேன். அதன் நினைவாக மற்றொரு காதில் ஒரு துணுக்கு இருக்கிறது. கன்னத்தில் ஒரு தடம். முகத்தைக் கழுவினால் சூட்டிக்கோலால் போடப்பட்ட *S* தெரியும்! ஒரு அடிமை! உங்களுக்கு அச்சொல்லின் பொருள் புரியுமா! ஒரு ஆங்கிலேய அடிமை! அதைக் குறிப்பதுதான் அந்த *S*. நான் என் எஜமானனிடமிருந்து தப்பி வந்து விட்டேன். என்னைப் பிடித்து விட்டார்கள் என்றால், இந்த நாட்டின் சட்டப்படி நான் தூக்கில் தொங்கவேண்டும்'. *(1)*

அந்த இறுக்கமான சூழலில் ஒரு குரல்,

'அது நடக்காது – அந்த சட்டத்திற்கு முடிவு இன்று வந்து விட்டது', என்றது.

எல்லோரும் திரும்பிப் பார்க்க, அரசரின் அழகான உருவம் அவர்களை நோக்கி வேகமாக வந்தது. வெளிச்சத்தில் அந்த உருவம் தெளிவாகத் தெரிந்ததும், ஒரே சமயத்தில் பல கேள்விகள்.

'இது யார்?' 'என்ன இது?' ' நீ யாரடா குள்ளனே?'

இந்த வியப்படைந்த மனிதர்களின் முன்னே அந்தப் பையன் தெளிவோடு நின்றான்... அரச கம்பீரத்தோடு,

'நான் இங்கிலாந்தின் அரசன், எட்வர்ட்'.

இந்த பெரும் நகைச்சுவையைக் கேட்டு, பயங்கரமான சிரிப்பு வெடித்தது. அரசருக்கு அவமானமாக இருந்தது. அவன் கோபமாக,

‘பண்பாடற்ற ஊர் சுற்றிகளே! நான் வாக்களித்த அரச வரத்திற்கு இதுதான் உங்கள் மரியாதையா?’ என்றான்.

அவன் இன்னும் கோபமாகப் பேசியவை அங்கிருந்த கூச்சல், சிரிப்பில் கேட்கவில்லை. ‘ஜான் ஹாப்ஸ்’ மிக சிரமப்பட்டு அந்த கூச்சலை அடக்கி,

‘நண்பர்களே! இது என் மகன். எப்போதும் கனவு காணும் ஒரு முட்டாள். பைத்தியம். தன்னை அரசன் என்று நினைத்துக் கொண்டிருக்கிறான். அவனை கண்டுகொள்ள வேண்டாம்,’ என்றான். அவனை நோக்கித் திரும்பிய எட்வர்ட், ‘நான்தான் அரசர். உரிய நேரத்தில், அதற்கு சரியான விலை கொடுத்து நீ அறிந்துகொள்வாய். நீ ஒரு கொலை செய்ததை இங்கு ஒப்புக் கொண்டாய். அதற்காக நீ தூக்கில் தொங்குவாய்,’ என்றான்.

’நீ என்னைக் காட்டிக்கொடுப்பாயா? – உன்னை என்ன செய்கிறேன் பார்’.

தலைவன் தலையிட்டு, அரசரைக் காப்பாற்றினான். ‘உனக்கு அரசர், தலைவன் யார் மேலும் மரியாதை இல்லை. என் எதிரில் நீ இவ்விதம் திரும்பவும் நடந்துகொண்டால், நானே உன்னை தூக்கிலிட்டு விடுவேன்,’ என்று அவனைக் கண்டித்தான். பிறகு, அரசரிடம் திரும்பி, ‘தம்பி! நீ என் தோழர்களை இனிமேல் மிரட்டக் கூடாது. இவர்களைப் பற்றி எங்கும் தவறாகப் பேசக் கூடாது. உன் கிறுக்குத்தனத்திற்கு மகிழ்ச்சி தரும் என்றால் நீ அரசனாக இருந்து கொள். அதில் ஒரு தீங்கும் இல்லை. ஆனால் உனது பட்டத்தை பயன்படுத்தாதே. நாங்கள் சில விதங்களில் தீயவர்கள்தான். ஆனாலும் அரசருக்குத் துரோகம் செய்யுமளவு தாழ்ந்தவர்கள் அல்ல. நாங்கள் விசுவாசமாக இருப்பவர்கள். நான் சொல்வது உண்மை. இப்போது அனைவரும் சொல்லுங்கள்,’ ‘இங்கிலாந்து அரசர் எட்வர்ட் வாழ்க்!’

‘இங்கிலாந்து அரசர் எட்வர்ட் வாழ்க!’

அந்த இழிந்த கூட்டத்திடமிருந்து எழுந்த இடிமுழக்கம் போன்ற வாழ்த்தொலியில் அந்தக் கட்டிடம் நடுங்கியது. ஒரு கணம் குட்டி அரசனின் முகம் மலர்ந்தது. அவன் தலையைச் சாய்த்து, கம்பீரமான எளிமையோடு.

'எனது குடிக்களுக்கு எனது நன்றி!' என்றான்.

அவனது எதிர்பாராத பதில் கூட்டத்தினரிடம் மீண்டும் சிரிப்பை எழுப்பியது. எல்லாம் சற்று அமைதியானதும், தலைவன்.

'அதை விட்டுவிடு, தம்பி! அது நல்லதல்ல. உன் கற்பனையில் வேறு ஏதாவது சொல், இந்தப் பதவி வேண்டாம், வேறொரு பெயர் சூட்டிக் கொள்,' என்றான்.

கூட்டத்தில் ஒருவன், 'முட்டாள்களின் அரசர் முதலாம் ஃபூ ஃபூ' என்று கத்தினான்.

அந்தப் 'பட்டம்' உடனே ஏற்கப்பட்டது. ஒவ்வொருவரும் அந்தப் பட்டப்பெயரை வைத்து,

'முட்டாள்களின் அரசர், முதலாம் ஃபூ ஃபூ நீடுழி வாழ்க' என்று கத்தினர். பலரும் சிரித்தனர், ஊளையிட்டனர்.

'அவனுக்கு முடி சூட்டுங்கள்.'

'அங்கி அணிவியுங்கள்.'

'அவனுக்கு செங்கோல் கொடுங்கள்.'

'அரியணை ஏற்றுங்கள்'.

இந்த இருபதுச் சொச்சம் குரல்கள் ஒரே சமயத்தில் ஒலித்தன. அந்தச் சிறுவன் மூச்சு விடுவதற்குள், ஒரு தகரத் தாம்பாளத்தை கிரீடமாக வைத்தார்கள். கிழிந்த போர்வையை அங்கியாக அணிவித்தார்கள். ஒரு பீப்பாயை அரியணையாக மாற்றி அமர வைத்தார்கள். ஈயம் பூசுபவர் பயன்படுத்தும் சூட்டுக்கோலை செங்கோலாகத் தந்தார்கள். எல்லோரும் சுற்றிலும், மண்டியிட்டு அமர்ந்து கேலிக்குரல் கொடுத்தார்கள்.

'கருணை காட்டுங்கள், எங்கள் இனிய அரசே!'

'பிரபு! இந்த அற்பப்புழுக்களை மிதித்து விடாதீர்கள்!'

'இந்த அடிமைகள்மீது கருணை கொண்டு, உங்கள் காலால் உதைத்துப் பெருமைப்படுத்துங்கள்!'

'ஒளி வீசும் சூரியரே! உங்களது கிரணங்களால் எங்களுக்குக் கதகதப்புத் தாருங்கள்!'

'உங்கள் பாதங்களால் இந்தத் தரையைப் புனிதப்படுத்துங்கள். உங்கள் காலடி மண்ணைத் தின்று நாங்கள் மேன்மை பெறுகிறோம்!'

'எங்கள் முகத்தில் உமிழுங்கள், உங்களது அருள் பாலிக்கும் தன்மை பற்றி எங்கள் பரம்பரை பெருமை பேசட்டும்!'

ஆனால் அன்றைய கதாநாயகன் ஈயம் பூசுபவன்தான். அவன் அரசரின் காலை முத்தமிட முயன்றபோது, உதைக்கப்பட்டான். உடனே அரசர் உதைத்த இடத்தில் வேறு எந்த அழுக்கும் படாமல் ஒரு கந்தையால் மூடி அதை காப்பாற்றப் போவதாகவும், பிறகு பிரதான சாலைப் பக்கம் போய், நூறு ஷில்லிங் தருபவர்களுக்கு மட்டும் அந்த இடத்தைக் காட்டப்போவதாகவும் சொன்னான். அவனது இந்த வேடிக்கைக்கு எல்லோரும் விழுந்து விழுந்து சிரித்தார்கள்.

அரசரின் கண்களில் வேதனை, அவமானத்தின் கண்ணீர். 'நான் அவர்களுக்கு தீங்கு செய்திருந்தால்கூட இத்தனை கொடூரமாக நடந்துகொண்டிருக்க மாட்டார்கள். ஆனால் நான் அவர்களுக்கு நன்மை செய்ய நினைத்தேன் - அதற்கு இதுதான் பரிசு,' என்று நினைத்துக்கொண்டான்.

அத்தியாயம் – 18

ஊர்சுற்றிகளுடன் இளவரசன்

அந்த நாடோடிகள் கூட்டம் அதிகாலையில் கிளம்பியது. ஜில்லென்ற பனிக்காற்று. வெயில் அதிகமில்லை. ஈரமான தரை. கூட்டத்தின் அத்தனை உற்சாகமும் போய்விட்டது. சிலர் எரிச்சலோடு அமைதியாக வந்தனர். எல்லோருக்கும் தாகம்.

தலைவன் 'ஜாக்'கை ஹியுகோவின் பொறுப்பில் விட்டான். சிறுவனைவிட்டு விலகி இருக்குமாறு ஜான் கேண்டிக்கு உத்தரவிட்டான். 'பையனிடம் கடுமையாக நடந்துகொள்ள வேண்டாம்' என்று ஹியுகோவிடம் சொன்னான்.

சிறிது நேரத்தில் மேகங்கள் விலகி, பருவநிலை இதமாக இருந்தது. கூட்டத்திற்கு நடுக்கம் குறைந்தது. உற்சாகம் வர ஆரம்பித்தது. ஒருவரையொருவர் அடித்துக்கொண்டு, வழியில் தென்படுவோரை வம்பிழுத்துக்கொண்டு சென்றார்கள். அவர்கள் தம் வாழ்க்கை முறையை ரசிப்பதுபோல் இருந்தது. வழியில் தென்பட்டோரும் இவர்களது ஆபாசமான திமிர்த்தனத்தைப் பார்த்து, எதிர்ப்பேதும் சொல்லாது ஒதுங்கிக்கொண்டார்கள்.

வழியில் வேலியில் கிடந்தவற்றை எல்லாம் எடுத்துக் கொண்டார்கள். உரிமையாளர்களும் எதுவும் சொல்லவில்லை.

இப்படியே அவர்கள் சிறு பண்ணை வீட்டை அடைந்தார்கள். அந்த வீட்டின் விவசாயியும், அவனது ஆட்களும் நடுங்கியபடி இவர்களுக்கு உணவு ஏற்பாடு செய்து தந்தார்கள். உணவு பரிமாறிய அந்த வீட்டின் பெண்மணி, அவளது புதல்விகளை ஆபாசமாக கேலி செய்து சிரித்தார்கள். விவசாயி, அவன் மகள்கள் மீது எலும்புகள், காய்கறிளை வீசி அவமதித்தார்கள். குறி தவறாது அவர்கள் மீது விழுந்தால் சிரித்து ஆர்ப்பாட்டம் செய்தார்கள். இவர்களது செயலைக்கண்டு முகம் சுளித்த விவசாயியின் மகளின் தலையில் வெண்ணெயைக் கொட்டினார்கள். கிளம்பும்போது இதுபற்றி அதிகாரிகளிடம் புகார் கூறினால், திரும்ப வந்து வீட்டை எரித்துவிடுவதாக மிரட்டினார்கள்.

நீண்டநேரம் சுற்றியலைந்த பிறகு, மதியம் ஒரு கிராமத்தின் வெளிப்புறத்தில் தங்கினார்கள். ஒரு மணிநேர ஓய்விற்குப் பிறகு தனித்தனியாக, தம் தொழிலைச் செய்ய பல்வேறு பாதைகளில் ஊருக்குள் நுழைந்தார்கள். ஜாக், ஹியூகோவுடன் அனுப்பப்பட்டான். அவர்கள் சிறிது நேரம் அங்குமிங்கும் திரிந்தார்கள். ஹியூகோ ஏதாவது செய்ய வாய்ப்புக் கிடைக்குமா என்று பார்த்தான். ஒன்றும் சிக்கவில்லை. கடைசியில் அவன்,

‘இங்கு திருட ஒன்றுமில்லை. தரித்திரம் பிடித்த இடம். நாம் பிச்சையெடுக்கலாம்,’ என்றான்,

‘நாமா! நீ உன் தொழிலை செய் – அது உனக்குப் பொருத்தமானது. ஆனால் நான் பிச்சையெடுக்க மாட்டேன்,’ என்றான் இளவரசன்.

‘நீ பிச்சை எடுக்கமாட்டியா?’ என்று வியப்போடு கேட்டான் ஹியூகோ. ‘எப்போது நீ திருந்தினாய்?’

‘இதற்கு என்ன அர்த்தம்?’

‘அர்த்தமா? நீ உன் வாழ்க்கை முழுவதும் லண்டன் தெருக்களில் பிச்சைதானே எடுத்து வந்தாய்?’

‘நானா? முட்டாள்!’

‘வார்த்தைகளை அளந்து பேசு. உன் அப்பா நீ எப்போதும் பிச்சை எடுத்து வந்ததாகச் சொன்னார். ஒருவேளை அவர் பொய் சொல்லியிருக்கலாம். ஒரு வேளை நீ அவர் பொய் சொல்வதாகக் கூட தைரியமாகச் சொல்வாய்,’ என்றான் ஹியுகோ.

‘அவன் என் தந்தை என்று சொன்னானா? ஆம், பொய் சொல்லியிருக்கிறான்.’

‘போதும், உன் பைத்தியக்கார விளையாட்டை நிறுத்து, இதை நான் அவரிடம் சொன்னால் உன்னை அடித்துக் கொன்று விடுவார்.’

‘உனக்கு அந்த சிரமம் வேண்டாம். நானே சொல்லிவிடுகிறேன்.’

‘உண்மையில் உன் தைரியம் எனக்குப் பிடிக்கிறது. ஆனால் உன் முடிவு எனக்குப் பிடிக்கவில்லை. இந்த வாழ்வில் அடியும், உதையும் போதுமான அளவிற்குக் கிடைக்கும். ஆனால் அதை நாமாகக் கேட்டுப்பெறக் கூடாது. நான் உன் அப்பாவை நம்புகிறேன். அவர் பொய் சொல்வார் என்று நினைக்கவில்லை. இதில் அவர் பொய் சொல்ல எந்தக் காரணமும் இல்லை. ஒரு புத்திசாலி இப்படிப்பட்ட நல்ல பொருளை வீணாக விடமாட்டான். வா, உன் வேடிக்கையை நிறுத்து. என்ன செய்யலாம்? ஏதாவது சமையலறைக்குள் புகுந்து திருடலாமா?’

அரசன் பொறுமையிழந்து,

‘இந்த முட்டாள்தனத்தை நிறுத்து – நீ என்னை எரிச்சலூட்டுகிறாய்,’ என்றான்.

ஹியுகோவும் கோபமாக,

‘நண்பா! நீ திருட மாட்டாய், பிச்சையெடுக்க மாட்டாய். இருக்கட்டும். ஆனால் நீ என்ன செய்யவேண்டும் என்று சொல்கிறேன். நான் பிச்சையெடுக்க, உதவியாவது செய்,’ என்றான்.

அரசன் ஏதோ சொல்லவருவதற்குள் அவன்,

‘பேசாதே! அன்பான முகம் கொண்ட ஒருவன் வருகிறான். நான் வலிப்பு வந்ததுபோல் கீழே விழுகிறேன். அந்த ஆள் என்னிடம் ஓடிவரும்போது, நீ சத்தமாக அழுது ரகளை செய். ‘ஐயோ! எனது அண்ணனுக்கு இப்படி ஆகிவிட்டதே! உதவிக்கு யாரும் இல்லையே! ஆண்டவர் பெயரால் இந்த ஏழைகளுக்கு, கைவிடப்பட்ட பரிதாபமான ஜீவன்களுக்கு ஏதேனும் காசு கொடுங்கள்’ எனறு அடிவயிற்றிலிருந்து கத்து. அவன் ஏமாந்து காசு தரும்வரை அழுகையை நிறுத்தாதே!’ என்றான்.

அப்படியே ஹியுகோ கண்கள் செருக, கீழே விழுந்து முனங்கியபடி, துடிக்க ஆரம்பித்தான். அந்த ஆள் பக்கத்தில்

வரும்போது இன்னும் அதிக வேதனையோடு புரண்டு துடித்தான். அந்த நல்ல மனிதன், 'ஐயோ, பாவம்! எப்படி வேதனைப்படுகிறான்! நான் உதவுகிறேன்', என்றான்.

'ஐயா! உங்களைப்போன்ற கனவானை ஆண்டவர் ஆசிர்வதிக்கட்டும். ஆனால் வலிப்பு வரும்போது, நீங்கள் தொட்டால் என் வலி அதிகமாகும். இப்படி வலிப்பு வரும்போது நான் எப்படித் துன்புறுவேன் என்பதை என் தம்பி உங்களுக்குக் கூறுவான். ஒரு காசு, ஐயா! உணவு வாங்க ஒரு காசு போதும்: பிறகு என் துன்பத்தோடு என்னை விட்டுவிடுங்கள்.'

'ஒரு காசு! மிகவும் துன்புறும் உனக்கு மூன்று காசு தருகிறேன்' எனறு அவன் தனது பையை அவசரமாகத் துழாவினான். 'தம்பி! இதை வைத்துக் கொள், இங்கே வா, உன் அண்ணனை வீட்டிற்குத் தூக்கிச் செல்ல உதவு', என்று இளவரசனிடம் சொன்னான்.

'நான் இவனது தம்பியல்ல,' என்றான் அரசன்.

'என்னது! தம்பி இல்லையா?'

'ஐயோ! பாருங்கள், இவன் சொந்த அண்ணனை இல்லை என்கிறான். இவன் நரகத்திற்குத்தான் போவான்,' என்று கத்தினான் ஹியுகோ. உள்ளூர பல்லைக் கடித்தபடி.

'தம்பி! இது உன் அண்ணன்தான் என்றால் நீ சிறிதும் இரக்கமில்லாதவன். என்ன அவமானம் - அவனால் கை, கால்களை அசைக்கக்கூட முடியவில்லை. இவன் உன் அண்ணன் இல்லை என்றால் பிறகு யார்?'

'ஒரு பிச்சைக்காரன், திருடன்! உங்கள் பணத்தை வாங்கும் போதே, உங்களிடமிருந்து திருடியும் விட்டான். அவனை குணப்படுத்த வேண்டும் என்றால், உங்கள் கைத்தடியால் அவன் முதுகில் சாத்துங்கள்.'

ஆனால் ஹியுகோ அதற்காகக் காத்திருக்கவில்லை. ஒரே நொடியில் காற்றாகப் பறந்துவிட, அந்தக் கனவான் அவன் பின்னால் கூச்சலிட்டபடி ஓடினான். அரசன் தன் விடுதலைக்காக கடவுளுக்கு நன்றி சொல்லியபடி எதிர்திசையில் ஓடினான். ஆபத்திலிருந்து வெகுதூரம் வந்த பிறகுதான் ஓட்டத்தை நிறுத்தினான். யாரேனும் துரத்துகிறார்களா என்று பின்னால் பார்த்தவாறே, பல மணிநேரம் நடந்தான். ஒரு வழியாக பயம்

நீங்கி, பாதுகாப்பு உணர்வு வந்தது. தான் மிகவும் களைத்து, பசியோடு இருப்பதாக உணர்ந்தான். எனவே ஒரு பண்ணை வீட்டில் போய் நின்றான். ஆனால் அவன் வாயைத் திறப்பதற்கு முன் விரட்டிவிட்டார்கள். அவனது உடைகளின் கோலம் அப்படி.

அவன் மிக அவமானப்பட்டு, இனி இப்படி ஒரு சூழ்நிலை வரக்கூடாது என்ற உறுதியுடன் திரிந்தான். ஆனால் பசிக்கு வைராக்கியம் கிடையாது. எனவே, மாலை நேரத்தில் மீண்டும் மற்றொரு பண்ணை வீட்டில் முயற்சி செய்தான். இங்கு அதைவிட மோசமான வரவேற்பு. கடுமையாகத் திட்டினார்கள். பிச்சைக்காரன் என காவலர்களிடம் பிடித்துத் தந்துவிடுவதாக மிரட்டினார்கள்.

இரவு கடுங்குளிரோடு வந்தது. ஆனாலும் அவன் கால் வலியோடு மெதுவாக நடந்தான். ஏனெனில் உட்கார்ந்தால் குளிர் எலும்பு வரை துளைத்தது. இப்படி துன்பத்தோடு இரவில் வெட்டவெளியில் திரிவது அவனுக்கு புதிய அனுபவம். அவ்வப்போது ஏதேனும் சத்தம் கேட்கும். பிறகு மறைந்து விடும். அதெல்லாம் ஏதோ பேயோ, பிசாசோ என்று அஞ்சி நடுங்கினான். எப்போதாவது, வெகு தூரத்தில் ஏதோ வேறு உலகத்தில் இருப்பதுபோல – லேசான ஒளி மினுங்கும். வெகு தூரத்தில் ஆட்டுக்குட்டியின் மணியோசை தெளிவின்றிக் கேட்கும். இரவுக் காற்றில் கால்நடைகளின் ஓசைகள் மெதுவாக வரும். கண்ணுக்குப் புலனாகாத வயல்வெளியிலிருந்து குற்றம் சாட்டுவதுபோல் ஒரு நாயின் ஊளை கேட்கும். இவையெல்லாம், மனிதர்கள் எங்கோ வெகு தொலைவில் இருக்கிறார்கள், தான் அளவிட முடியாத தனிமையில் எங்கோ தனித்து விடப்பட்டுள்ளோம் என்பதை அவனுக்கு உணர்த்தின.

இந்த புது அனுபவத்தோடு அவன் நடந்தான். மேலே காய்ந்த இலைகள் உரசுவது மனிதர்கள் முனங்குவதுபோல் கேட்கும். இவ்வாறாக அவன் ஒரு சிறிய தகர விளக்கு வெளிச்சத்தினருகே வந்துவிட்டான். இருளில் மறைந்துகொண்டு காத்திருந்தான். விளக்கு ஒரு கிடங்கின் கதவருகே இருந்தது. அரசன் மேலும் சிறிது நேரம் காத்திருந்தான். எந்த ஓசையும் இல்லை. யாரும் வருவதுபோல் தெரியவில்லை. குளிரில் அசையாமல் நின்றிருக்கும் போது, அந்தக் கிடங்கு அவனை ஈர்த்தது. என்ன ஆனாலும் சரி என்று தைரியமாக உள்ளே நுழைந்தான். சத்தமின்றி, விரைவாக உள்ளே சென்றபோது, பின்னால் ஏதோ குரல்கள் கேட்டன. அவன் ஒரு பீப்பாயின் பின்னால் மறைந்துகொண்டான். கையில்

விளக்கோடு வந்த இரு பண்ணைத் தொழிலாளிகள், பேசிக் கொண்டே வேலை பார்க்க ஆரம்பித்தார்கள். அவர்கள் விளக்கை இடம் மாற்றியபோது, அரசன் அந்த இடத்தை நன்றாகப் பார்த்துக் கொண்டான். பக்கத்தில் குதிரைப் போர்வைகளும் இருந்தன. இவர்கள் போனபிறகு அவற்றைப் பயன்படுத்திக்கொள்ளலாம்.

அவர்கள் வேலையை முடித்துவிட்டு, கதவைச் சார்த்திவிட்டு, விளக்கோடு வெளியே சென்றனர். குளிரில் நடுங்கிய அரசன், அந்தப் போர்வைகளை எடுத்துப் போர்த்திக்கொண்டான். இரு போர்வைகளை படுக்கையாக விரித்தான். போர்வைகள் பழையவையாக, மெலிதாக இருந்தாலும், கதகதப்பாக இருந்தன. அவற்றிலிருந்து வெளிப்பட்ட குதிரை வீச்சத்தில் மூச்சுத் திணறியது.

அரசன் பசியில் இருந்தாலும், மிக களைத்திருந்ததால், இவற்றைப் பற்றிக் கவலைப்படாது அரைகுறைத் தூக்கத்திலாழ்ந்தான். அப்படியே நித்திரையில் ஆழும்போது தன்னை எதுவோ தொடுவதுபோல உணர்ந்தான்! மூச்சைப் பிடித்தவாறு, விழித்துக் கொண்டான். இருளில் யாரோ மர்மமாகத் தொடுவதில் அவன் இதயம் நின்று விட்டது. அவன் அசையாமல் கவனித்தான். ஆனால் எந்த அசைவும், ஓசையும் இல்லை. மீண்டும் தூங்கப் போனால் திரும்பவும் யாரோ தொட்டார்கள்! அந்தத் தொடுதல் கண்ணுக்குப் புலனாகாமல் பயங்கரமான இருந்தது. பையன் பேய், பிசாசுகளை எண்ணி பயந்தான். என்ன செய்வது? தெரியவில்லை. இதிலிருந்து தப்ப, இந்த வசதியான இடத்திலிருந்து வெளியேறுவதா? ஆனால் எங்கு செல்வது? இந்தக் கிடங்கை விட்டுப்போக முடியாது. ஆனால் இந்த நான்கு சுவர்களுக்கு நடுவில், இருளில், கன்னத்திலும், தோளிலும் மென்மையாகத் தொடும் அந்த மர்ம பூதத்தோடு இருப்பதை நினைத்தால் நடுங்கியது. 'இங்கேயே இருப்பது நல்லதா? இல்லை. ஆனால், பிறகு வேறு என்ன செய்ய முடியும்? ஒரே ஒரு வழிதான் இருக்கிறது. அதைத் தொட்டுப் பார்த்து என்னவென்று கண்டுபிடித்துவிடலாம்.'

இப்படி நினைப்பது எளிதாக இருந்தது. ஆனால் அதை செய்து பார்ப்பது மிகக் கடினமாக இருந்தது. அவன் இருளில் மிக எச்சரிக்கையாக, மெதுவாக கையை நீட்டினான். ஒன்றுமில்லை. நான்காவது முறை நீட்டியபோது கை மென்மையான, கதகதப்பான ஒன்றைத் தொட்டது. அவன் பயத்தில் நடுங்கிப் போனான்.

இன்னும் கதகதப்பாக இருக்கும் பிணமாக இருக்குமோ என்று பயந்தான். ‘அதைத் தொடுவதற்குப் பதில்தான் செத்து விடலாம்’ என்று நினைத்தான். ஆனால் மனிதனின் ஆர்வத்திற்கு இருக்கும் அழிவற்ற பலத்தின் காரணமாக அது தவறான எண்ணம் என்று முடிவு செய்தான். ‘திரும்பவும் தடவிப் பார்த்தான். இப்போது நீண்ட முடி சிக்கியது. அப்படியே தொடர்ந்து தடவினால் ஒரு கயிறு தட்டுப்பட்டது. கயிறைத் தொடர்ந்து தடவிப்பார்த்தால் அது ஒரு சாதுவான கன்றுக்குட்டி! அந்தக் கயிறு உண்மையில் கயிறல்ல; கன்றின் வால்.

சாதுவான கன்றை வேறு எதுவோ என்று நினைத்தது பயப்பட்டது பற்றி அரசனுக்கு வெட்கமாக இருந்தது. ஆனால் அந்த வெட்கம் தேவையற்றது. ஏனெனில் கன்றும் அவனைப் போலவே பயந்திருந்தது. மூடநம்பிக்கையான அக்காலத்தில் யாராக இருந்தாலும் அப்படித்தான் பயந்திருப்பார்கள்.

அது கன்று என்பதற்காக மட்டுமின்றி, அது தந்த துணைக்காகவும் அரசன் மகிழ்ந்தான். இத்தனை நேரம் தனிமையில் வாடியதற்கு அந்தத் துணை ஆறுதலாக இருந்தது. சக மனிதர்களால் துன்புறுத்தப்பட்ட அவனுக்கு, இந்த வாயில்லா ஜீவனால் பெரும் ஆறுதல் ஏற்பட்டது. எனவே அவன் அந்தஸ்து பார்க்காமல் கன்றோடு நட்புகொள்ள முடிவு செய்தான்.

அதன் கதகதப்பான முதுகைத் தடவிக்கொடுத்தான். தன் படுக்கையை மாற்றிப்போட்டு, கன்றினருகில் படுத்தான். அப்படியே அதைக் கட்டிக்கொண்டு, இருவர் மேலும் போர்வையைப் போர்த்திக்கொண்டான். ஓரிரு நிமிடங்களில் தனது வெஸ்ட்மின்ஸ்டர் அரண்மனையில் தூங்குவதுபோல சொகுசாக உறக்கத்தில் ஆழ்ந்தான்.

உடனடியாக இன்பமான நினைவுகள் வந்தன. வாழ்க்கை உற்சாகமானதாகத் தெரிந்தது. அவன் அடிமைத்தனம், குற்றங்களின் பிடியிலிருந்து, கொடூரமான குற்றவாளிகளின் பிடியிலிருந்து தப்பினான். கதகதப்பாக உணர்ந்தான். பாதுகாப்பான இடத்தில் இருந்தான். ஒரே வார்த்தையில் சொன்னால், மகிழ்ச்சியாக இருந்தான். இரவின் பனிக்காற்று அதிகரித்தது. அதன் வீச்சில் அந்தப் பழைய கிட்டங்கி நடுங்கியது. அவ்வப்போது காற்றின் வேகம் குறைந்து முணுமுணுப்பாக இருந்தது. ஆனால் அரசன் இப்போது வசதியாகப் படுத்திருப்பதால் இவையெல்லாம்

அவனுக்கு இசைபோலக் கேட்டன. அது ஓங்கி வீசட்டும். கதவைத் தட்டட்டும், முனங்கட்டும், ஊளையிடட்டும், அவன் அதைப் பொருட்படுத்தாமல் ரசிப்பான். அவன் வெறுமனே தன் நண்பனை மேலும் இறுகக் கட்டிக்கொண்டு மிக அமைதியான, சாந்தமான கனவற்ற உறக்கத்தில் ஆழ்ந்தான். தூரத்தில் நாய்கள் ஊளையிட்டன. கால்நடைகள் துயரோடு குரல் தந்தன. காற்று சீறியது. மழை ஆவேசமாகக் கூரையைத் தாக்கியது. ஆனால் இங்கிலாந்தின் அரசன் எந்த சலனமுமின்றித் தூங்கினான். அக்கன்றும் அவ்வாறே. அது ஓர் எளிய ஜீவன் என்பதால் அதற்கு புயல் பற்றிய அச்சமும் இல்லை. அரசனோடு உறங்குவதில் சங்கடமும் இல்லை.

அத்தியாயம் – 19

விவசாயிகளுடன் இளவரசன்

காலையில் அரசன் கண்விழித்தபோது, இரவு ஓர் எலி அவன் மார்பில் சுகமாகப் படுத்திருந்ததைப் பார்த்தான். இவன் எழுந்ததும் அது ஓடிவிட்டது. பையன் புன்னகைத்தான். ‘முட்டாள், என்னைப் பார்த்து என்ன பயம்? நானும் உன்னைப்போல் ஆதரவற்றவன். நானே உதவிக்கு யாருமின்றி இருக்கும்போது, அது போன்றவர்களை துன்புறுத்த மாட்டேன். மேலும், நல்ல சகுனத்திற்காக உனக்கு நான் நன்றி சொல்ல வேண்டும். அரசருக்கு துன்பம் வரும் காலத்தில் படுக்கையில் எலி வந்தால், அவனுக்கு அதிர்ஷ்டம் வரும் என்பார்கள்,’ என்று சொல்லிக்கொண்டான். அவன் எழுந்து வந்தபோது, குழந்தைகளின் குரல்கள் கேட்டன. கதவைத் திறந்துகொண்டு இரு சிறு பெண்குழந்தைகள் வந்தார்கள். இவனைப் பார்த்ததும் அவர்களது பேச்சும், சிரிப்பும் நின்றன. அப்படியே அசையாமல் நின்று இவனை ஆர்வமாகப் பார்த்தார்கள். தங்களுக்குள் ஏதோ பேசிவிட்டு, இவன் அருகே வந்தார்கள்.

திரும்பவும் நின்று ஏதோ பேசினார்கள். பிறகு தைரியம் வந்து, அவனைப் பற்றி சத்தமாகப் பேசினார்கள். ஒரு சிறுமி,

'இவனுக்கு அழகான முகம்,' என்றாள்.

மற்றவள், 'தலைமுடியும் அழகு' என்றாள்.

'ஆனால் மோசமாக உடுத்தியிருக்கிறான்.'

'பார்த்தால் எதுவும் சாப்பிடவில்லைபோல் இருக்கிறது.'

அவர்கள் வெட்கத்தோடு அவனருகில் வந்து அவனை மிகக் கூர்மையாக ஆராய்ந்தார்கள். ஏதோ புதுவித விலங்கைப் பார்ப்பது போல, எச்சரிக்கையுடன் பார்த்தார்கள். கடைசியில் பாதுகாப்பாக இருவரும் கைகளைக் கோர்த்துக்கொண்டு அருகில் வந்தார்கள். ஒருத்தி தைரியத்தை வரவழைத்துக்கொண்டு, நேரடியாக,

'நீ யார்?' என்றாள்.

'நான் அரசர்!'

குழந்தைகள் திகைத்தார்கள். கண்கள் விரிந்தன. அரை நிமிடத்திற்கு பேச்சின்றி நின்றார்கள். பிறகு ஆவல் மௌனத்தை உடைத்தது.

'அரசரா? எந்த அரசர்?'

'இங்கிலாந்து அரசர்.'

குழந்தைகள் ஒருவரையொருவர் பார்த்துக்கொண்டார்கள். பிறகு அவனைப் பார்த்தார்கள். குழப்பமும், வியப்புமாக திரும்பவும் ஒருவரையொருவர் பார்த்துக்கொண்டார்கள். பிறகு ஒருத்தி,

'அவன் சொன்னதைக் கேட்டாயா? மார்ஜரி! தான் அரசர் என்று சொல்கிறான். இது உண்மையாக இருக்குமா?'

'அது உண்மையில்லாமல் எப்படி இருக்கும் பிரிஸ்ஸி? இவன் பொய்யா சொல்லப்போகிறான்?'

பிரிஸ்ஸி ஒருகணம் யோசித்துவிட்டு,

'நீ உண்மையிலேயே அரசர் என்றால், நான் உன்னை நம்புகிறேன்,' என்றாள்.

'நான் உண்மையிலேயே அரசன்!'

விஷயம் முடிந்தது. வேறு விவாதமின்றி அவன் அரசன் என்பதை ஏற்றார்கள். அவன் எப்படி இங்கு வந்தான், ஏன் இப்படி உடுத்தியிருக்கிறான் என்று அவன் விவகாரங்கள் அனைத்தையும் கேட்டார்கள். அவர்கள் சந்தேகப்பட மாட்டார்கள் என்பதால் தன்

விஷயங்களை அனைத்தையும் கொட்டுவது அவனுக்கு ஆறுதலாக இருந்தது. தன் பசியைக்கூட மறந்து தன் கதையைச் சொன்னான். அந்த குட்டிப்பெண்கள் கனிவோடு அதைக் கேட்டுக்கொண்டார்கள். அவன் நீண்டநேரமாக எதுவும் சாப்பிடவில்லை என்பதை அறிந்ததும், பேச்சை நிறுத்திவிட்டு, அவனுக்கு சாப்பாடு தர அழைத்துச் சென்றார்கள்.

அரசனுக்கு மகிழ்ச்சி. 'எனது நிலை சரியானதும், இந்தக் குழந்தைகள் எப்படி என்னை நம்பி உதவினார்கள் என்பதை மனதில் கொண்டு, இவர்களை கௌரவப்படுத்துவேன். பெரியவர்கள்தான் தாம் புத்திசாலிகள் என்று நினைத்துக்கொண்டு, என்னை நம்பாமல் கேலி செய்கிறார்கள்,' என்று நினைத்துக் கொண்டான்.

குழந்தைகளின் தாய் அரசனை அன்போடு, இரக்கத்தோடு வரவேற்றாள். அவனது ஆதரவற்ற நிலையும், புத்திசாலித்தனமும் அவளது தாயுள்ளத்தை நெகிழச் செய்தன. அவள் ஒரு விதவை. ஏழை. அதனால் அவள் துரதிர்ஷ்டசாலிகளின் துயரை அறிந்தவள். அவள் இந்த புத்தி சரியல்லாத பையன் வீட்டைவிட்டு ஓடி வந்து விட்டான் என்று நினைத்தாள். அவனை திரும்ப வீட்டுக்கு அனுப்பலாம் என்று எண்ணி அவன் எப்போது வந்தான் என்று அறிய முயன்றாள். ஆனால் அவள் கேட்ட அக்கம்பக்கத்து கிராமங்கள், ஊர்கள் பற்றி அந்தப் பையனுக்கு எதுவும் தெரியவில்லை. அவன் அரசவை விவகாரங்கள் பற்றி எளிமையாக, நேர்மையாகப் பேசினான். 'தனது தந்தை' காலஞ்சென்ற அரசர் பற்றிப் பேசும்போது ஓரிருமுறை அழுதுவிட்டான். ஆனால் சற்று சாதாரண விஷயங்கள் பற்றிப் பேசினால் அவனுக்கு அக்கறையில்லை. மௌனமானான்.

அந்தப் பெண்ணுக்குப் பெரும் குழப்பம். ஆனால் அவள் முயற்சியை விடவில்லை. சமையல் செய்துகொண்டே, பையனின் ரகசியங்களை அறிந்துகொள்ள சில திட்டங்களைத் தீட்டினாள். கால்நடைகள் பற்றிப் பேசினாள் – அவன் ஆர்வம் காட்டவில்லை. ஆடுகள் பற்றிப் பேசினாலும் அதே விளைவுதான். எனவே இவன் கால்நடை மேய்ப்பவன் என்ற அவளது ஊகம் தவறானது. அவள் மில்கள், நெசவாளர்கள், கருமான்கள் என்று பலவிதமான தொழில்கள் பற்றிப் பேசினாள். பைத்தியக்காரர்கள் விடுதி, சிறை. அனாதை இல்லங்கள் பற்றிப் பேசினாள். எல்லாவற்றிலும் அவளுக்கு குழப்பம்தான் மிஞ்சியது. ஆனால் மொத்தமாக அப்படி

முடிவு செய்துவிடக் கூடாது. ஏனெனில் அவள் 'வீட்டு வேலைக்காரன்' என்ற ஒரு தொழிலுக்கு வாய்ப்புகளைக் குறுக்கியிருந்தாள். இவன் வீட்டு வேலைக்காரனாகத்தான் இருப்பான். ஆமாம், இப்போது சரியான வழியில் தான் செல்வதாக அவள் நினைத்தாள். எனவே அதே வழியில் சென்றாள். ஆனால் அதன் விளைவு நம்பிக்கை தரவில்லை. தரை பெருக்குவது அவனுக்கு பிடிக்கவில்லை. நெருப்பு மூட்டுவதில் ஆர்வம் இல்லை. தூசி தட்டி, துடைப்பது, தேய்த்துப் பளபளப்பாக்குவது எதிலும் அவன் ஆர்வம் காட்டவில்லை. நம்பிக்கை தேய, அவள் சமையல் பற்றிப் பேசினாள். அரசனின் முகம் உடனே ஒளிர்ந்தது கண்டு அவளுக்கே வியப்பாக இருந்தது! 'ஆஹா, கண்டுபிடித்து விட்டோம்' என்று எண்ணினாள். தான் இத்தனை தந்திரமாக இவன் யார் என்று கண்டுபிடித்தது பற்றி அவளுக்குப் பெருமையாக இருந்தது.

பேசிக் களைத்து அவள் பேச்சை நிறுத்தினாள். பசியாலும், சமையலறையிலிருந்து வந்த வாசத்தாலும் உற்சாகமடைந்த அரசன் சில சுவையான உணவு வகைகளைப் பற்றிப் பேசினான். மூன்றே நிமிடத்தில் அந்தப் பெண், 'நான் நினைத்தது சரிதான். இவன் சமையலறையில் உதவியாளனாக இருந்திருக்கிறான்,' என்ற முடிவிற்கு வந்தாள். அவன் மேலும் மேலும் பல உணவு வகைகளைப் பற்றிப் பேச, அந்தப் பெண், 'ஐயோ! எப்படி இவன் இத்தனை விதவிதமான, நல்ல உணவு வகைகளைப் பற்றி அறிந்துள்ளான்? இவையெல்லாம் பெரும் செல்வந்தர்கள் சாப்பிடும் வகைகள் அல்லவா! ஓ இப்போது புரிகிறது. இவன் கந்தல் உடுத்தியிருந்தாலும், அரண்மனை சமையலறையில் முன்பு வேலை பார்த்திருப்பான் போலும். ஆம், இவன் அரசரின் சமையலறையின் உதவியாளன்! நான் இவனை பரிசோதிக்கிறேன்,' என்று நினைத்தாள்.

தனது மதிநுட்பத்தை நிரூபிக்கும் ஆவலோடு அவள் அரசனை சிறிதுநேரம் சமையலைப் பார்த்துக்கொள்ளச் சொல்லிவிட்டு வெளியே வந்தாள். நீ புதிதாக ஏதேனும் சமைக்கலாம் என்றும் குறிப்பால் உணர்த்தினாள். தன் குழந்தைகளையும் வெளியே அழைத்துச் சென்றாள். அரசன்,

'முன்னொரு காலத்தில் வேறொரு ஆங்கிலேய அரசனுக்கு இதேபோல சமையல் வேலை செய்யும் சூழல் வந்தது. அந்த மாபெரும் ஆல்பிரட் அரசர் செய்ததை நானும் செய்தால் எந்த

கௌரவக் குறைவும் இல்லை. அவர் கேக்குகளை கருக விட்டுவிட்டார். நான் அவரைவிட சிறப்பாக செய்ய வேண்டும் என்று நினைத்துக் கொண்டான்.

நோக்கம் நல்லதாக இருந்தாலும், செயல் சிறப்பாக அமையவில்லை. அந்த அரசனைப்போலவே இவனும் தன் பிரச்சனைகளைப் பற்றி ஆழமாக சிந்தித்துக்கொண்டிருந்ததில், அடுப்பில் இருந்தது தீய்ந்துபோக ஆரம்பித்தது. சரியான நேரத்தில் அந்தப் பெண் திரும்பி வந்து, மொத்த உணவும் கெட்டுப் போகாமல் காப்பாற்றினாள். அரசனைத் திட்டி அவனது கனவிலிருந்து மீட்டாள். அவன் சங்கடப்பட்டதைப் பார்த்ததும், மீண்டும் அன்பாக மாறினாள்.

அரசன் திருப்தியாகச் சாப்பிட்டான். புத்துணர்வு பெற்றான். இரு தரப்பில் அந்தஸ்து பார்க்காததால் இதுவொரு சிறப்பான உணவு. ஆனால் இரு தரப்பினருக்குமே அது தெரியாது. அந்தப் பெண் வழக்கமாக இதுபோன்ற நாடோடிகளுக்கு உணவளிப்பது போல ஒரு மூலையில் அமர வைத்துதான் உணவு தர எண்ணினாள். ஆனால் அவனைத் திட்டியதற்குப் பரிகாரமாக, தனது குடும்ப மேஜையில், குடும்பத்தினரோடு சரிசமமாக அமர வைத்து உணவளித்தாள். அரசனும் அவர்கள் தன் மீது கருணை காட்டியதற்காக, அவர்கள், தான் சாப்பிடும்போது நிற்க வேண்டும் என்று வற்புறுத்தாது, அவர்களோடு சேர்ந்து சாப்பிட்டான். சில சமயங்களில் நமது கொள்கைகளைத் தளர்த்திக்கொள்வதும் நல்லதுதான்.

உணவு முடிந்ததும், அவள் அரசனை பாத்திரங்களை கழுவி வைக்கும்படி சொன்னாள். அரசன் ஒரு கணம் கோபப்பட்டு விட்டான். பிறகு தனக்குள், 'அரசர் ஆல்பர்ட் கேக் தயாரித்தார். அப்போது அவர் பாத்திரங்களும் கழுவியிருப்பார். எனவே நானும் அவ்வாறே செய்கிறேன்,' என்று சொல்லிக்கொண்டான்.

அவன் அதை சரியாகச் செய்யவில்லை. பாத்திரம் கழுவுவது எளிதான காரியம் என்று, தான் நினைத்தது பற்றி அவனுக்கே வியப்பாக இருந்தது. அது மிகக் கடினமாக இருந்தது. எப்படியோ செய்து முடித்தான். இப்போது தன் பயணத்தைத் தொடர வேண்டும் என்று அவசரப்பட்டான். ஆனால் அந்த சிக்கனமான பெண்மணி அவனை லேசில் விடவில்லை. அவள் இன்னும் சின்னச் சின்ன வேலைகள் தந்தாள். அவற்றையும் செய்து முடித்து,

கொஞ்சம் பாராட்டும் பெற்றான். பிறகு அவள் அவனை அந்தச் சிறுமிகளோடு சில ஆப்பிள்களை தோல் உரிக்கச் சொன்னாள். அதை அவன் சரியாகச் செய்யவில்லை. பிறகு அவள் ஒரு கத்தியைத் தந்து சாணை பிடிக்கச் சொன்னாள்.

பிறகு கம்பளியில் இழை எடுக்கச் சொன்னாள். ஆல்பிரட் அரசரைவிட, தான் அதிகமாக உழைத்திருப்பதாக அவனுக்குத் தோன்றியது. மதிய உணவிற்குப் பிறகு அந்தப் பெண், ஒரு கூடையில் இருந்த பூனைக்குட்டிகளை தண்ணீரில் மூழ்கடிக்க வேண்டும் என்றாள். அரசன் அந்த வேலையை செய்ய முடியாது என்று மறுக்க நினைத்தான். அப்போது ஒரு தடங்கல் வந்தது. ஜான் கேண்டியும், ஹியுகோவும்தான் அது.

அரசன் அவர்கள் இருவரும் வாசல் கதவருகே வருவதைப் பார்த்தான். உடனே அவர்கள் கண்ணில் படாமல் பூனைக்குட்டி கூடையைத் தூக்கிக்கொண்டு, எதுவும் பேசாமல் பின்வாசல் வழியே வெளியேறினான். அந்தப் பூனைக்குட்டிகளை தோட்டத்தில் விட்டுவிட்டு, பின்பக்கமிருந்த குறுகிய சந்தில் புகுந்து வேகமாகச் சென்றான்.

அத்தியாயம் – 20

இளவரசனும், துறவியும்

உயரமான புதர் ஒன்று அவனை வீட்டிலிருந்து மறைத்தது. எனவே, அவன் சக்தி முழுவதையும் திரட்டி, தூரத்திலிருந்த காட்டை நோக்கி ஓடினான். கிட்டத்தட்ட காட்டை அடைந்ததும்தான் திரும்பிப் பார்த்தான். தூரத்தில் இரண்டு உருவங்கள் தெரிந்தன. இதுபோதும். அவன் அவர்கள் என்ன செய்கிறார்கள் என்றெல்லாம் பார்க்காது, காட்டினுள்ளே சென்றான். இப்போது பத்திரமாக இருக்கிறோம் என்று உணர்ந்து, கூர்ந்து கவனித்தான். எங்கும் அச்சமூட்டும் அமைதி, அவ்வப்போது ஏதோ மர்மமான ஓசைகள் தூரத்தில் கேட்டன. மனிதர்களின் ஓசைபோலன்றி, ஏதோ அமானுஷ்ய ஒலிகளாக இருந்தன. அவை தாம் இடையூறு செய்த, அமைதியைவிட கொடூரமாக இருந்தன.

முதலில், 'அன்று பகல் முழுவதும் அங்கேயே இருந்துவிடலாம்' என்று நினைத்தான். ஆனால் வியர்த்துக் கொட்டும் அவன் உடலை விரைவிலேயே குளிர் தாக்க ஆரம்பித்தது. கதகதப்பிற்காக நகர

வேண்டிய கட்டாயம் ஏற்பட்டது. ஏதாவது சாலையைப் பிடித்து விடலாம் என்று காட்டில் நேராக நடந்தான். ஆனால் அதில் ஏமாற்றம்தான் ஏற்பட்டது. அவன் போய்க்கொண்டே இருந்தான். போகப் போக காடு அடத்தியானது. இருள் அதிகரித்தது. 'இந்த பயங்கரமான இடத்தில் எப்படி இருப்பது?' என்று அச்சம் ஏற்பட்டது. அவன் வேகமாகச் செல்ல விரும்பினான். ஆனால் வெளிச்சம் குறைந்ததால் மெதுவாகத்தான் செல்ல முடிந்தது. கால்களில் வேர்களும், கொடிகளும், புதர்களும் சிக்கியதால் கவனமாக அடியெடுத்து வைத்தான்.

கடைசியில் ஒரு லேசான வெளிச்சம் தெரிந்தபோது எவ்வளவு மகிழ்ச்சியாக இருந்தது! அவ்வப்போது நின்று, கவனித்தபடி அதை நோக்கிச் சென்றான். அது ஒரு சிறு குடிசையின் ஜன்னல் வழியாக வந்தது. ஒரு குரல் கேட்டது. அவன் ஓடி ஒளிய நினைத்தான். ஆனால் அந்தக் குரல் பிரார்த்தனை செய்வதை அறிந்ததும் மனதை மாற்றிக்கொண்டான். ஜன்னல் வழியாக எட்டிப் பார்த்தான். சிறிய அறை. மண் தரை, மூலையில் ஒரு படுக்கையும், ஓரிரு போர்வைகளும், அதனருகே ஒரு வாளி, ஒரு கோப்பை, ஒரு பேசன், இரண்டு, மூன்று பானைகள், தட்டுகள். ஒரு குட்டை பெஞ்சு, ஒரு முக்காலி. கனப்பில் விறகுக்கங்குகளின் மிச்சம் கனன்று கொண்டிருந்தது. ஒற்றை மெழுகுவர்த்தி ஏற்றப்பட்ட ஒரு சொரூபத்திற்கு முன்னால் வயதான ஒருவர் மண்டியிட்டிருந்தார். அவர் அருகே இருந்த ஒரு பழைய மரப்பெட்டியில் ஒரு திறந்த புத்தகமும், ஒரு மண்டையோடும் இருந்தன. அந்த மனிதனுக்கு பெரிய, ஒல்லியான உருவம். தலைமுடி நீண்டு பனிபோன்று வெண்மையாக இருந்தது. கழுத்திலிருந்து கால்வரை நீண்ட ஆட்டுத்தோல் அங்கி.

'ஒரு புனிதமான துறவி! நான் உண்மையில் அதிர்ஷ்டசாலிதான்!' என்று தனக்குள் சொல்லிக்கொண்டான் அரசன்.

துறவி எழுந்தார். அரசன் கதவைத் தட்டினான். ஒரு கனத்த குரல்,

'உள்ளே வரலாம்! – ஆனால் உங்கள் கால் பதியும் இந்த இடம் புனிதமானது. எனவே, உங்கள் பாவங்களை வெளியில் விட்டு விட்டு வரவும்,' என்றது.

அரசன் உள்ளே நுழைந்தான். துறவி ஒளி வீசும் தனது அமைதியற்ற கண்களால் அவனைப் பார்த்து,

‘நீ யார்?’ என்றார்.

‘நான் அரசன்!’ என்றான் அரசன் எளிமையாக.

‘நல்வரவு, அரசே!’ என்றார் துறவி உற்சாகமாக. மிகவும் சுறுசுறுப்போடு, ‘வருக,வருக,’ என்று பெஞ்சை சரிசெய்து அரசனை அமர வைத்தார். கனப்பில் சில விறகுகளைப் போட்டு விட்டு, பதட்டமாக உலாவ ஆரம்பித்தார்.

‘நல்வரவு! பலரும் இங்கு அடைக்கலம் தேடி வந்ததுண்டு. அவர்கள் தகுதியானவர்கள் இல்லை என்பதால் திருப்பி அனுப்பப்பட்டனர். ஆனால் தன் கிரீடத்தை தூக்கி எறிந்துவிட்டு, தன் அதிகாரத்தின் ஆடம்பரங்களை விட்டு விட்டு, கந்தை உடுத்தி, புனிதத்திற்குத் தன் வாழ்வை ஒப்படைத்து, ஒரு அரசன் வந்தால் அவன் தகுதியானவனே! அவனுக்கு நல்வரவு! அவன் இந்த இடத்தில் தன் மரணகாலம் வரை இருக்கலாம்’. அரசன் விளக்கமளிக்க முயன்றான். ஆனால் துறவி அவன் சொல்ல வந்ததை கவனிக்காமல், மேலும் உயர்ந்த குரலில், ‘இங்கு நீ அமைதியாக இருக்கலாம். ஆண்டவர் உன்னைக் கைவிடப் பணித்த அந்த முட்டாள்தனமான வாழ்விற்கு நீ திரும்பச் செல்ல வேண்டும் என்று யாரும் சொல்லமாட்டார்கள். நீ இங்கு பிரார்த்தனை செய்யலாம். படிக்கலாம். இந்த உலகின் மடத்தனங்கள் பற்றி, மயக்கங்கள் பற்றி, வரக்கூடிய உலகின் மேன்மை பற்றி யோசிக்கலாம். இங்கு நீ எளிய உணவுகளை உட்கொள்வாய். உன் ஆன்மாவை சுத்தப்படுத்த தினமும் உன் உடலை சவுக்கடியால் துன்புறுத்துவாய். மிக மெல்லிய ஆடையை அணிவாய். தண்ணீர் மட்டுமே அருந்துவாய். இங்கு நீ அமைதியாக இருப்பாய். முழுமையான அமைதியில். உன்னை உன் பழைய வாழ்விற்கு அழைத்துச்செல்ல விரும்புவோர் குழம்பிப் போவார்கள். அவர்களால் உன்னை கண்டுபிடிக்க முடியாது. கெடுக்க முடியாது.’

குறுக்கும் நெடுக்குமாக நடந்த அந்தக் கிழட்டுத் துறவி இப்போது உரத்த குரலை விட்டு விட்டு முணுமுணுக்க ஆரம்பித்தார். அரசன் இந்த வாய்ப்பைப் பயன்படுத்தி தன் கதையைச் சொன்னான். ஆனால் துறவி அதை கவனிக்காமல், முணுமுணுத்துக் கொண்டிருந்தார். அப்படியே அரசன் அருகில் வந்து,

‘உஷ்! நான் உனக்கு ஒரு ரகசியம் சொல்கிறேன்,’ என்றார். அதைச் சொல்லக் குனிந்தவர், சொல்லாமல் நிறுத்திக்கொண்டார்.

ஓரிரு கணங்களுக்குப்பின், மெல்ல ஜன்னலருகே சென்று எட்டிப் பார்த்தார். பிறகு மெதுவாக அரசரிடம் வந்து,

‘நான் ஒரு தேவதூதன்,’ என்றார் மெல்லிய குரலில்.

‘கடவுளே! இதுவரை நான் குற்றவாளிகளோடு இருந்தேன். இப்போது ஒரு பைத்தியக்காரனிடம் கைதியாக இருக்கிறேன்!’ என்று நினைத்தான். அவனது கவலை அதிகரித்தது. அது முகத்திலும் பிரதிபலித்தது. மெல்லிய, பரவசமான குரலில், துறவி,

‘இந்தச் சூழலை நீ உணர்ந்துள்ளாய் என்று புரிகிறது! உன் முகத்தில் அச்சம்! இந்தச் சூழலில், யாரும் பாதிக்கப்படாமல் இருக்க முடியாது. ஏனெனில் இது சுவர்க்கத்தின் சூழல். நான் கண்மூடித் திறப்பதற்குள் சுவர்க்கம் சென்று திரும்பி வருபவன். ஐந்தாண்டுகளுக்குமுன், இதே இடத்தில்தான் சுவர்க்கத்திலிருந்து வந்த தேவதைகள் எனக்கு இந்தப் பதவியை அளித்தன. அவர்களது வருகை இந்த இடத்தை ஒளிவெள்ளத்தில் ஆழ்த்தியது. அவர்கள் என் முன் மண்டியிட்டார்கள். ஆம் அரசே! மண்டியிட்டார்கள்! ஏனெனில் நான் அவர்களைவிட உயர்ந்தவன். நான் சுவர்க்கத்தின் சபைகளில் நடந்திருக்கிறேன். நம் முன்னோர்களோடு பேசியிருக்கிறேன். என் கையைத் தொட்டுப்பார் – பயப்படாதே – தொடு. இங்கே – இப்போது நீ ஆப்ரஹாம், ஐசக், ஜேக்கப் ஆகியோர் பற்றிய கரத்தைத் தொட்டிருக்கிறாய்! ஏனெனில் நான் அந்த பொற்சபையில் நடமாடியவன். ஆண்டவரை நேருக்கு நேர் சந்தித்தவன்! தன் பேச்சுக்கு உரிய தாக்கம் ஏற்படுவதற்காக சிறிது இடைவெளி விட்டார். பிறகு திடீரென அவர் முகம் மாறியது. ஆவேசமாக திரும்பவும் உலாவ ஆரம்பித்தார். ‘ஆம், நான் ஒரு தேவதூதன், வெறும் தேவதூதன்! நான் போப் ஆக இருக்க வேண்டியவன்! இது சத்தியம். இருபதாண்டுகளுக்கு முன்பே தேவலோகத்திலிருந்து என் கனவில் வந்து சொன்னார்கள். ஆம்! நான் போப் ஆக இருக்க வேண்டியவன். அப்படித்தான் தேவலோகம் கூறியது – ஆனால் அரசன் எனது மடாலயத்தைக் கலைத்தான்! யாருமற்ற எளிய துறவியான நான் உலகில் தங்குமிடம் இன்றி துரத்தப்பட்டேன்! எனது உயர்ந்த அந்தஸ்து பறிக்கப்பட்டது!’ இப்போது திரும்பவும் ஏதோ முணுமுணுத்தார். ஆத்திரத்தோடு, தலையில் அடித்துக்கொண்டார். அவ்வப்போது விஷங் கக்கும் சாபங்களை இட்டார். ‘போப் ஆக இருக்க வேண்டியவன் வெறும் தூதனாக இருக்கிறேன்!’ என்றார் பரிதாபமாக.

இப்படியே அவர் ஒரு மணிநேரம் புலம்ப, அரசன் பாவம் மிகவும் துன்பப்பட்டான். பிறகு திடீரென்று துறவியின் வெறி அடங்கிவிட்டது. மிகவும் மென்மையாக மாறிவிட்டார். குரல் மென்மையானது. அவர் சகஜமாகப் பேச ஆரம்பித்ததும், அரசனது மனதைக் கவர்ந்து விட்டார். துறவி அரசனை கனப்பருகே வசதியாக அமர வைத்தார். அவனது காயங்களை, சிராய்ப்புகளை தடவிக் கொடுத்தார். இரவு உணவு தயாரிக்க ஆரம்பித்தார். வேலையில் நடுவே அன்பாகப் பேசி, அவ்வப்போது அவன் தலையில் அன்பாகத் தட்டி, கன்னத்தை தடவிக் கொடுத்ததில் அரசனுக்கு இதுவரை அவர் மீது இருந்த அச்சமும், வெறுப்பும் மாறி, அன்பும் மரியாதையும் வந்தது.

இருவரும் உணவருந்தும் வரை இந்த இனிய நிலை தொடர்ந்தது. சொரூபத்திற்குமுன் பிரார்த்தனை செய்துவிட்டு, துறவி அரசனை பக்கத்து அறையில் படுக்க வைத்தார். ஒரு தாயைப்போல அன்பாகப் போர்த்திவிட்டார். பிறகு கனப்பருகே உட்கார்ந்து எந்தக் குறிக்கோளுமின்றி, கங்குகளைக் கிளறிக் கொண்டிருந்தார். பின்னர் எதையோ நினைவுபடுத்திக்கொள்வது போல விரலால் நெற்றியில் பலமுறை தட்டிக்கொண்டார். அதில் வெற்றியடையவில்லை போலும். எழுந்து விருந்தினர் அறைக்குச் சென்று,

'நீ அரசனா?' என்றார்.

'ஆம்,' என்றான் அரசன் தூக்கக் கலக்கத்தில்.

'எந்த நாட்டுக்கு?'

'இங்கிலாந்திற்கு'

'இங்கிலாந்தா? ஆனால் ஹென்ரி காலமாகி விட்டாரே?'

'ஆம், நான் அவரது புதல்வன்.'

துறவி வெறுப்பாக முகம் சுளித்தார். பழிவாங்கும் ஆவேசத்தோடு கைகளை நெரித்தார். வேகமாக மூச்சுவிட்டபடி, எச்சிலை முழுங்கியபடி சில கணங்கள் நின்றார். பிறகு கரகரத்த குரலில்,

'அவர்தான் என்னை வீடற்றவனாக விரட்டியது என்று உனக்குத் தெரியுமா?' என்றார்.

பதிலில்லை. கிழவர் குனிந்து பையனின் ஓய்வான முகத்தை, அவனது அமைதியான சுவாசத்தை கவனித்தார். 'அமைதியாகத்

தூங்குகிறான்!' அவரது முகச்சுளிப்பு வெறித்தனமான திருப்தியாக மாறியது. பையனின் கனவு காணும் முகத்தில் புன்னகை மலர்ந்தது. 'எனவே இவன் நிம்மதியாக இருக்கிறான்,' என்று முணுமுணுத்தார். ஓசையில்லாமல் அவர் இங்குமங்கும் எதையோ தேடினார். அவ்வப்போது படுக்கையை திருட்டுத்தனமாகப் பார்த்துக்கொண்டார். கடைசியில் அவர் தேடியது கிடைத்தது – கசாப்புக் கத்தியும், சாணைக் கல்லும். கனப்பருகே தன் இடத்தில் அமர்ந்து, ஏதோ முணுமுணுத்தபடி சத்தமின்றி கத்தியைத் தீட்ட ஆரம்பித்தார். ஆளற்ற அந்த இடத்தில் காற்று பெருமூச்சு விட்டது. இரவின் மர்மமான ஓசைகள் தூரத்தில் கேட்டன. பொந்துகளிலிருந்து சுண்டெலிகள் ஒளி வீசும் கண்களோடு அவரை எட்டிப் பார்த்தன. அவர் எதையும் கவனிக்காது, தீவிரமாகத் தன் வேலையைத் தொடர்ந்தார்.

அவ்வப்போது விரலால் கத்தியைத் தொட்டு, கூர்மையை சோதித்தார். பிறகு திருப்தியாக தலையசைத்தார். 'கூர்மையாகிறது, ஆம் கூர்மையாகிறது.'

நேரம் போவதை அறியாமல், தன் சிந்தனையில் ஆழ்ந்தபடி அமைதியாக வேலை பார்த்தார். சமயங்களில் அந்த சிந்தனை பேச்சாகவும் வெளிப்பட்டது.

'இவன் தந்தை எமக்குத் தீங்கிழைத்தான். எம்மை நாசமாக்கினான் – இப்போது நிரந்தரத் தீயில் அழிந்து போனான்! ஆம், நிரந்தரத் தீயில்! அவன் எம்மிடமிருந்து தப்பி விட்டான் – ஆனால் அது ஆண்டவரின் விருப்பம். ஆம், அது ஆண்டவரின் விருப்பம் என்தால், நாம் வருந்தலாகாது! ஆனால் அவன் தீயிலிருந்து தப்பவில்லை! இல்லை – இரக்கமற்ற, எதற்கும் வருந்தாத, அனைத்தையும் பஸ்பமாக்கும் அந்தத் தீ – அது நிரந்தரமானது'.

இப்படியே அவர் புலம்பினார். கேலிப் புன்னகை புரிந்தார். சமயங்களில், 'அனைத்தையும் செய்தது இவன் தந்தை. நான் இப்போதும் தேவதூதன்தான். அவன் மட்டும் இல்லாதிருந்தால், நான்தான் போப்பாண்டவர்!'

அரசன் அசைந்தான். துறவி ஓசையின்றி படுக்கையருகே சென்று, மண்டியிட்டு, கத்தியை ஓங்கினார். பையன் மீண்டும் புரண்டான். கண்கள் ஒரு கணம் திறந்தாலும், ஒன்றையும் பார்க்கவில்லை. அடுத்த கணம் அவனது சீரான சுவாசம் அவன் மீண்டும் நித்திரையில் ஆழ்ந்ததைக் காட்டியது.

சிறிது நேரம் துறவி அவனை கவனித்தபடி அப்படியே இருந்தார். பிறகு தம் கையைத் தாழ்த்தி, நகர்ந்தார்.

'நள்ளிரவு தாண்டிவிட்டது. இவன் கத்திக் கூச்சலிட்டு, வழிப்போக்கர்கள் யாராவது கவனித்துவிட்டால் ஆபத்து,' என்று சொல்லிக்கொண்டார்.

தொழுவத்திற்குச் சென்று, கந்தல் துணி, தோல் வார் சவுக்கு போன்றவற்றை எடுத்து வந்தார். மிகக் கவனமாக, இளவரசனை எழுப்பிவிடாமல் அவன் கைகளைச் சேர்த்துக் கட்டினார். பின்னர் தலையை, நாடியைச் சேர்த்து இறுக்கமாகக் கட்டினார். மிக மெதுவாக, மென்மையாக முடிச்சுகள் போடப்பட்டதால், அரசன் அசைவின்றி அமைதியாகத் தூங்கிக் கொண்டிருந்தான்.

அத்தியாயம் – 21

ஹெண்டன் காப்பாற்ற வருகிறார்

கிழவர் சத்தமின்றி நகர்ந்து சிறிய பெஞ்சைக் கொண்டுவந்து போட்டார். அதில் உட்கார்ந்துகொண்டார். தூங்கும் பையனை பார்த்துக்கொண்டே, தனது காவலைத் தொடர்ந்தபடி, நேரம் போவது பற்றிய கவலையின்றி கத்தியைத் தீட்டினார். அவரைப் பார்த்தால் தனது வலையில் சிக்கிய ஆதரவற்ற பூச்சியைப் பார்த்துக்கொண்டிருக்கும் ராட்சத சிலந்தியைப்போல் இருந்தது.

வெகுநேரம் கழித்து, கிழவர் தனது கனவுப் பார்வையில் பார்த்துக்கொண்டிருந்தபோது, திடீரென பையனின் கண்கள் திறந்தன! கண்கள் விரிந்து, வெறித்துப் பார்த்தன! கத்தியைப் பார்த்து பயத்தில் உறைந்தன. கிழவரின் முகத்தில் திருப்தியடைந்த ஒரு பிசாசின் புன்னகை. தனது வேலையை நிறுத்தாது,

‘எட்டாம் ஹென்ரியின் புதல்வனே! நீ பிரார்த்தனை செய்து விட்டாயா?’ என்றார். பையன் தன் கட்டுகளில் இருந்து

விடுவித்துக்கொள்ள முயன்றான். மூடிய தாடையிலிருந்து புறப்பட்ட ஒலியை ஆமாம் என்பதாக துறவி எடுத்துக்கொண்டார்.

'சரி, திரும்பவும் பிரார்த்தனை செய். சாகப் போகிறவனின் பிரார்த்தனையைச் செய்.'

பையனின் உடல் நடுங்கியது. முகம் வெளுத்தது. இப்படியும் அப்படியும் திரும்பி, தன்னை விடுவித்துக்கொள்ள முயன்றான். ஒன்றும் பலனில்லை. கிழவர் கத்தியைத் தீட்டியபடி இதைப் பார்த்து புன்னகை புரிந்தார். அவ்வப்போது, 'காலம் பொன் போன்றது. சிறிது நேரமே உள்ளது. சாவதற்குப் பிரார்த்தனை செய்,' என்று முனங்கினார்.

பையன் மிகத் துன்பத்தோடு குரலெழுப்பினான். கண்களிலிருந்து நீர் வடிந்து கன்னங்களை நனைத்தன. ஆனால் இவை எதுவும் கிழவரை அசைக்கவில்லை.

இப்போது பொழுது விடிந்துகொண்டிருந்தது. அதைக் கவனித்த துறவி, குரலில் எதிர்பார்ப்போடு,

'இனிமேலும் இந்தப் பரவசத்தை நீட்டிக்க முடியாது. இரவு முடிந்து விட்டது. ஒரு கணம் போல்தான் தெரிந்தது. ஒரே ஒரு கணம். அது ஓராண்டுக்கு நீடித்திருக்கக் கூடும். தேவாலயத்தை சீரழித்தவனின் வாரிசே! உன் கண்களை மூடிக் கொள்,' என்றார்.

இதைத் தொடர்ந்து அவர் சொன்னவை முனங்கல்களில் மறைந்து விட்டன. கிழவர் கத்தியோடு, மண்டியிட்டு, முனங்கும் பையனருகே குனிந்தார்.

ஹாக்! குடிலுக்கு அருகே பேச்சுச் சத்தம் கேட்டது. கிழவரின் கையிலிருந்து கத்தி நழுவியது. பையன் மீது ஓர் ஆட்டுத்தோலைப் போர்த்திவிட்டு, நடுங்கியபடி எழுந்தார். சத்தம் அதிகரித்தது. முரட்டுத்தனமான, கோபமான குரல்கள் கேட்டன. அடி விழும் சத்தம். உதவி கேட்கும் சத்தம். பிறகு காலடிகள் வேகமாகப் பின்வாங்கும் ஓசை. உடனடியாக குடிலின் கதவை இடிபோல் யாரோ தட்டினார்கள்.

'ஹலோ! திறவுங்கள்!'

இந்த சத்தம் அரசனின் காதுகளில் இன்னிசையாகப் பாய்ந்தது. ஏனெனில் அது மைல்ஸ் ஹெண்டனின் குரல்!

கையாலாகாத கோபத்தோடு, பற்களைக் கடித்தபடி துறவி, படுக்கையறைக் கதவை சாத்திவிட்டு, வெளியே சென்றார். வெளியே பேசுவது அரசனுக்குக் கேட்டது.

'வணக்கம் குருவே! அந்தப் பையன் – என் பையன் எங்கே?'

'எந்தப் பையன், நண்பரே?'

'எந்தப் பையனா? குருவே பொய் பேசாதீர்கள். என்னை ஏமாற்ற வேண்டாம் – எனக்கு அதற்கெல்லாம் பொறுமையில்லை. இந்த இடத்திற்கு அருகில்தான் அவனை என்னிடமிருந்து பறித்த துஷ்டர்களைப் பிடித்தேன். அவர்களை உண்மையை ஒப்புக் கொள்ளச் செய்தேன். அவர்கள் அவன் உங்களிடம் இருப்பதாகச் சொன்னார்கள். அவனது காலடித் தடத்தைக்கூடக் காட்டினார்கள். இனிமேலும் போக்குக் காட்ட வேண்டாம். நீங்கள் புனிதர்போல் தெரிகிறீர்கள். அவனை ஒப்படைத்து விடுங்கள். அந்தப் பையன் எங்கே?'

'ஐயா! ஒருவேளை நீங்கள் நேற்றிரவு இங்கு தங்கிய அந்த நாடோடிச் சிறுவனைச் சொல்கிறீர்கள் போலும்! நான் ஒரு வேலையாக அவனை வெளியே அனுப்பி இருக்கிறேன். சீக்கிரம் வந்து விடுவான்.'

'எவ்வளவு சீக்கிரத்தில்? எவ்வளவு சீக்கிரத்தில்? எனக்கு நேரமில்லை? எவ்வளவு நேரத்தில் அவன் திரும்பி வருவான்?'

'பதட்டப்பட வேண்டாம். சீக்கிரமாக வந்து விடுவான்.'

'நல்லது. நான் காத்திருக்கிறேன். இருங்கள் – நீங்கள் வேலையாகவோ அனுப்பினீர்கள்? – பொய் – அவன் போக மாட்டான். இப்படி அவமரியாதை செய்தால், அவன் உங்கள் கிழட்டு தாடியைப் பிடித்து இழுத்து விடுவான். நீங்கள் பொய் சொல்கிறீர்கள், நண்பரே! பொய் சொல்கிறீர்கள்! நீங்கள் என்றில்லை, யார் சொன்னாலும், அவன் போக மாட்டான்.'

'எந்த மனிதன் சொன்னாலுமா? இல்லை, ஆனால் நான் மனிதனில்லை.'

'என்னது, அப்படியானால், நீங்கள் யார்?'

'அது ஒரு ரகசியம். யாரிடமும் சொல்லாதே. நான் தேவதூதன்.'

மைல்ஸ் ஹெண்டன் ஒரு மோசமான வார்த்தையைச் சொன்னார்.

'சரிதான், அவன் மனிதர்கள் சொல்வதைக் கேட்கமாட்டான். ஆனால், தேவதூதனின் உத்தரவு என்றால் அரசனும் அடிபணிந்தே ஆக வேண்டும்! நான் – அங்கே என்ன சத்தம்?'

இந்த நேரம் முழுவதும் அரசன் தன் பலம் முழுவதையும் பயன்படுத்தி கூச்சல் எழுப்பி, ஹெண்டனின் கவனத்தைக் கவர முயற்சி செய்தான். அவனது சேவகன் இந்தக் கடைசி

வார்த்தையைக் கூறியபோது, சக்தியனைத்தையும் திரட்டி, மீண்டும் முயன்றபோது, துறவி,

'சத்தமா? காற்றின் ஓசைதான் கேட்கிறது,' என்றார்.

'இருக்கலாம். ஆம், சந்தேகமில்லாமல் அதுதான். மிக மெல்லிதாகக் கேட்கிறது. இதோ, இப்போது திரும்பவும், இது காற்றின் ஓசையில்லை! வேறு ஏதோ வினோதமான ஒலி! வாருங்கள், உள்ளே சென்று பார்ப்போம்!'

இப்போது அரசனுக்கு எல்லையற்ற மகிழ்ச்சி. அவனது களைத்த குரல்வளை தன்னால் முடிந்த அளவு ஓசை எழுப்பியது. ஆனால் தாடை கட்டப்பட்டு, ஆட்டுத்தோல் போர்த்தியிருந்ததால், சத்தம் வெளியே வரவில்லை. அந்த பரிதாபமான பையனின் மனம் கூம்பியது. துறவி,

'இல்லை, உள்ளேயிருந்து அல்ல – தூரத்திலிருக்கும் புதர் காட்டிலிருந்து சத்தம் வருகிறது. அங்கு போய் பார்க்கலாம்,' என்றார்.

இருவரும் பேசியபடி செல்வது அரசனுக்குக் கேட்டது. அவர்கள் காலடியோசை விரைவாக மறைய, அவன் பயங்கரமான அந்த நிசப்ததத்தில் தனிமையில் இருந்தான்.

நீண்டநேரம் கழித்துதான் காலடியோசயும், பேச்சொலியும் அருகில் வருவதுபோல் இருந்தது. இம்முறை கூடுதலாக ஓர் ஒலி – குளம்படி ஓசைபோல் தெரிந்தது. ஹெண்டன்,

'என்னால் இனிமேலும் காத்திருக்க முடியாது. அவன் இந்த அடர்ந்த காட்டில் எங்கோ வழி தவறி இருக்க வேண்டும். அவன் எந்தப் பக்கமாகச் சென்றான். அதைக் காட்டுங்கள் - சீக்கிரம்!' என்று சொல்வது கேட்டது.

'அவன் – பொறுங்கள். நானும் வருகிறேன்.'

'நல்லது - நல்லது! நீங்கள் உங்களது தோற்றத்தைவிட நல்லவராக இருக்கிறீர்கள். உங்களைப் போன்ற நல்லிதயம் கொண்ட தேவதூதர் வேறு யாரும் இருக்க முடியாது. நீங்கள் சவாரி செய்வீர்களா? நான் பையனுக்காகக் கொண்டுவந்த கழுதையில் சவாரி செய்கிறீர்களா? இல்லை, எனது இந்த மட்டமான கழுதையில் வருகிறீர்களா? நிறைய காசு வாங்கிக் கொண்டு ஏமாற்றி விட்டார்கள்.'

'இல்லை – நீங்கள் சவாரி செய்யுங்கள். நான் நடந்து வருகிறேன்.'

'அப்படியானால் நீங்கள் இந்தக் கழுதையை இழுத்து வாருங்கள்.'

தொடர்ந்து கழுதை மீது அவர் ஏறப் போராடியதில் அடி, உதை, திட்டுகளின் ஓசை கேட்டது.

பேச்சொலியும், காலடியோசையும் மறைய... அரசனை சொல்ல முடியாத துக்கம் பீடித்தது. எல்லா நம்பிக்கையும் போய் விட்டது. 'எனது ஒரே நண்பரும் ஏமாந்து போய்விட்டார். இப்போது துறவி வந்து – ஒரு தேம்பலுடன் முடித்தான். திரும்பவும் வெறித்தனமாக தன் கட்டுகளுடன் போராடினான். ஆட்டுத்தோலை உதறித் தள்ளினான்.

இப்போது கதவு திறக்கும் சத்தம் கேட்டது. அந்த சத்தம் அவனை உறைய வைத்தது. கழுத்தில் கத்திமுனையை அவன் ஏற்கெனவே உணர்ந்தான். பயம் அவனது கண்களை மூட வைத்தது. பயமே அதை திறக்கவும் வைத்தது. அவன்முன் ஹியுகோவும் ஜான் கேண்டியும் நின்றார்கள்!'

அவன் சுதந்திரமாக இருந்திருந்தால், 'ஆண்டவருக்கு நன்றி!' என்று சொல்லியிருப்பான்.

ஓரிரு நிமிடங்களில் கட்டுகள் அவிழ்க்கப்பட்டன. அவனைப் பிடித்தவர்கள் இருபுறமும் அவன் கைகளைப் பற்றியபடி, காட்டிற்குள் மிக வேகமாக அவனை இழுத்துச் சென்றார்கள்.

அத்தியாயம் – 22

வஞ்சகத்தில் மாட்டிக்கொள்ளுதல்

திரும்பவும் 'முதலாம் ஃபூ ஃபூ அரசர்' திருடர்கள், நாடோடிகளின் கூட்டத்தில் சேர்ந்துவிட்டார். அவ்வப்போது அவர்களின் கேலிக்கு ஆளானான். தலைவன் பார்க்காதபோது, கேண்டி, ஹியுகோ கையில் அடியும் கிடைத்தது. ஆனால் கேண்டி, ஹியுகோவைத் தவிர மற்றவர்கள் அவனை விரும்பினார்கள். இரண்டு, மூன்று நாட்களுக்கு, ஹியுகோ அரசனுக்கு தன்னால் இயன்ற அளவு துன்பம் தந்தான். இரவுக் கேளிக்கைகளின்போது, தற்செயலாக நடப்பதுபோல, அரசனை அவமதித்தான். இரண்டுமுறை வேண்டுமென்றே நடக்கும்போது அவன் பாதத்தை

மிதித்தான். அரசன் கண்டுகொள்ளவில்லை. மூன்றாம் முறை அவன் மிதித்தபோது, குண்டாந்தடியுடன் அரசன் பாய, கூட்டம் ஆரவாரம் செய்தது. கீழே விழுந்த ஹியுகோ, கோபத்துடன் ஒரு குண்டாந்தடியுடன் பாய்ந்தான். உடனே எல்லோரும் இவர்களைச் சுற்றி நின்றுகொண்டு, உற்சாகப்படுத்தினார்கள். பந்தயம் கட்ட ஆரம்பித்தார்கள்.

ஆனால் ஹியுகோவால் பாவம் தாக்குப்பிடிக்க முடியவில்லை. ஐரோப்பாவின் முதல் தரமான வீரர்களால் அனைத்து வகை போர் முறைகளிலும் பயிற்றுவிக்கப்பட்ட அரசன் முன்னால் அவனது முரட்டுத்தனம் ஈடுகொடுக்க முடியவில்லை. அரசன் மிக நளினமாக, எச்சரிக்கையாக நின்றுகொண்டு, மழைபோல் தாக்கியதைப் பார்த்து கூட்டம் அதிசயித்தது. அவ்வப்போது அரசனின் பழக்கப்பட்ட கண்கள் தாக்குவதற்கான இடத்தை சரியாகத் தேர்ந்தெடுத்து, மின்னல் போல் தாக்குதல் தர, அங்கு எழுந்த ஆரவாரம் கேட்கவே அற்புதமாக இருந்தது. பதினைந்து நிமிடத்தில் ஹியுகோ உடம்பு முழுவதும் காயங்களுடன் அரங்கிலிருந்து வெளியேற்றப்பட்டான். சண்டையில் சிறிதும் காயம்படாத அரசனை கூட்டம் தோளில் தூக்கிக் கொண்டாடியது. தலைவனுக்கு அடுத்த இடத்தைத் தந்தது. விரிவான சடங்கில் சண்டைக்கோழிகளின் அரசன் என்று பட்டமளித்தது. இனி பழைய பட்டத்தை வைத்து யாராவது அழைத்தால், அவருக்குத் தண்டனை என்று அறிவித்தது.

குழுவிற்கு அவன் உதவிகரமாக இருக்கவேண்டும் என்று அவர்கள் செய்த முயற்சிகள் அனைத்தும் தோற்றன. அவன் பிடிவாதமாக ஒத்துழைக்க மறுத்தான். மேலும் எப்போதும் தப்பிச் செல்லவே முயற்சி செய்தான். அவன் திரும்பக் கிடைத்த முதல் நாள் அவனை யாருமற்ற ஒரு சமையலறைக்கு அனுப்பினார்கள். அவன் அங்கிருந்து, எதுவும் திருடாமல் வந்தது மட்டுமின்றி, அந்த வீட்டில் உள்ளவர்களை எழுப்பவும் முயன்றான். ஈயம் பூசுபவனுக்கு உதவச் சொன்னார்கள். அவன் மறுத்ததோடு, ஈயம் பூசுபவனை அவனது சூட்டுக் கோலையே வைத்து மிரட்டினான். கடைசியில் அவன் தப்பிச் செல்லாமல் பார்த்துக்கொண்டால் போதும் என்ற முடிவிற்கு வந்து விட்டார்கள். ஹியுகோவின் மேற்பார்வையில் ஓர் அழுக்குப் பெண், நோயுற்ற குழந்தையோடு பிச்சையெடுக்க அனுப்பினார்கள். அவன் அதையும் செய்ய மறுத்தான்.

இப்படியாகப் பல நாட்கள் சென்றன. இந்த நாடோடி வாழ்வின் துன்பங்கள், அதன் அசிங்கம், அற்பத்தனம் எல்லாம் அவனால் தாங்க முடியாமல் போக, 'துறவியின் கத்தியிலிருந்து தப்பியது தற்காலிகமான விடுதலைதான்' என்று நினைக்க ஆரம்பித்தான்.

ஆனால், இரவில், அவனது கனவுகளில் இவை அனைத்தும் மறந்து போயின. அவன் எஜமானனாக, சிம்மாசனத்தில் இருந்தான். ஆனால் இது பகல் நேரத்துத் துன்பத்தை மேலும் அதிகரித்தது. ஒவ்வொரு நாளும் துன்பங்கள் மேலும் மேலும் கசப்பான, கடினமாக தாங்க முடியாதவைகளாக மாறின.

சண்டைக்கு மறுநாள், ஹியுகோ அரசனை எப்படியாவது பழி வாங்க வேண்டும் என்ற எண்ணத்தில் இருந்தான். அவனிடம் இரண்டு திட்டங்கள் இருந்தன. ஒன்று, அரசனின் பெருமித உணர்வை, அரசன் என்ற நினைப்பை குறிப்பாகக் கேவலப்படுத்துவது. அது நிறைவேறாவிட்டால், ஏதேனும் ஒரு குற்றத்தில் அவனை ஈடுபட வைத்து, சட்டத்தில் பிடியில் மாட்டிக் கொடுத்து விடுவது.

முதல் திட்டத்தின்படி அரசன் காலில் செயற்கையாக ஒரு புண்ணை ஒட்ட வைப்பது. இது அவனை எரிச்சல்படுத்தும். பிறகு கேண்டியின் உதவியோடு, அந்த செயற்கைப் புண்ணைக் காட்டி பிச்சையெடுக்க வைப்பது. சுண்ணாம்பு, சோப்பு, பழைய இரும்பின் துரு ஆகியவற்றை ஒரு களிம்புபோல் கலந்து ஒரு தோல் துண்டில் வைத்து காலில் கட்டிவிட்டால், பார்க்க காலில் புண் வந்ததுபோல் தெரியும். பிச்சைக்காரர்களின் தொழில் தந்திரம் இது. அதன்மேல் ரத்தத்தைத் தடவுவார்கள். ரத்தம் காய்ந்த பிறகு, நிஜமான புண்போல் பார்க்கவே அருவருப்பாக இருக்கும். அதன் மேல் கந்தல் துணிகளை தந்திரமாகச் சுற்றிக் கட்டினால் நீண்ட நாட்களாக ஆறாத புண்போல் இயற்கையாகத் தெரியும். இதைக் காட்டி, வழிப்போக்கர்களிடம் பிச்சை கேட்பார்கள்.*(8)*

இதற்கு அரசன் சூட்டுக்கோலால் மிரட்டிய ஈயம் பூசுபவனின் உதவியை ஹியுகோ நாடினான். இருவரும் அரசனை தனியே அழைத்துச் சென்றனர். ஈயம் பூசுபவன் அரசனைப் பிடித்துக் கொள்ள, ஹியுகோ அவன் காலில் அந்தப் புண் போன்ற களிம்பை வைத்துக் கட்டினான்.

அரசன் கொந்தளித்தான். தான் அதிகாரம் பெற்றதும் அவர்களை தூக்கிலிடுவதாகச் சொன்னான். அவனது கோபம் அவர்களுக்கு

மகிழ்ச்சியைத் தந்தது. சிறிது நேரத்தில் அந்தக் களிம்பு இறுகி, காலில் வேதனை தர ஆரம்பித்தது. ஆனால் அதற்குள் முன்பு இங்கிலாந்தின் சட்டங்கள் பற்றி உரையாற்றிய 'அடிமை' வந்து அந்த கட்டை அவிழ்த்து, இளவரசனை மீட்டான்.

இளவரசன் தன் மீப்ரின் குண்டாந்தடியை வாங்கி, அந்த இருவரையும் பழி வாங்க ஆசைப்பட்டான். ஆனால் அந்த அடிமை 'இப்போது வேண்டாம் – இரவில் பார்த்துக்கொள்ளலாம்' என்றான். 'இரவில் வெளியாட்களின் தலையீடு இருக்காது' என்றான். உடனே போய் தலைவரிடம் விஷயத்தைச் சொன்னான். சிறிது நேரம் யோசித்த தலைவன், 'அரசன் இனி பிச்சை எடுக்க வேண்டாம்' என்றார். அவன் திறமைசாலி என்பதால், அவனுக்கு பதவி உயர்வு தந்து இனிமேல் திருட வேண்டும் என்று உத்தரவிட்டான்!

ஹியுகோவிற்கு மிகவும் மகிழ்ச்சி! அவன் ஏற்கெனவே அரசனை திருட வைக்க முயன்று, தோற்றவன். இப்போது தலைவனே சொல்லிவிட்டதால், அரசனால் மறுக்க முடியாது. எனவே அவன் அன்று மதியமே திருடச் செல்ல ஏற்பாடு செய்தான். 'அதில் அப்படியே அவனை அதிகாரிகளிடம் காட்டிக்கொடுத்து விடவேண்டும்' என்று நினைத்தான். ஆனால் அது தற்செயலாக நடந்ததுபோல் இருக்க வேண்டும். ஏனெனில் அரசனை அனைவரும் மதித்தார்கள். பொது எதிரியான அதிகாரிகளிடம், தான் அவனை காட்டிக் கொடுத்தது தெரிந்தால், கூட்டத்தினர் அவனை சும்மாவிட மாட்டார்கள்.

ஹியுகோ அரசனுடன் பக்கத்து கிராமத்தில் திரிந்தான். ஒவ்வொரு தெருவாக மெதுவாக நடந்தார்கள். ஒருவன் திருட நல்ல வாய்ப்பைத் தேடினான். மற்றொருவன் தப்பி ஓட ஒரு நல்ல சந்தர்ப்பத்தைத் தேடினான்.

இருவருமே சுமாரான வாய்ப்புகளை ஒதுக்கிவிட்டார்கள். இருவருமே மனதுள் இந்த முறை எந்த சந்தேகத்திற்கும் இடமின்றி வேலையை கச்சிதமாக முடிக்க ஆசைப்பட்டார்கள்.

ஹியுகோவிற்கு வாய்ப்பு முதலில் கிடைத்தது. ஒரு கூடையில் ஏதோ பெரிய பையுடன் ஒரு பெண் வந்துகொண்டிருந்தாள். ஹியுகோவின் கண்கள் மின்னின. நல்ல வாய்ப்பு, உள்ளுக்குள் பரபரப்புடன், வெளியே பொறுமையுடன் அவன் கவனமாகக் காத்திருந்தான். அவள் கடந்து சென்றதும், மெதுவாக.

'நான் திரும்ப வரும் வரை இங்கேயே இரு,' என்று சொல்லி தன் இரையை திருட்டுத்தனமாகப் பின்தொடர்ந்தான்.

அரசனுக்கு மகிழ்ச்சி. ஹியுகோ அவள் பின்னால் வெகு தூரம் சென்றுவிட்டதால், தப்பி விடலாம்.

ஆனால் அவனுக்கு அந்த அதிருஷ்டம் இல்லை. ஹியுகோ அவள் பின் சென்று, பையைப் பறித்துக்கொண்டு, அதை தன்னிடமிருந்த பழைய போர்வைத் துண்டில் சுற்றி வைத்துக் கொண்டு ஓடி வந்தான். அந்தப் பெண் அடுத்த கணம் என்ன நடந்தது என்று தெரியாமலேயே கூச்சலிட்டாள். ஹியுகோ அரசனிடம் அந்தப் பையைத் திணித்துவிட்டு,

'திருடனைப் பிடியுங்கள்' என்று கத்திக்கொண்டே, 'என் பின்னால் ஓடி வா' என்று சொல்லியபடி ஓடினான்.

அடுத்த கணம் ஒரு முனையில் திரும்பி, குறுகலான சந்தில் ஓடினான் ஹியுகோ. ஓரிரு கணங்களில் வெளிப்பட்டு, முகத்தை சாதுவாக வைத்துக்கொண்டு, விளைவுகளைப் பார்க்க ஒரு தூணின் பின்னால் நின்றுகொண்டான்.

அரசன் அந்தப் பையை தரையில் எறிந்தான். போர்வை விலகி விழுந்தது. அந்தப் பெண் ஓடிவர... அவள் பின்னால் பெரிய கூட்டம். அவள் ஒரு கையால் அரசனைப் பிடித்துக்கொண்டு, மற்ற கையால் பையை எடுத்தாள். அரசன் அவள் பிடியிலிருந்து தப்ப முடியாமல் திணற, அவள் அரசனை பலவாறு திட்ட ஆரம்பித்தாள்.

ஹியுகோ போதுமான அளவு பார்த்துவிட்டான் – அவனது எதிரி பிடிபட்டு விட்டான், சட்டம் அவனைப் பிடித்துக்கொள்ளும் – எனவே அவன் மகிழ்ச்சியோடு தங்கள் முகாம் பக்கம் நகர்ந்தான். விஷயத்தை தலைவரிடம் நம்பும்படியாகச் சொல்ல வேண்டும்.

அரசன் விடுவித்துக்கொள்ள போராடியபடி,

'என்னை விடு முட்டாளே... உன் பையை எடுத்தது நானல்ல' என்று அவ்வப்போது கத்தினான்.

கூட்டம் அரசனைத் திட்டியபடி அவனை நெருங்கியது. தோலாடை அணிந்து, சட்டைக் கையை மடக்கிவிட்ட ஒரு கருமான் அரசனுக்குப் பாடம் புகட்ட நல்ல அடி கொடுத்தான். அப்போது ஒரு நீண்ட வாள் காற்றில் மின்னியது. அந்தக் கருமானை கீழே தள்ளியது. அதன் உரிமையாளன்,

'நல்லவர்களே! மென்மையாக நடந்துகொள்ளுங்கள். அடி, திட்டு எல்லாம் தேவையில்லை. இது சட்ட விவகாரம். யாரும் தலையிட வேண்டாம். பெண்ணே! அந்தப் பையனை விடு' என்றான்.

கருமான் அந்த படைவீரனை முறைத்துவிட்டு, கையைத் தடவியபடி நகர்ந்தான். அந்தப் பெண் அரசனின் கையை மனமில்லாது விட்டாள். கூட்டம் புதியவனை வெறுப்பாகப் பார்த்தாலும், புத்திசாலித்தனமாக வாய் மூடி நின்றது. அரசன் தன்னைக் காப்பாற்றியவரிடம் கன்னம் சிவக்க, கண்கள் மின்னச் சென்று,

'சரியான நேரத்தில் வந்தீர்கள் சர்.மைல்ஸ்', என்றான்.

அத்தியாயம் – 23

கைதியாக இளவரசன்

ஹெண்டன் தன் புன்னகையை மறைத்துக்கொண்டு, குனிந்து, அரசனின் காதில் – மெதுவாக, மெதுவாக, இளவரசே! சற்று நேரம் எதுவும் பேசவேண்டாம். என்னை நம்புங்கள். எல்லாம் நல்லபடியாக முடியும்' என்றார்.

ஒரு காவலர் வர... கூட்டம் வழிவிட்டு ஒதுங்கியது. காவலன் அரசரின் தோளில் கை வைக்கப் போனபோது, ஹெண்டன்,

'மெதுவாக, நண்பரே! உங்கள் கையை எடுங்கள். அவன் அமைதியாக வருவான். அதற்கு நான் பொறுப்பு. எங்களுக்கு வழி காட்டுங்கள். நாங்கள் பின்தொடர்கிறோம்,' என்றார்.

காவலன் முன்னே செல்ல, அந்தப் பெண் தன் பையோடு பின் தொடர்ந்தாள். அவளுக்குப்பின் அரசனும், ஹெண்டனும், கூட்டம் பின் தொடர்ந்தது. அரசன் திமிறப் பார்த்தான். ஆனால் ஹெண்டன் மெதுவாக.

'ஐயா! சற்று யோசனை செய்யுங்கள். உங்கள் அரசாட்சிக்கு சட்டம்தான் உயிர்மூச்சு. மற்றவர்கள் எல்லாம் அதை பின்பற்ற, அதை உருவாக்கியவர் மீறலாமா? அரசர் மீண்டும் அரியணையில் அமரும்போது, தான் ஒரு தனிப்பட்ட குடிமகனாக இருந்தபோது, சட்டத்தை மதித்து நடந்ததை நினைத்துப் பார்த்தால், எத்தனை மகிழ்வாக இருக்கும்?' என்றார்

‘நீங்கள் சொல்வது சரிதான். இனி எதுவும் சொல்ல வேண்டாம். சட்டப்படி ஒரு குடிமகள் நடந்துகொள்ள வேண்டும் என்று இங்கிலாந்து அரசன் நினைக்கும்போது, தான் குடிமகனாக இருக்கும்போதும் அவன் அடிபணிவான்.’

நீதிபதியிடம் தனது வழக்கைச் சொல்லும்போது அந்தப் பெண், கூண்டில் நிற்கும் அந்த சிறுவன்தான் திருடியதாகச் சொன்னாள். அதற்கு மாறாக சொல்வதற்கு எதுவும் இல்லாததால் அரசனுக்கு தண்டனை உறுதியாயிற்று. அவளது பையைத் திறந்தபோது உள்ளே வெட்டப்பட்ட பன்றிக்குட்டி இருந்தது. நீதிபதிக்குக் குழப்பம். ஹெண்டனுக்குக் கவலை ஏற்பட்டது. அரசன் எந்த பாதிப்புமின்றி இருந்தான். சற்று யோசித்த நீதிபதி,

‘இந்தப் பொருளின் மதிப்பு என்ன?’ என்றார்.

அப்பெண், ‘ஐயா! மூன்று ஷில்லிங், எட்டு பென்ஸ். நான் மதிப்பை கூட்டி, குறைத்துச் சொல்லாமல் நேர்மையாகச் சொல்கிறேன்,’ என்றாள்.

நீதிபதி கூட்டத்தை சங்கடத்தோடு பார்த்துவிட்டு, காவலனிடம்,

‘கூட்டத்தை வெளியேற்றிவிட்டு, கதவை மூடு,’ என்றார்.

அப்படியே செய்தார்கள். இரு அதிகாரிகள், குற்றவாளி, பாதிக்கப்பட்டவள், ஹெண்டன் மட்டும் உள்ளே இருந்தார்கள். ஹெண்டன் பதட்டமாக இருந்தார். நெற்றியில் வியர்த்து முகத்தில் வழிந்தது. நீதிபதி அந்தப் பெண்ணை கருணையோடு பார்த்து,

‘பையனைப் பார்க்க பாவமாக இருக்கிறது. ஏதோ பசிக் கொடுமையில் செய்துவிட்டான் போலும். முகத்தைப் பார்த்தால் நல்லவனாகத் தெரிகிறது – பசிக் கொடுமை பாவம் – பதின்மூன்றரை பென்ஸிக்குமேல் திருடினால், மரண தண்டனை தர வேண்டும் என்று உனக்குத் தெரியுமா?’ என்றார்.

அரசன் திகைத்துப் போனாலும், அமைதி காத்தான். ஆனால் அந்தப் பெண்ணால் அப்படி இருக்க முடியவில்லை. அவள் பயத்தில் நடுங்கியபடி, ‘ஐயோ! என்ன காரியம் செய்தேன்! கடவுளே! இந்தப் பையனை நான் சாக விடமாட்டேன். ஐயா! என்னை இந்தப் பழியிலிருந்து காப்பாற்றுங்கள்! நான் என்ன செய்ய வேண்டும்?’ என்றாள்.

நீதிபதி தனது அதிகார தோரணையை விட்டுவிடாமல், எளிமையாக,

‘இன்னும் எமது ஆவணங்களில் எழுதப்படவில்லை என்பதால், உனது பொருளை மறுமதிப்பீடு செய்து அதன் மதிப்பைச் சொல்லலாம்,’ என்றார்.

‘அப்படியானால், கடவுளின் பெயரால் இந்தப் பன்றியின் மதிப்பு எட்டு பென்ஸ்தான். எனது மனசாட்சி என்னைக் கொல்லாமல் இருக்கட்டும்,’ என்றாள் அவள்.

தனது மகிழ்ச்சியில் அனைத்து சம்பிரதாயங்களையும் மறந்த ஹெண்டன் அரசனைக் கட்டி அணைத்துக்கொண்டார். அந்தப் பெண் விடைபெற்றுக்கொண்டு தன் பன்றியை எடுத்துக்கொண்டு சென்றாள். அவளுக்குக் கதவைத் திறந்துவிட்ட காவலன் அவள் பின்னாலேயே சென்றான். நீதிபதி தனது குறிப்பேடுகளை எழுத ஆரம்பித்தார். எப்போதும் எச்சரிக்கையாக இருக்கும் ஹெண்டன், இந்தக் காவலன் அவள் பின்னால் ஏன் செல்கிறான்?’ என்று சந்தேகப்பட்டு, தானும் பின்னால் சென்று அவர்கள் பேசுவதைக் கேட்டார்.

‘நல்ல கொழுத்த பன்றி! சாப்பிட சுவையாக இருக்கும். நான் இதை வாங்கிக்கொள்கிறேன். இந்தா எட்டு பென்ஸ்,’ என்றான் காவலன்.

‘எட்டு பென்ஸா? அதெல்லாம் இல்லை. இதன் விலை மூன்று ஷில்லிங், எட்டு பென்ஸ், உன் எட்டு பென்ஸுக்கு அத்திப்பழம் தான் கிடைக்கும்’.

‘நீ நீதிபதியிடம் தவறான வாக்குமூலம் தந்து இதன் மதிப்பு எட்டு பென்ஸ் என்று சொல்லியிருக்கிறாய். இப்போதே நீதிபதியிடம் வா – உன் குற்றத்தை ஒப்புக்கொள் – அந்தப் பையன் தூக்கில் தொங்கட்டும்.’

‘அன்பரே! வேண்டாம், வேண்டாம். எட்டு பென்ஸ் தந்தால் போதும். விஷயத்தை இதோடு விட்டுவிடுங்கள்.’

அவள் அழத் துவங்கினாள். ஹெண்டன் நீதிமன்ற அறைக்குத் திரும்பினார். காவலன் பன்றியை எங்கோ மறைத்து வைத்து விட்டு உள்ளே வந்தான். நீதிபதி நீண்டநேரம் ஏதோ எழுதினார். பிறகு அரசனுக்கு நீண்ட நேரம் அறிவுரை கூறினார். பொதுச் சிறைச் சாலையில் சிறிய சிறைவாசமும், சவுக்கடியும் தண்டனையாக அறிவித்தார். அரசன் ஏதோ சொல்ல வாயெடுத்தான். நீதிபதியின் தலையை சீவ உத்தரவிடப்போவதாக இருந்தான். ஆனால்

ஹெண்டன் ஜாடை காட்டியதும், பேசாமல் இருந்துவிட்டான். ஹெண்டன் அவன் கையைப் பிடித்துக்கொண்டு, நீதிபதியை, வணங்கினார். இருவரும் காவலனோடு சிறைச்சாலை நோக்கிச் சென்றனர். தெருவிற்கு வந்ததும், கோபத்திலிருந்த அரசன், தன் கையை விடுவித்துக்கொண்டு,

'முட்டாள்! நான் ஒரு சாதாரண சிறைச்சாலையில் இருப்பேன் என்று நினைத்தானோ?' என்றான்,

ஹெண்டன் குனிந்து, சற்று கடுமையாக,

'என்னை நம்புகிறாய் அல்லவா? அமைதி. உன் ஆபத்தான பேச்சால் நமது வாய்ப்புகளை நீ கெடுத்து விடுவாய். ஆண்டவரின் விருப்பப்படியே எல்லாம் நடக்கும். நீ அதை விரைவுபடுத்த முடியாது; மாற்றவும் முடியாது. எனவே பொறுத்திரு. அமைதியாக இரு. எது நடக்கவேண்டியதோ, அது நடக்கும்போது, மகிழ்ச்சியோ, துக்கமோ பட்டுக்கொள்ளலாம்,' என்றார்.[1]

அத்தியாயம் – 24

தப்பித்தல்

அந்த குறுகிய குளிர்காலப் பகல் கிட்டத்தட்ட முடிந்துவிட்டது. ஓரிருவர் தவிர தெருவில் யாரும் இல்லை. அவர்களும் தம் வேலைகளை முடித்துக்கொண்டு, பனிக்காற்று வருவதற்குள் வீடு திரும்பும் அவசரத்தில் இருந்தனர். அவர்கள் நமது கோஷ்டியை கவனிக்கவேயில்லை. 'ஒரு அரசன் சிறைச்சாலை செல்லும் காட்சி இந்த அளவிற்கு என்றேனும் யாராலும் கண்டுகொள்ளப்படாததாக இருந்திருக்குமோ?' என்று ஆறாம் எட்வர்ட் வியந்தான். காவலன் யாருமற்ற சந்தைத் திடலைக் கடந்துகொண்டிருந்தான். திடலுக்கு நடுவே வந்தபோது ஹெண்டன் அவன் கையைப் பிடித்து, மெதுவான குரலில்.

'ஒரு நிமிடம் ஐயா! இங்கு நாம் பேசுவதை கவனிக்க யாரும் இல்லை. உங்களிடம் ஒன்று சொல்ல வேண்டும்' என்றார்.

'என் கடமை அதைத் தடுக்கிறது. ஐயா! இரவு நெருங்குவதால், தயவுசெய்து எனக்கு இடையூறு செய்ய வேண்டாம்.'

‘இருப்பினும், இது உங்களுக்கு முக்கியமானது. ஒரு கணம் கண்டுகொள்ளாமல் இருங்கள். இந்தப் பையன் தப்பிச் செல்லட்டும்.’

‘என்னிடமே இப்படிச் சொல்கிறீர்களே, ஐயா! நான் உங்களை கைது செய்து விடுவேன்.’

‘இல்லை. அவசரப்படாதீர்கள். சற்று கவனமாக யோசியுங்கள். முட்டாள்தனமாக தவறு செய்யாதீர்கள்’ என்ற ஹெண்டன் குரலை மேலும் தாழ்த்தி, ‘நீங்கள் எட்டு பென்ஸிற்கு வாங்கிய பன்றி உங்கள் உயிருக்கு ஆபத்தாகப் போகிறது,’ என்றார்.

திகைத்துப் போன காவலனுக்கு முதலில் பேச்சே வரவில்லை. பிறகு ஹெண்டனை பலவாறு மிரட்ட ஆரம்பித்தான். ஆனால் ஹெண்டன் கலங்கவில்லை. அவன் பேசி முடிக்கும் வரை காத்திருந்தார். பிறகு.

‘எனக்கு உன்னைப் பிடிக்கிறது நண்பா! உனக்கு தீங்கு வருவதை நான் விரும்பவில்லை. பார், நீ பேசியது முழுக்க நான் கேட்டுவிட்டேன். என்னால் அதை நிரூபிக்க முடியும்,’ என்றார். பிறகு காவலன் அந்தப் பெண்ணிடம் பேசியது அனைத்தையும் வரி மாறாது சொல்லிக் காட்டினார்.

‘சரியாகச் சொன்னேனா? தேவைப்பட்டால் இதை அப்படியே நீதிபதியிடமும் எனக்கு சொல்லத் தெரியாதா, என்ன?’

காவலன் பயத்தில் உறைந்து போனான், பிறகு,

‘வேடிக்கைக்காக செய்த விஷயத்தை பெரிதுபடுத்த வேண்டாம். நான் சும்மா பொழுதுபோக்கிற்காக அவளிடம் அப்படிச் செய்தேன்,’ என்றான்.

‘பொழுதுபோக்கிற்காக அவளிடம் பன்றியை வாங்கினாயா?’

‘அப்படியல்ல, ஆனால் விளையாட்டாக.’

‘நான் உன்னை நம்புகிறேன்,’ என்றார் ஹெண்டன் கிண்டலாக. ‘ஆனால் நீ சற்று இங்கேயே நில். நான் ஒரு நொடியில் நீதிபதியிடம் ஓடிப்போய் இது பற்றிக் கேட்டுவருகிறேன். அவர் சட்டம், வேடிக்கை, விளையாட்டு அனைத்தையும் அறிந்தவர் என்பதால் –’

பேசிக்கொண்டே ஹெண்டன் நகர்ந்தார். காவலன் சற்று தயங்கிவிட்டு, ஓரிரு வசவுகளைச் சொல்லிவிட்டு,

'பொறுங்கள் ஐயா! – தயவுசெய்து சிறிது நேரம் – நீதிபதியிடம் போக வேண்டாம்! அவருக்கு வேடிக்கை விளையாட்டுகளெல்லாம் பிடிக்காது! இருங்கள், நாம் பேசித் தீர்த்துக்கொள்வோம். ஐயோ! நான் மாட்டிக்கொண்டேன் – ஏதோ விளையாட்டுப் போக்கில் செய்துவிட்டேன். நான் குடும்பஸ்தன். மனைவியும், சிறு குழந்தைகளும் இருக்கிறார்கள் – சற்று யோசியுங்கள். நான் என்ன செய்யட்டும்?'

'நான் மெதுவாக ஒரு லட்சம் வரை எண்ணும் வரை கண்தெரியாதவனாக, காது கேட்காதவனாக, கை, கால் விளங்காதவனாக இருந்தால் போதும்,' என்று மிகவும் சின்னதாக, நியாயமான ஓர் உதவி கேட்பது போன்ற பாவனையோடு கேட்டார் ஹெண்டன்.

'அதனால் நான் நாசமாகப் போவேன்,' என்றான் காவலன் துன்பத்துடன். 'ஐயா! சற்று நியாயமாக நடந்துகொள்ளுங்கள். சற்று இந்த விஷயத்தை முழுமையாக ஆராய்ந்து பாருங்கள். அது வெறும் வேடிக்கைதான் என்பது தெரியும். அப்படியே அது வேடிக்கையான விஷயம் இல்லை என்றாலும்கூட, அது நீதிபதியிடமிருந்து ஒரு எச்சரிக்கை அல்லது கண்டனத்தைத்தான் வாங்கித் தரும்.'

ஹெண்டனின் பதில் அவனை உறைந்து போகச்செய்தது.

'உன் வேடிக்கைக்கு சட்டத்தில் ஒரு பெயர் இருக்கிறது – அது என்ன தெரியுமா?'

'தெரியாது! ஒருவேளை நான் மூடனாக இருக்கலாம். அதற்கு ஒரு பெயர் இருக்குமென்று நான் கனவிலும் நினைத்ததில்லை.'

'ஆம், அதற்கு ஒரு பெயர் உண்டு. சட்டத்தில் அதை நான் காம்போஸ் மென்டிஸ் லெக்ஸ் டாலியோனிஸ் சிக் டிரான்சிட் குளோரியா மண்டி என்பார்கள்'.

'ஐயோ, கடவுளே!'

'அதற்கு தண்டனை மரணம்தான்!'

'ஆண்டவரே! இந்தப் பாவி மீது இரக்கம் கொள்வீர்!'

'ஒருவரது தவறை தனக்கு சாதகமாகப் பயன்படுத்திக் கொள்ளுதல். உன் தயவில் இருந்த ஒருவரின் பதின்மூன்றரை பென்னிக்கு அதிகமான மதிப்புள்ள பொருளை அற்பத் தொகைக்கு

வாங்கியுள்ளாய். இது சட்டத்தின் பார்வையில் வீண்வழக்காடல், சதி பற்றித் தெரிவிக்காத குற்றம், அரசுப் பணியாளரின் நெறி தவறிய நடவடிக்கை, அட் ஹோமினம் எக்ஸ்பர்கேடிஸ் இன் ஸ்டேடஸ் கோ- இதற்கு தூக்குத்தண்டனைதான்.' என்னைக் காப்பாற்றுங்கள், ஐயா! காப்பாற்றுங்கள். என் கால்கள் நடுங்குகின்றன.' கருணை காட்டுங்கள். இந்த ஆபத்திலிருந்து காப்பாற்றுங்கள். நான் திரும்பிக்கொள்கிறேன். நடப்பது எதையும் பார்க்க மாட்டேன்.'

'நல்லது. இப்போது நீ புத்திசாலியாக, நியாயமாகப் பேசுகிறாய். அப்படியே பன்றியை திருப்பித் தருகிறாயா?'

'கண்டிப்பாக. இனி சொர்க்கத்திலிருந்து தேவதூதர்கள் அனுப்பினாலும் நான் பன்றியைத் தொடமாட்டேன். உங்களுக்காக – நான் குருடனாகி விடுகிறேன் – எதையும் பார்க்கவில்லை. நீங்கள் என்னைத் தாக்கி கைதியை விடுவித்துச் சென்றதாகச் சொல்லி விடுகிறேன். சிறையின் கதவு மிகவும் பழையது. இரவு அதை நானே உடைத்து வைத்து விடுகிறேன்.'

'அதைச் செய். உனக்கு ஒரு தீங்கும் வராது. நீதிபதிக்கு இந்தப் பையன் மீது கருணை உண்டு. அவன் தப்பித்ததற்காக உன் மீது நடவடிக்கை எடுக்கமாட்டார்.'

அத்தியாயம் – 25

ஹெண்டன் ஹால்

காவலனின் பார்வையிலிருந்து மறைந்ததும், ஹெண்டன் அரசனை ஒரு குறிப்பிட்ட இடத்தில் சென்று காத்திருக்கும்படி சொல்லிவிட்டு, தனது விடுதிக்கு கணக்கு முடிக்கச் சென்றார். அரைமணி நேரம் கழித்து, நண்பர்கள் இருவரும் மகிழ்ச்சியாக ஹெண்டனின் கழுதைகளில் சவாரி செய்தனர். அரசன் தனது கந்தல்களை கழற்றிவிட்டு ஹெண்டன் தந்த ஓரளவு நல்ல உடை அணிந்து மகிழ்ச்சியாக இருந்தான்.

பையன் மிகவும் களைத்திருந்ததால், 'அவனை நன்கு பார்த்துக் கொள்ள வேண்டும்' என்று நினைத்தார் ஹெண்டன். 'கடுமையான பயணம், வேளை கெட்ட வேளையில் சாப்பிடுவது, தூங்குவது ஆகியவை ஏற்கெனவே குழம்பிப் போயுள்ள அவனது மனநிலைக்கு மேலும் தீங்கு விளைவிக்கும்' என்று நினைத்தார். ஓய்வு, சரியான நேரத்தில் உணவு, உடற்பயிற்சி ஆகியவை அவன் நலம் பெற உதவும். அவன் சீக்கிரம் குணமடைவதைப் பார்க்க

அவர் ஏங்கினார். எனவே, பல காலமாக தான் செல்ல ஏங்கிய வீட்டிற்கு இரவு, பகலாகப் பயணித்துச் செல்வதைத் தவிர்த்து, மெதுவாகச் செல்ல முடிவு செய்தார்.

இருவரும் சுமார் பத்து மைல் பயணித்ததும் ஒரு கிராமத்தை அடைந்தார்கள். அங்கு இரவில் ஒரு நல்ல விடுதியில் தங்கினார்கள். பழைய உறவுமுறைகள் இப்போது திரும்ப வந்துவிட்டன. அரசன் சாப்பிட்டபோது, ஹெண்டன் உதவி செய்ய, அருகில் நின்றார். படுக்கச் செல்லும்போது அரசன் உடைமாற்ற உதவினார். வாசல் பக்கமாக தரையில் படுத்து காவலிருந்தார்.

மறுநாளும், அதற்கு மறுநாளும், தாம் பிரிந்ததிலிருந்து தமக்கு நடந்தவற்றைப் பேசியபடி மெதுவாகப் பயணம் செய்தார்கள். ஹெண்டன், தான் அரசனைத் தேடியது, துறவி வேண்டுமென்றே காட்டிற்குள் அழைத்துச் சென்றது, அவரைத் துரத்த முடியாது என்பதை அறிந்ததும், திரும்பவும் குடிசைக்கு அழைத்து வந்தது எல்லாவற்றையும் சொன்னார். துறவி உள்ளே சென்று பார்த்துவிட்டு, 'பையன் திரும்பி வந்திருப்பான் என்று நினைத்தேன். ஆனால் அவனைக் காணவில்லை' என்றாராம். ஹெண்டன் அன்று முழுக்க அந்த குடிசையில் காத்திருந்தாராம். பிறகு திரும்பவும் தேட ஆரம்பித்தாராம்.

'அந்தத் துறவி உன்னைக் காணவில்லை என்று மிகவும் வருத்தப்பட்டார்,' என்றார் ஹெண்டன்.

'அதில் சந்தேகமே இல்லை,' என்ற அரசன் தன் கதையைச் சொன்னான். அதைக் கேட்ட ஹெண்டன் துறவியைக் கொல்லாமல் வந்துவிட்டோமே என்று வருந்தினார்.

பயணத்தின் கடைசி நாளில் ஹெண்டனின் உற்சாகம் அதிகரித்தது. அவர் தனது தந்தை பற்றி, சகோதரர் ஆர்தர் பற்றி, அவர்களது நல்ல குணாதிசயங்கள் பற்றி பேசிக்கொண்டே இருந்தார். எடித் மீதான தனது காதல் பற்றியும் சொன்னார். மிக நல்ல மனநிலையில் இருந்ததால் ஹக் பற்றிக்கூட சில நல்ல விஷயங்களைச் சொன்னார். 'நான் போய் அங்கே நின்றால் எல்லோருக்கும் எவ்வளவு வியப்பாக இருக்கும், எவ்வளவு மகிழ்ச்சி ஏற்படும்' என்றெல்லாம் கூறினார்.

அது செழிப்பான பகுதி, ஆங்காங்கே வீடுகளும், தோட்டங்களும் இருந்தன. பரந்த வயல்வெளிகளுக்கு நடுவே ஏற்ற இறக்கமாக சாலை சென்றது. மதியம் வாக்கில் அவர் அவ்வப்போது ஏதாவது

பாறை மீது ஏறி தனது வீடு தெரிகிறதா என்று பார்த்தார். கடைசியில் அந்த முயற்சியில் வெற்றி பெற்றார்.

'இளவரசே! அதுதான் என் கிராமம். பக்கத்தில் ஹெண்டன் ஹால்! இங்கிருந்தே அதன் கோபுரங்களை நீங்கள் பார்க்கலாம். பக்கத்தில் உள்ள காடு – என் தந்தையுடையதுதான். ஆஹா... அது எவ்வளவு சிறப்பாக இருக்கிறது! எழுபது அறைகள் கொண்ட வீடு – நினைத்துப் பாருங்கள் – இருபத்தியேழு வேலைக்காரர்கள்! எங்கள் வீடு எவ்வளவு அற்புதமானது இல்லையா? வா – வேகமாகச் செல்லலாம்! இனியும் எனக்குப் பொறுமை இல்லை.'

முடிந்தவரை வேகமாகச் சென்றார்கள். ஆனாலும் கிராமத்தை அடைய மூன்று மணிக்குமேலாகி விட்டது. இருவரும் பாய்ந்து சென்றார்கள். ஹெண்டன் பேசிக்கொண்டே இருந்தார். 'இதோ தேவாலயம் – அதே பளபளப்புடன் – கூடவும் இல்லை, குறையவும் இல்லை. அங்கே இருப்பது ரெட் லயன் விடுதி. இது சந்தை. 'இங்கு பம்ப் எதுவும் மாறவில்லை. மனிதர்கள் தவிர எதுவும் மாறவில்லை. பத்து வருடங்களில் மனிதர்கள் மாறத்தான் செய்வார்கள். சிலரை எனக்குத் தெரிந்தது மாதிரி உள்ளது. ஆனால் யாருக்கும் என்னைத் தெரியவில்லை.' இப்படியே பேசிக் கொண்டிருந்தார். விரைவில் கிராமத்தின் கடைசிக்கு வந்து விட்டார்கள். பிறகு இருபுறமும் உயரமான புதர்கள் மண்டிய ஒரு குறுகலான சாலையில் சென்றார்கள். அரைமைல் தூரம் சென்ற பின் பெரிய கதவின் வழியே ஒரு தோட்டத்தில் நுழைந்தார்கள். தோட்டத்திற்கு அப்பால் பெரிய மாளிகை. அதன் கல்தூண்கள் அழகாக செதுக்கப்பட்டிருந்தன.

'எனது அரசரே! ஹெண்டன் ஹாலுக்கு நல்வரவு!' என்றார் ஹெண்டன். 'இது முக்கியமான நாள். என் தந்தை, சகோதரர், எடித் எல்லோரும் தலைகால் புரியாத மகிழ்ச்சியில் இருப்பார்கள். என்னோடு வாய் ஓயாது பேசுவார்கள். அதனால் உன்னை சரியாக வரவேற்கவில்லையே என்ற நினைத்துக்கொள்ளாதே. நீ எனது பாதுகாப்பில் இருப்பவன். என்னால் மிகவும் நேசிக்கப்படுபவன் என்பதை அறிந்தால் உன்னை மனதார விரும்புவார்கள். பிறகு இந்த வீடு உன்னுடையதுதான்.'

அடுத்த கணம் ஹெண்டன் இளவரசனின் கையைப் பிடித்துக் கொண்டு வேகமாக உள்ளே நுழைந்தார். பெரிய கூடத்தில் அரசனை அமர வைத்துவிட்டு பெரிய கனப்பருகே ஒரு மேஜை முன் அமர்ந்திருந்த இளைஞனிடம் சென்றார்.

'என்னை அணைத்துக் கொள் ஹக்!' என்று கூவினார். 'நான் திரும்ப வந்ததில் மகிழ்ச்சி என்று கூறு! தந்தையைக் கூப்பிடு. அவரைப் பார்க்காதவரை, அவர் குரலைக் கேட்காதவரை, அவர் கரத்தைப் பற்றாதவரை, இது எனது வீடல்ல.'

ஆனால் ஹக் விலக்கிக்கொண்டான். முகத்தில் ஏற்பட்ட சிறு வியப்பை மறைத்துக்கொண்டு, புதியவனை வெறித்துப் பார்த்தான் – அதில் அத்தனை மரியாதை இல்லை. பிறகு ஏதோ யோசனை அல்லது தீர்மானத்தின்படி, முகத்தில் ஓர் ஆவல் தோன்றியது.

'புதியவனே! நீ இவ்வுலகில் மிகவும் துன்புற்றிருப்பாய் போலும். உனது நடையுடை, பாவனையில் அது தெரிகிறது. நீ என்னை யாரென்று நினைக்கிறாய்?'

'யார் என்றா? நீ நீயன்றி வேறு யார்? உன்னை ஹக் ஹெண்டன் என்று நான் பார்க்கிறேன்,' என்றார் மைல்ஸ் கோபமாக.

மற்றவன், அதே மென்மையான குரலில்,

'அப்படியானால் உன்னை யாரென்று நீ கற்பனை செய்து கொண்டுள்ளாய்?' என்றான்.

'இதில் கற்பனைக்கு ஒன்றுமில்லை! நான் உன் சகோதரன் மைல்ஸ் ஹெண்டன் என்பது தெரியாததுபோல் நடிக்கிறாயா?'

ஹக்கின் முகத்தில் ஓர் ஆச்சரியமான பாவம், அவன்,

'என்னது? நீ வேடிக்கை செய்யவில்லையே? இறந்தவன் எப்படி உயிரோடு வர முடியும்? அப்படியானால் ஆண்டவர் பாராட்டப்பட வேண்டியவர். இத்தனை ஆண்டுகளுக்குப்பின் தொலைந்துபோன எங்கள் வீட்டுப் பையன் திரும்ப வந்துள்ளான். இது நம்ப முடியாத அளவிற்கு நல்ல விஷயமாக உள்ளது – நான் உன்னை கெஞ்சிக் கேட்கிறேன். என் மீது கருணை காட்டு. என்னைக் குழப்பாதே! இந்தப் பக்கம் – வெளிச்சத்திற்கு வா – வேகமாக. உன்னை நன்றாகப் பார்க்கிறேன்!'

அவன் மைல்ஸின் கையைப் பிடித்து ஜன்னலருகே இழுத்துச் சென்று, தலை முதல் கால்வரை ஆராய்ந்தான். இந்தப் பக்கமும், அந்தப் பக்கமும் திருப்பிப் பார்த்தான். அவரைச் சுற்றி வந்து பல கோணங்களிலும் பார்த்தான். திரும்பி வந்தவரோ, சிரித்துக் கொண்டே, தலையை ஆட்டிக்கொண்டிருந்தார்.

‘பார், தம்பி! நன்றாகப் பார், பயப்படாதே. எனது எந்த உறுப்பும் உன் பரிட்சையில் தோல்வி காணாது. உனக்கு திருப்தி வரும் வரை என்னை ஆராய்ச்சி செய். நான் உனது பழைய மைல்ஸ்தான். அதே மைல்ஸ்தான். உன் காணாமல் போன அண்ணன், இல்லையா? இது அருமையான நாள்! உன் கையைக் கொடு, உன் கன்னத்தைக் காட்டு. நான் சந்தோஷத்தில் செத்து விடுவேன்போல் இருக்கிறது!’

அவர் சகோதரனை அணைத்துக்கொள்ளப் போனார். ஆனால் ஹக் கை காட்டி நிறுத்தினான். தலையைத் தொங்கப்போட்டபடி, உணர்ச்சிவசப்பட்டு,

‘ஆண்டவரே! இந்த துயரமான ஏமாற்றத்தைத் தாங்கிக்கொள்ள சக்தி தருவீர்’, என்றான்.

மைல்ஸிற்கு வியப்பில் ஒரு கணம் பேச்சு வரவில்லை. பின்னர்.

‘என்ன ஏமாற்றம்? நான் உன் சகோதரன் இல்லையா?’ என்றார்.

ஹக் தன் தலையை சோகமாக ஆட்டியபடி,

‘அப்படி இருந்தால் நல்லது என்றுதான் நானும் நினைக்கிறேன். மற்றவர்கள் கண்கள் ஒருவேளை நான் கவனிக்கத் தவறிய ஜாடையை உணரலாம். ஆனால் அந்தக் கடிதம் மிகவும் உண்மையானது என்றே கருதுகிறேன்,’ என்றான்.

‘எந்தக் கடிதம்?’

‘ஆறேழு ஆண்டுகளுக்குமுன் கடல் கடந்து வந்த கடிதம். அது எனது சகோதரன் போரில் மடிந்ததாகச் சொன்னது.’

‘அது பொய்! என் தந்தையைக் கூப்பிடு – அவருக்கு என்னைத் தெரியும்!’

‘இறந்தவர்களை அழைக்க முடியாது.’

‘இறந்தாரா?’ மைல்ஸின் குரல் கம்மியது. உதடுகள் துடித்தன. ‘என் தந்தை இறந்து விட்டார்! – ஓ! என்ன கொடிய செய்தி. என் பாதி சந்தோஷம் போய் விட்டது. ஒருவேளை என் அண்ணன் ஆர்தரைப் பார்க்க முடிந்தால்–அவருக்கு என்னைத் தெரியும். அவர் எனக்கு ஆறுதல் தருவார்.’

‘அவரும் இறந்து விட்டார்.’

‘ஆண்டவரே! இந்தப் பாவி மீது இரக்கம் கொள்ளும்! போய் விட்டார்கள் – இருவரும் போய்விட்டார்கள் – நான் அனைவரையும் இழந்துவிட்டேன்! ஓ! எனக்கு உமது கருணை வேண்டும். லேடி எடித்?’

‘இல்லை. அவள் உயிரோடிருக்கிறாள்.’

‘ஆண்டவருக்கு நன்றி! என் மகிழ்ச்சி திரும்ப வந்தது! தம்பி – வேகமாக அவளை அழைத்து வா! அவள் நான் யார் என்று சொல்லட்டும்! அவளுக்கு என்னைத் தெரியும். அவளைக் கூப்பிடு. பழைய வேலைக்காரர்களைக் கூப்பிடு. அவர்களும் என்னை அறிவார்கள்.’

‘ஐந்து பேரைத் தவிர எல்லோரும் போய்விட்டார்கள் – பீட்டர், ஹால்சே, டேவிட், பெர்னார்ட், மார்கரெட்.’

இப்படிச் சொல்லிவிட்டு ஹக் வெளியே சென்றான். மைல்ஸ் ஏதோ யோசித்தபடி உலாவினார்.

‘இருபத்திரண்டு நேர்மையான வேலைக்காரர்கள் போய்விட்டார்கள். ஐந்து வில்லன்கள் மட்டும் இருக்கிறார்கள். ஏதோ சரியில்லை.’

அவர் அரசனை முற்றிலும் மறந்து தனக்குள் ஏதோ பேசியபடி உலாவினார். உண்மையான அன்போடு அரசன்.

‘இந்த கெடுதல் பற்றி கவலைப்பட வேண்டாம். இதுபோல் அடையாளம் மறுக்கப்பட்டு, உரிமை பறிக்கப்பட்டவர்கள் உலகில் நிறைய உண்டு. உங்களுக்குத் துணை இருக்கிறது,’ என்றான்.

‘அரசே! என்னைப் பழிக்க வேண்டாம். நான் போலி அல்ல – அவள் சரியாகச் சொல்லிவிடுவாள். இங்கிலாந்தின் மிக இனிமையான உதடுகளிலிருந்து அதை நீங்கள் கேட்பீர்கள். நான் போலியா? இந்தக் கூடம், எனது முன்னோர்களின் படங்கள், இங்குள்ள பொருட்கள் அனைத்தையும் நான் நன்கறிவேன். பிரபு! நான் இங்குதான் பிறந்து வளர்ந்தேன். நான் உண்மையைத்தான் கூறுகிறேன். நான் உங்களை ஏமாற்ற மாட்டேன். யார் என்னை நம்பாவிட்டாலும், நீங்கள் என்னை நம்ப வேண்டும். நீங்கள் சந்தேகித்தால் என்னால் தாங்க முடியாது.’

‘நான் சந்தேகிக்கவில்லை’, என்றான். அரசன் குழந்தைத்தனமான எளிமையோடும், நம்பிக்கையோடும், ‘என் மனமார்ந்த நன்றி!’ என்றார் ஹெண்டன். அவர் மனம் நெகிழ்ந்ததை குரல் காட்டியது. அதே எளிமையோடு அரசன்,

‘நீங்கள் என்னை சந்தேகிக்கிறீர்களா?’ என்றான்.

குற்றஉணர்வுடன் கூடிய குழப்பம் ஹெண்டனை ஆட்கொண்டது. நல்லவேளையாக கதவைத் திறந்துகொண்டு ஹக் வந்ததால், அரசனுக்கு பதில் சொல்வதிலிருந்து தப்பினார்.

மிக ஆடம்பரமாக உடையணிந்த அழகான பெண் ஹக்கைத் தொடர்ந்து வந்தாள். பின்னால் சீருடையணிந்த வேலைக்காரர்கள். அவள் தலை குனிந்து, தரையைப் பார்த்தபடி மெதுவாக வந்தாள். முகம் சொல்ல முடியாத சோகத்தில் இருந்தது. மைல்ஸ் ஹெண்டன் துள்ளிக் குதித்து,

'ஓ! என் எடித், என் அன்பே!' என்றார்.

ஆனால் ஹக் அவரைத் தடுத்து, அந்தப் பெண்ணிடம் கடுமையாக,

'இவனைப் பார், இவனை உனக்குத் தெரியுமா?' என்றான்.

மைல்ஸின் குரல் கேட்டு அவள் லேசாகத் திகைத்தாள். கன்னங்கள் சிவந்தன. இப்போது அவள் நடுங்கினாள். அப்படியே அசையாமல் நின்று, பல கணம் யோசித்தாள். பிறகு தலையை மெதுவாக உயர்த்தி, ஹெண்டனின் கண்களை உணர்ச்சியின்றி, அச்சத்தோடு பார்த்தாள். அவள் முகம் வெளிறியது. பிறகு வறண்ட குரலில், 'எனக்கு இவனைத் தெரியாது,' என்றாள். பெருமூச்சோடு, அழுகையை அடக்கியபடி, வெளியே சென்றாள்.

மைல்ஸ் முகத்தை கைகளால் மூடியபடி ஒரு நாற்காலியில் சரிந்தார். சிறு மௌனத்திற்குப் பிறகு, அவரது சகோதரன் வேலைக்காரர்களிடம்,

'நீங்கள் இவரை கவனித்தீர்கள் அல்லவா? உங்களுக்கு இவரைத் தெரியுமா?' என்றான்.

அவர்கள் இல்லையென்று தலையசைத்தார்கள். பிறகு எஜமானன்,

'ஐயா! வேலைக்காரர்களும் உங்களைத் தெரியாது என்கிறார்கள். ஏதோ தவறு நடந்துள்ளது என்று நினைக்கிறேன். என் மனைவியும் உங்களைத் தெரியாது என்று சொன்னதைப் பார்த்தீர்கள்,' என்றான்.

'உன் மனைவி! அடுத்த கணம் ஹக்கின் கழுத்தை இரும்புப் பிடியாகப் பிடித்து, ஒரு சுவரோரம் அமுக்கினார். 'நரிப்பயலே! எனக்கு எல்லாம் தெரிந்துவிட்டது. நீயே போலியாக ஒரு கடிதத்தை எழுதியிருக்கிறாய். என் மனைவியை அபகரித்துக் கொண்டாய். எனது சொத்துகளை அனுபவிக்கிறாய். இங்கிருந்து போய் விடு. இல்லையெனில் உன் போன்றவொரு இழிபிறவியைக் கொன்ற இழுக்கு என் வீரத்திற்கு வந்து விடும்.' முகம் சிவக்க, மூச்சுத் திணறியபடி ஹக் பக்கத்திலிருந்த நாற்காலியில் சாய்ந்தான். வந்திருக்கும் கொலைகாரனைப் பிடித்து கட்டிப்போடும்படி

வேலைக்காரர்களுக்கு உத்தரவிட்டான். அவர்கள் தயங்கினார்கள். அதில் ஒருவன்,

'சர் ஹக், அவன் ஆயுதம் வைத்திருக்கிறான். எங்களிடம் ஆயுதம் இல்லை,' என்றான்.

'ஆயுதம்! அதனால் என்ன, நீங்கள் இத்தனை பேர் இருக்கிறீர்களே! நான் சொல்கிறேன், பிடியுங்கள் அவனை!'

ஆனால், மைல்ஸ் அவர்களை எச்சரித்தார்.

'என்னை உங்களுக்குத் தெரியும், நான் மாறவில்லை,' என்றார்.

வேலைக்காரர்கள் தயங்கினார்கள்.

'அப்படியானால், கோழைகளே! ஆயுதங்களை எடுத்துக் கொண்டு வந்து, இந்த அறைக்கு காவல் இருங்கள்,' என்றான் ஹக். பிறகு மைல்ஸ் பக்கம் திரும்பி, 'தப்பிச்செல்ல முயற்சி செய்யாது இருப்பதுதான் உனக்கு நல்லது,' என்றான்.

'தப்புவதா? அதுபற்றி உனக்குக் கவலை என்றால், பயப்படாதே! மைல்ஸ் ஹெண்டன்தான் இந்த ஹெண்டன் ஹாலுக்கும், அதன் அத்தனை சொத்துக்களுக்கும் எஜமானன். நான் இங்கேயே தான் இருப்பேன். சந்தேகம் வேண்டாம்.'

அத்தியாயம் – 26

கைவிடப்படுதல்

அரசன் சிலகணங்கள் யோசித்தபடி உட்கார்ந்திருந்தான். பிறகு,

'இது வினோதமாக இருக்கிறது – மிக வினோதமாக. என்னால் புரிந்துகொள்ள முடியவில்லை,' என்றான்.

'இல்லை, இது வினோதமில்லை, பிரபு! எனக்கு அவனைத் தெரியும். அவனது இந்த நடத்தை இயல்பானதுதான். அவன் பிறந்ததிலிருந்தே போக்கிரி'.

'ஓ! நான் அவனைப் பற்றிப் பேசவில்லை. சர் மைல்ஸ்'

'அவனைப் பற்றி இல்லையா? பிறகு எது பற்றி? எது வினோதமாக உள்ளது?'

'அரசன் காணவில்லை என்று யாரும் தேடாதது.'

‘எப்படி? என்ன? எனக்குப் புரியவில்லையே.’

‘உண்மையாகவா? நாடு முழுவதும் வீரர்கள் என்னைத் தேடாமல் இருப்பது உங்களுக்கு வினோதமாகத் தோன்றவில்லையா? அரசர் இல்லாதது பெரும் குழப்பத்திற்குரிய விஷயமல்லவா? நான் இப்படி மறைந்து போய்விட்டது எத்தனை பெரிய விஷயம்?’

‘உண்மைதான் அரசே! நான் மறந்துவிட்டேன்.’ மைல்ஸ் பெருமூச்சு விட்டார். ‘இவன் புத்தி இன்னும் சரியாவில்லை.’

‘நம் இருவர் பிரச்சனைகளையும் தீர்க்க நான் ஒரு யோசனை சொல்கிறேன். நான் லத்தீன், கிரேக்கம், ஆங்கிலம் மூன்று மொழிகளிலும் ஒரு கடிதம் எழுதித் தருகிறேன். காலையில் அதை எடுத்துக்கொண்டு லண்டனுக்கு விரைந்து செல்லுங்கள். எனது மாமா ஹெர்ட்ஃபோர்ட் பிரபுவைத் தவிர வேறு யாரிடமும் அந்தக் கடிதத்தைத் கொடுத்துவிட வேண்டாம். நான் எழுதியதாகச் சொல்லிக் கொடுங்கள். அதைப் பார்த்தால் அவருக்குத் தெரியும். என்னை அழைத்துச்செல்ல ஏற்பாடு செய்வார்.’

‘இளவரசரே! நான் என்னை நிரூபித்து, எனது சொத்துக்களைக் கைப்பற்றும்வரை நாம் இங்கே இருப்பது நல்லதாக இருக்கும் என்று கருதுகிறேன். இதை முடித்தபிறகு நான் போனால்– அரசன் பொறுமையின்றிக் குறுக்கிட்டான்.

‘அமைதி! தேசத்தின் தலைவிதி, அரியணையின் பாதுகாப்பு இவற்றைவிட இந்த அற்ப சொத்துக்கள் முக்கியமானவையா? என்றான். பிறகு தனது கடுமைக்கு வருத்தப்படுபவன் போல, மென்மையான குரலில், ‘எனது ஆணைக்கு அடிபணியுங்கள். எதற்கும் பயப்பட வேண்டாம். நான் இருக்கிறேன் – உங்களைப் பாதுகாக்க, நான் உங்கள் உதவியை மறக்காமல் கைமாறு செய்வேன்.’

இப்படிச் சொல்லிவிட்டு, எழுதுகோலை எடுத்து, எழுத ஆரம்பித்தான்.

ஹெண்டன் அவனை அன்போடு பார்த்தபடி,

‘பேசுவதைப் பார்த்தால் நிஜமான அரசனைப்போலவே இருக்கிறது. இவன் உண்மையான அரசனைப்போலவே இடிபோல முழங்குகிறான். எங்கிருந்து இவன் இந்த வித்தையைக் கற்றான்? கிரேக்கம், லத்தீன் என்று கற்பனை செய்துகொண்டு கிறுக்கித்

தள்ளுகிறானே! ஏதாவது யோசனை செய்து இவன் மனதை மாற்றாவிட்டால், நாளை இவன் சொல்வதுபோல் லண்டன் போயே ஆக வேண்டும் போலிருக்கிறதே!' என்று நினைத்தார்.

அடுத்த கணமே ஹெண்டன் தனது சொந்தக் கவலையில் ஆழ்ந்தார். அப்படி யோசனையில் இருக்கும்போது, அரசன் கடிதத்தைத் தர, என்ன செய்கிறோம் என்று தெரியாமலேயே கடிதத்தை வாங்கி பையில் போட்டுக்கொண்டார். 'அவள்தான் எத்தனை வினோதமாக நடந்துகொண்டாள்,' என்று நினைத்தார். 'அவளுக்கு என்னைத் தெரிகிறதா? தெரியவில்லையா? அவளுக்கு என் முகம், உருவம், குரல் தெரிந்துதான் இருக்க வேண்டும். தெரியாமல் எப்படி இருக்கும்? ஆனால் தெரியவில்லை என்கிறாள். அவளுக்கு பொய் சொல்லத் தெரியாது. ஒருவேளை அவன் இவளை மிரட்டி, வற்புறுத்தி பொய் சொல்ல வைத்திருக்கலாம். அப்படித்தான் நடந்திருக்கும். நான் அவளைக் கண்டுபிடிக்க வேண்டும். அவள் இப்போது வெளியில் சென்றிருப்பதால், அவள் தனது மனதில் உள்ளதை என்னிடம் கூறிவிடுவாள். அவள் முன்பு நாங்கள் பழகியதை மறக்க மாட்டாள். அவள் எனக்கு துரோகம் செய்யாமல் உண்மையைச் சொல்லி விடுவாள். அவளுக்கு துரோகம் செய்யத் தெரியாது. அவள் என்றுமே உண்மையாக, நேர்மையாக இருப்பவள். அவள் என்னைக் காதலித்தவள். எனக்கு துரோகம் செய்ய அவளால் முடியாது.'

அவர் ஆவலோடு கதவருகே சென்றார். அப்போது கதவு திறக்க... எடித் உள்ளே வந்தாள். அவள் மிகவும் வெளிறிப் போயிருந்தாள். ஆனால் தீர்மானத்தோடு அடி வைத்து நடந்து வந்தாள். அவள் மிகக் கம்பீரமாக நடந்து வந்தாள். முகம் முன்புபோலவே சோகமாக இருந்தது.

மைல்ஸ் மிகவும் நம்பிக்கையோடு அவளருகே பாய்ந்து செல்ல, அவள் லேசான ஜாடையால் அவரை நிறுத்தினாள். அவர் அப்படியே நின்றார். அவள் அமர்ந்துகொண்டு, அவரையும் அமரச் சொன்னாள். இந்த எளிய செயல் மூலம் அவரை தனக்கு இதற்குமுன் தெரியாது என்பதைக் காட்டினாள். இந்தச் செயலின் எதிர்பாராத தன்மையில் அவருக்கு உண்மையிலேயே தாம் யார் என்று சந்தேகமே வந்துவிட்டது. எடித்.

'ஐயா! நான் தங்களை எச்சரிக்கை செய்ய வந்துள்ளேன். மனநிலை பாதிக்கப்பட்டவர்களை அவர்களது கற்பனைகளிலிருந்து

மீட்க முடியாது. ஆனால், அவர்களுக்கு ஆபத்தைத் தவிர்க்குமாறு அறிவுரை கூற இயலும். உங்கள் கற்பனையை நீங்கள் உண்மை என்றே நினைக்கிறீர்கள். எனவே அது குற்றமாகாது. ஆனால் இங்கே நீங்கள் தங்கவேண்டாம். அது ஆபத்தானது,' என்றாள். ஒரு கணம் மைல்ஸின் முகத்தை நேராகப் பார்த்து, 'இறந்துபோன எங்கள் பையன்போலவே நீங்கள் இருப்பது பெரிய ஆபத்து,' என்றாள்.

'கடவுளே! ஆனால் அது நான்தானம்மா!'

'ஐயா! நீங்கள் அப்படி நினைத்துக்கொண்டிருப்பதாக நான் கருதுகிறேன். அதில் உங்களது நேர்மையை நான் சந்தேகிக்கவில்லை. ஆனால் நான் எச்சரிக்கை செய்கிறேன். அவ்வளவுதான். என் கணவர்தான் இந்தப் பகுதியின் எஜமானர். அவரது அதிகாரம் எல்லையற்றது. அவரது விருப்பப்படி மக்கள் வாழ்வார்கள் அல்லது மடிவார்கள். நீங்கள் சொல்லும் மனிதரின் ஜாடை உங்களிடம் இல்லாவிட்டால், அவர் உங்களை எதுவும் செய்யாது விட்டு விடுவார். ஆனால், என்னை நம்புங்கள். எனக்கு அவரை நன்றாகத் தெரியும். அவர் என்ன செய்வார் என்று தெரியும். நீங்கள் ஒரு பைத்தியம் பிடித்த போலி என்பார். எல்லோரும் அதை ஆமோதிப்பார்கள்.' அவள் மைல்ஸ் அருகே குனிந்து, அவரை நேராகப் பார்த்தபடி, 'நீங்கள்தான் மைல்ஸ் ஹெண்டன் என்றால், அது அவருக்குத் தெரியுமென்றால் – நான் சொல்வதை கவனத்தில் கொள்ளுங்கள் – அப்போதும் உங்களுக்கு அதே ஆபத்துதான். உங்களுக்கு தண்டனை நிச்சயம். அவர் உங்களை மறுப்பார். உங்களை அடையாளம் காட்ட யாருக்கும் துணிச்சல் இருக்காது.'

'நிச்சயமாக அதை நான் நம்புகிறேன்,' என்றார் மைல்ஸ் கசப்பாக. 'அதிகாரத்தின் வாயிலாக நீண்ட காலம் பழகியவர்களையே மிரட்ட முடியும் என்றால், உணவிற்கும், வாழ்க்கைக்கும் அவனை நம்பி இருப்பவர்கள் என்ன செய்வார்கள்? விசுவாசத்திற்கும், கௌரவத்திற்கும் அங்கு இடமில்லை.'

அப்போது அந்தப் பெண்ணின் முகத்தில் லேசாக செம்மை படர்ந்தது. அவள் தரை நோக்கி கண்களைத் தாழ்த்திக்கொண்டாள். ஆனால் திரும்பவும் பேசும்போது குரலில் எந்த உணர்வும் இல்லை.

'நான் உங்களை எச்சரிக்கை செய்துவிட்டேன். இப்போதும் எச்சரிக்கிறேன். இங்கிருந்து போய் விடுங்கள். இல்லாவிடில் இந்த

மனிதர் உங்களை அழித்து விடுவார். அவர் இரக்கமற்ற கொடுங்கோலர். நான் அவரது அடிமை என்பதைப் புரிந்து கொள்ளுங்கள். பாவம் மைல்ஸ், ஆர்தர் எனது பாதுகாவலர் சர் ரிச்சர்ட் எல்லோரும் தப்பிவிட்டார்கள். இங்கிருக்காமல் நீங்களும் தப்பிவிடுங்கள். உங்களது கோரிக்கை அவரது பட்டத்திற்கும், சொத்துகளுக்கும் ஆபத்து. நீங்கள் அவரை அவரது சொந்த மாளிகையில் தாக்கியிருக்கிறீர்கள். இங்கிருந்தால், அழிந்து போவீர்கள். போய்விடுங்கள் - தயங்காதீர்கள். பணம் இல்லாவிட்டால், நான் தருகிறேன். வேலைக்காரர்களக்கு லஞ்சம் கொடுத்து தப்பிச் செல்லுங்கள். பாவப்பட்டவரே! சந்தர்ப்பம் இருக்கும்போதே தப்பிவிடுங்கள்.'

மைல்ஸ் அந்தப் பணத்தை பெற்றுக்கொள்ள மறுத்தார். எழுந்து அவள் முன்னே நின்றார்.

'ஒரு உதவி மட்டும் செய்யுங்கள், என்னை நேராகப் பார்த்து, பதில் சொல்லுங்கள். நான் மைல்ஸ் ஹெண்டன் இல்லையா?'

'இல்லை, எனக்கு உங்களைத் தெரியாது.'

'சத்தியம் செய்யுங்கள்.'

பதில் மெல்லிய குரலில் ஆனால் தெளிவாக வந்தது.

'சத்தியமாக'

'ஓ! இதை நம்ப முடியவில்லை!'

'ஓடுங்கள்! பொன்னான நேரத்தை ஏன் வீணடிக்கிறீர்கள்? ஓடுங்கள், உங்களைக் காப்பாற்றிக்கொள்ளுங்கள்.'

அச்சமயம் பல அதிகாரிகள் அறைக்குள் வேகமாக வந்தார்கள். பெரும் போராட்டம் ஆரம்பமானது. ஆனால் விரைவில் மைல்ஸைப் பிடித்து, இழுத்துச்சென்றார்கள். அரசனும்கூட இருவரையும் கட்டி, சிறைக்கு அழைத்துச்சென்றார்கள்.

அத்தியாயம் – 27

சிறையில்

சிறைச்சாலையில் கூட்டம் அதிகம். எனவே சிறு குற்றங்கள் புரிந்தோரை அடைத்துவைக்கும் பொதுவான அறையில் நம் இரு நண்பர்களையும் சங்கிலியால் பிணைத்து அடைத்தார்கள். ஆணும், பெண்ணுமாக, பலதரப்பட்ட வயதில் சுமார் இருபது குற்றவாளிகள் இவர்களோடு அடைக்கப்பட்டிருந்ததால், அங்கு ஒரே கூச்சல். தனக்கு இழைக்கப்பட்ட அவமதிப்பினால் அரசன் கோபமாக இருந்தான். ஹெண்டன் அதிகம் பேசாது அமைதியாக இருந்தார். அவர் மிகவும் மிரண்டு போயிருந்தார். தான் வீடு திரும்பியதும் அனைவரும் உற்சாகமாக வரவேற்பார்கள் என்று நினைத்திருந்தார். அதற்குப் பதில் சிறைவாசம் கிடைத்திருக்கிறது. அவர் நினைத்ததும் நடந்ததும் நேரெதிர் என்பதால் திகைத்துப் போனார். இது மிக மோசமானதா இல்லை, பயங்கரமானதா என்றே முடிவு செய்ய முடியவில்லை. வானவில்லைப் பார்த்து மகிழ்ச்சியாக நடனமாடியவரின் மேல் இடி விழுந்ததுபோலாயிற்று அவரது நிலைமை.

படிப்படியாக அவரது குழப்பமான, துன்புறுத்தும் சிந்தனைகள் ஒருமுகப்பட்டன. அவர் மனது எடித்தைப் பற்றி ஆழமாக யோசித்தது. அவர் அவளது நடத்தையை பல்வேறு கோணங்களில் ஆராயந்தாலும், திருப்தியான முடிவு எதுவும் கிடைக்கவில்லை. 'அவளுக்கு அவரைத் தெரிந்ததா? தெரியவில்லையா?' குழப்பமூட்டும் இந்த விடுகதை அவரை வெகுநேரம் ஆட்டிப் படைத்தது. கடைசியில் 'அவளுக்கு அவரைத் தெரியும். ஏதோ சில காரணங்களுக்காக தெரியவில்லை என்று சொல்லிவிட்டாள்' என்று முடிவு செய்தார். அவள் பெயரைச் சொல்லி திட்டவேண்டும் போல் இருந்தது. ஆனால் பல காலகமாக அவர் புனிதமாகக் கருதும் அவள் பெயரை வைத்துத் திட்டமுடியவில்லை.

சிறைச்சாலையின் போர்வைகளைப் போர்த்திக்கொண்டு, களைப்படைந்த ஹெண்டனும், அரசனும் அந்த துன்பமான இரவைக் கழித்தார்கள். சில கைதிகள் காவலனுக்கு லஞ்சம் கொடுத்து மது கொண்டுவரச் செய்தார்கள். மது வந்ததன் இயற்கையான பின்விளைவு ஆபாசப் பாடல்கள், சண்டை, கூச்சல், குடிபோதையில் உளறுதல். நள்ளிரவுக்குமேல் ஓர் ஆண் கைதி ஒரு பெண்ணைத் தாக்கினான். கிட்டத்தட்ட அவள் சாகப்போகும் நிலையில் காவலன் வந்து காப்பாற்றினான். காவலன் அந்தக் கைதியை தலையிலும், தோளிலும் கடுமையாகத் தாக்க, அதோடு போதைக் களியாட்டம் நின்றது. அதன்பிறகு அடிபட்ட இருவரின் புலம்பல்கள், முனங்கல்களைக் கண்டுகொள்ளாதவர்களுக்கு சற்று தூங்கும் வாய்ப்பு கிடைத்தது.

அடுத்த வாரம் முழுவதும், இரவும் பகலும் ஒரே விதமான சலிப்பூட்டும் வகையில் கழிந்தது. பகல் முழுக்க யாராவது இவர்களை வம்புக்கு இழுத்தார்கள். இரவு முழுக்க குடிபோதைக் களியாட்டம். எனினும் ஒருநாள் இந்த நடைமுறையில் ஒரு மாற்றம் வந்தது. காவலன் ஒரு கிழவனை அழைத்து வந்தான், அவனிடம்,

'அந்தப் போக்கிரி இந்த அறையில்தான் இருக்கிறான். உன் கிழட்டுக் கண்களால் பார்த்து, அவன் யார் என்று காட்டு,' என்றான்.

ஹெண்டன் அவனைப் பார்த்தார். சிறைக்கு வந்ததிலிருந்து இப்போதுதான் ஒரு மகிழ்ச்சியான உணர்வு ஏற்பட்டது. 'இவன் தந்தையின் காலத்தில் பல காலம் வேலை செய்த பிளேக்

ஆண்ட்ரூஸ். மிகவும் நேர்மையானவன். ஆனால் அது அப்போது. இப்போது யாருமே நேர்மையாக இல்லையே, இவனுக்கு என்னை நன்றாகத் தெரியும் – ஆனால் மற்றவர்களைப்போல தெரியாது என்று சொல்லப்போகிறான்,' என்று நினைத்தார்.

கிழவன் அறையைச் சுற்றிலும் பார்த்தான். ஒவ்வொரு முகத்தையும் பார்த்தான். பிறகு,

'இங்க பூரா தெருப்பொறுக்கிகள்தான் இருக்கிறார்கள். அவன் யார்?' என்றான்.

சிறைக்காவலன் சிரித்தான்.

'இந்தோ, இந்த மிருகத்தைப் பார்த்து உன் கருத்தைச் சொல்.'

கிழவன் ஹெண்டனை நெருங்கி, நீண்டநேரம் கவனமாகப் பார்த்தான். பிறகு, தலையை அசைத்து,

'இவன் நிச்சயமாக ஹெண்டன் இல்லை,' என்றான்.

'நல்லது. உன் கிழட்டுக் கண்கள் இன்னும் கூர்மையாகத்தான் இருக்கின்றன. நான் சர்.ஹக்கின் இடத்தில், இருந்தால் இவனை தூக்குமரத்திற்கு இழுத்துச் சென்றுவிடுவேன்,' என்றான்.

பிறகு தூக்கில் தொங்குவதுபோல பாவனை செய்தான். மூச்சுத் திணறி சாவதுபோல சப்தம் எழுப்பினான். கிழவன்,

'இவன் அதிகம் துன்புறாது சாக, ஆண்டவரைப் பிராத்திக்கட்டும். என்னிடம் தண்டிக்கும் அதிகாரத்தைத் தந்தால் இவனை உயிரோடு தீயில் வாட்டிவிடுவேன்,' என்றான்.

காவலன் கழுதைப்புலிபோல சிரித்துவிட்டு,

'கிழவனே! அவனுக்கு உன் மன அமைதியைக் கொடு,' என்றான்.

பிறகு அவன் அறையில் சுற்றித் திரிந்துவிட்டு வெளியேறினான். கிழவன் மண்டியிட்டு, மெல்லிய குரலில்.

'எனது எஜமானரே! தாங்கள் திரும்பி வந்ததற்கு ஆண்டவருக்கு நன்றி! ஏழாண்டுகளாக தாங்கள் இறந்துபோனதாகவே நினைத்திருந்தேன். ஆனால் தாங்கள் உயிரோடு இருக்கிறீர்கள்! உங்களைப் பார்த்ததுமே எனக்குத் தெரிந்துவிட்டது. முகத்தை இறுக்கமாக வைத்துக்கொள்வது மிகவும் கடினமாக இருந்தது.

நான் வயதானவன். ஏழை, நான் உண்மையைச் சொன்னால் என் கழுத்தை நெரித்துவிடுவார்கள்.'

'இல்லை, நீ உண்மையைச் சொல்ல வேண்டாம். அது உனக்கு ஆபத்து. ஆனால் நான் உனக்கு நன்றி சொல்ல வேண்டும். உன்னால் நான் மனித குலத்தின்மீது இழந்த நம்பிக்கையை ஓரளவு திரும்பப் பெற்றேன்.'

கிழவன் அரசனுக்கும், ஹெண்டனுக்கும் உதவியாக இருந்தான். ஒருநாளில் பலமுறை அவன் ஹெண்டனைத் 'திட்டுவதற்காக' வந்தான். ஆனால் ரகசியமாக சில உணவுப்பண்டங்களைக் கொண்டு வந்து தந்தான். பல புதிய செய்திகளையும் கொண்டு வந்தான். ஹெண்டன் அந்த உணவுகளை அரசனுக்கு அளித்தார். ஏனெனில் அரசனால் சிறை உணவை உண்டு உயிர் வாழ முடியாது. சந்தேகம் வந்துவிடக் கூடாது என்று ஆண்ட்ரூஸ் அதிக நேரம் இருக்கமாட்டான். ஆனால் ஒவ்வொரு முறையும் பல தகவல்களைத் தந்தான். மற்றவர்கள் கேட்குமாறு உரத்த குரலில் திட்டிக் கொண்டே, மெல்லிய குரலில் ஹெண்டனிடம் அந்தத் தகவல்களைச் சொல்வான்.

இப்படியாக சிறிது சிறிதாக குடும்பத்தின் கதை தெரிய வந்தது. ஆர்தர் இறந்து ஆறு வருடங்களாகிவிட்டது. அந்த மரணமும், மைல்ஸிடமிருந்து எந்த தகவலும் வராததும் சேர்ந்து, தந்தையின் உடல்நலத்தை பாதித்தது. தான் விரைவில் மரணமடைந்து விடுவோம் என்று அஞ்சிய அவர், அதற்குள் எடித்தை ஹக்கிற்கு மணமுடிக்க விரும்பினார். மைல்ஸ் திரும்பி வருவான் என்ற நம்பிக்கையில் எடித் சற்று கால அவகாசம் கேட்டாள். அப்போதுதான் மைல்ஸின் மரணம் குறித்த கடிதம் வந்தது. அந்த அதிர்ச்சியில் பெரியவர் படுத்த படுக்கையில் வீழ்ந்தார். உடனே திருமணத்தை நடத்திவிட அவசரப்பட்டார். எடித் முதலில் ஒரு மாத அவகாசம் கேட்டாள். பிறகு மற்றொரு மாதம், பிறகு மற்றொரு மாதம் என மூன்று மாதங்கள் தாமத்தப்படுத்தினாள். பின்னர் சர்.ரிச்சர்டின் மரணப்படுக்கையில் திருமணம் நடந்தது. ஆனால் அந்த மணவாழ்வு மகிழ்ச்சியானதாக இல்லை. திருமணச் சடங்குகள் முடிந்த சில நாட்களிலேயே ஹக்கின் அறையில் மைல்ஸ் மரணம் பற்றி அறைகுறையாக எழுதப்பட்ட பல மாதிரிக் கடிதங்களை எடித் கண்டுபிடித்ததாகவும், போலிக் கடிதத்தின் மூலம் ஏமாற்றித் திருமணம் செய்துகொண்டு, பெரியவரின் மரணத்தையும் துரிதப்படுத்தியதாகவும் அவள் ஹக் மேல் குற்றம்

சுமத்தி சண்டை போட்டதாக ஊரில் பேசிக்கொண்டார்கள். எடித்தையும், மற்ற வேலைக்காரர்களையும் ஹக் மிகவும் கொடுமைப்படுத்தியதை எல்லோரும் சொன்னார்கள். அப்பாவின் மரணத்திற்குப் பிறகு ஹக் தனது மென்மையான பாசாங்குகள் அனைத்தையும் விட்டுவிட்டு, தன்னை நம்பி இருந்தவர்களிடம் நேரடியாகவே கடுமையாக நடந்துகொள்ள ஆரம்பித்தான்.

ஆண்ட்ரூஸ் சொன்னவற்றில் ஒரு விஷயத்தை அரசன் ஆர்வமாகக் கேட்டான்.

'அரசருக்குப் பைத்தியம் பிடித்துவிட்டதாக ஒரு வதந்தி உலவுகிறது. ஆனால் இதைப் பற்றி பேசினால் மரணதண்டனைதானாம்,' என்றான் கிழவன்.

அரசன் கிழவனிடம்,

'அரசருக்கு பைத்தியம் பிடிக்கவில்லை பெரியவரே! இந்த மாதிரி ராஜதுரோகமான உளறல்களை விட்டுவிட்டு, உங்களுக்கு சம்பந்தப்பட்ட விஷயங்களை மட்டும் பேசுவதுதான் உங்களுக்கு நல்லது,' என்றான்.

எதிர்பாராத இடத்திலிருந்து வந்த இந்தத் தாக்குதலைப் பார்த்து திகைத்த கிழவன், 'இந்த பையன் என்ன சொல்கிறான்?' என்றான். ஹெண்டன் ஜாடை காட்ட, கிழவன் அதுபற்றி மேற்கொண்டு பேசாமல், வேறு விஷயங்களைப் பற்றிச் சொன்னான்.

'ஓரிரு நாட்களில், காலஞ்சென்ற அரசரை வின்ஸரில் அடக்கம் செய்யப் போகிறார்கள் – இந்த மாதம் 16ம் தேதி – பிறகு 20ம் தேதி வெஸ்ட்மின்ஸ்டரில் புதிய அரசருக்குப் பட்டாபிஷேகம்,' என்றான்.

'அரசரை முதலில் கண்டுபிடிக்க வேண்டும் என்று நினைக்கிறேன்', என்று முனங்கினான் அரசன். 'ஆனால் அவர்கள் நிச்சயமாக அதைச் செய்வார்கள். நானும் முயற்சி செய்ய வேண்டும். ஏதோ சொல்ல வந்த கிழவனை ஹெண்டன் ஜாடையால் தடுத்தார். பிறகு கிழவன் ஹெண்டன் குடும்ப விஷயங்களைப் பேச ஆரம்பித்தான்.

'சர் ஹக் பட்டாபிஷேகத்திற்கு பெரும் நம்பிக்கையோடு செல்லப்போகிறார். அரசவை உயரதிகாரியின் நட்பு இருப்பதால் தனக்கு உயர்குடிப் பெருமகன் என்ற பட்டம் கிடைக்கும் என்று நம்புகிறார்.'

‘எந்த உயரதிகாரி?’ என்றான் அரசன்.

‘சாமர்செட் கோமான்.’

‘எந்த சாமர்செட் கோமான்?’

‘ஒருவர்தானே இருக்கிறார். ஹெர்ட்ஃபோர்ட்டின் பிரபு செய்மோர்.’

‘எப்போது அவர் கோமானாக மாறினார்?’ என்றான் அரசன் வேகமாக.

‘கடந்த ஜனவரி மாதம் கடைசி நாளில்’

‘ஆனால் யார் அவரை கோமானாக்கியது?’

‘அவரும், மந்திரி சபையும் சேர்ந்து - அரசரின் உதவியுடன்.’

அரசன் திகைத்தான். ‘அரசர்’ என்று கத்தினான். ‘எந்த அரசர் ஐயா?’

‘எந்த அரசர்? (இந்தப் பையனுக்கு என்ன ஆயிற்று?) நமக்கு ஒரே ஒரு அரசர்தானே. அரசர் ஆறாம் எட்வர்ட். ஆண்டவர் அவரை ஆசிர்வதிக்கட்டும். மூளை சரியில்லையோ, சரியாக உள்ளதோ, அரசர் மிக அழகான இளைஞர். இப்போது உடல்நலம் சரியாகிவருவதாகச் சொல்கிறார்கள். எல்லோரும் அவரைப் புகழ்ந்து தள்ளுகிறார்கள். அவர் நீண்ட காலம் இங்கிலாந்தை ஆள வேண்டும் என்று அனைவரும் ஆசிர்வதிக்கிறார்கள். பிரார்த்தனை செய்கிறார்கள். அவர் மிகவும் மனிதநேயத்தோடு நார்ஃபோல்க் பிரபுவின் உயிரைக் காப்பாற்றியதிலிருந்து ஆரம்பித்தார். ஏழைகளை அடக்கியாளும் கொடிய சட்டங்களை அழிப்பதில் இப்போது உறுதியாக உள்ளார்.’

இச்செய்தி அரசரை வியப்பில் பேச முடியாது செய்தது. அவன் கிழவன் மேற்கொண்டு பேசுவதை கவனிக்க முடியாத அளவில் அப்படியே சிந்தனையில் ஆழ்ந்தான். ‘ஒருவேளை தனது ஆடைகளை அணியச் செய்து, தான் அரண்மனையில் விட்டுவந்த பிச்சைக்காரச் சிறுவனாக இருக்குமோ? ஆனால் அப்படி இருக்க வாய்ப்பில்லை. அவன் இளவரசனாக நடித்தாலும், அவனது பேச்சும், நடத்தையும் நிச்சயமாகக் காட்டிக்கொடுத்து விடும். அரசவை யாரோ ஒரு சிறுவனை அவனது இடத்தில் அரசராக்கி விட வாய்ப்பு இருக்கிறதா? இல்லை, மாமா அதை அனுமதிக்க மாட்டார். அவர் மிகவும் செல்வாக்கு உள்ளவர். இதுபோன்ற

முயற்சிகளை அவர் முறியடித்து விடுவார். சிறுவனின் யோசனையால் அவனுக்கு ஒரு பயனுமில்லை இந்தப் புதிரை விடுவிக்க, யோசிக்க, யோசிக்க, குழப்பம்தான் அதிகரித்தது. தலைவலிதான் அதிகரித்தது. இங்கு அடைபட்டிருப்பதை தாங்க முடியவில்லை. லண்டனுக்கு விரைவில் போக வேண்டும் என்ற அவசரம் அதிகரித்தது.

அரசனை சமாதானப்படுத்த ஹெண்டன் செய்த முயற்சிகள் தோற்றன. ஆனால் அரசனருகே பிணைக்கப்பட்டிருந்த இரு பெண்கள் அந்த முயற்சியில் ஓரளவு வெற்றி பெற்றார்கள். அவர்களது அன்பான பேச்சால் அரசன் ஓரளவு சமாதானமடைந்தான். அவர்களது இனிமையான பேச்சால் மகிழ்ந்தான். அவர்களை நேசிக்க ஆரம்பித்தான். 'நீங்கள் ஏன் சிறையில் இருக்கிறீர்கள்?' என்று அவன் கேட்டபோது, அவர்கள் 'தாங்கள் பாப்டிஸ்ட் என்ற கிறிஸ்துவ மதத்தின் உட்பிரிவைச் சேர்ந்தவர்கள்' என்றார்கள். இளவரசன் புன்னகையோடு,

'அது என்ன சிறையில் அடைத்துவைக்குமளவு பெரிய குற்றமா? இந்த சின்ன விஷயத்திற்காக உங்களை இங்கு நீண்ட நாட்கள் அடைத்து வைக்கமாட்டார்கள். நீங்கள் விரைவில் விடுதலை பெற்று பிரிந்து செல்லப்போவதை நினைத்தால் வருத்தமாக இருக்கிறது', என்றான்.

அவர்கள் எதுவும் பதில் சொல்லவில்லை. அவர்களது முகத்தில் தெரிந்த ஏதோ ஒன்று அவனை சங்கடப்படுத்தியது. அவன் ஆவலாக.

'நீங்கள் பதில் சொல்லவில்லையே? சொல்லுங்கள். வேறு தண்டனை எதுவும் உங்களுக்கு இருக்காதல்லவா? பயப்படாமல் சொல்லுங்கள்,' என்றான்.

அவர்கள் பேச்சை மாற்றப் பார்த்தார்கள். ஆனால் அவனுக்கு பயம் அதிகரித்தது. அவன் விடாமல்,

'அவர்கள் உங்களை தண்டிப்பார்களா? இல்லையில்லை, அத்தனை கொடூரமாக நடந்துகொள்ளமாட்டார்கள்! அப்படித்தானே?'

அவர்களால் பதில் சொல்லாமல் இருக்க முடியவில்லை.

'மென்மையானவனே! இதைக் கேட்டால் உன் மனம் தாங்காது. அந்த வேதனையைத்தாங்க ஆண்டவர் எங்களுக்கு –'

'அப்படியானால், உங்களை தண்டிக்கத்தான் போகிறார்கள்,' என்று இடைமறித்தான் இளவரசன். ஐயோ! அழாதீர்கள். என்னால்

தாங்க முடியவில்லை. தைரியமாக இருங்கள் – இந்தக் கொடுமையிலிருந்து உங்களைக் காக்க எனது அதிகாரம் விரைவில் வரும். அப்போது நான் காப்பாற்றுவேன்.'

காலையில் அரசன் கண்விழித்தபோது, அந்தப் பெண்கள் இல்லை.

'காப்பாற்றப்பட்டு விட்டார்கள்,' என்று சொல்லிக்கொண்டான் சந்தோஷமாக. 'ஆனால் அவர்கள் இல்லாமல் எனக்குத்தான் கஷ்டம்.'

அந்தப் பெண்கள் இருவரும் தம் நினைவாக, அவனது சட்டையில் சிறு ரிப்பன் துண்டுகளை குத்திவிட்டுச் சென்றிருந்தார்கள். 'அவற்றை எப்போதும் தன்னிடம் வைத்துக் கொள்ள வேண்டும், அந்த நல்ல நண்பர்களைத் தேடிக் கண்டுபிடித்து, தன் பாதுகாப்பில் வைத்துக்கொள்ள வேண்டும் என்று நினைத்துக் கொண்டான்.

சிறையின் முற்றம் கற்கள் பதிக்கப்பட்டு, மேலே கூரை இல்லாமல் இருந்தது. கைதிகளை பெரிய வாசல் மூலம் அழைத்து வந்து, வரிசையாக சுவரைப் பார்த்து நிற்க வைத்தார்கள். அவர்களுக்கு முன்னால் பெரிய கயிறு கட்டப்பட்டிருந்தது. காவலுக்கு அதிகாரிகள் நின்றார்கள். மிகவும் குளிரான காலைப்பொழுது. இரவில் பொழிந்த பனி அந்த பழுப்புத் தரையில் வெண்மையாக குவிந்து, அந்தச் சூழலை மேலும் பயங்கரமாக்கியது. அவ்வப்போது குளிர்ந்த காற்று வீசியபோது, கீழே குவிந்திருந்த பனி அங்குமிங்கும் பறந்தது.

முற்றத்தின் நடுவில் இரு பெண்கள் தூண்களில் கட்டி வைத்து நிறுத்தப்பட்டிருந்தார்கள். அவர்களைப் பார்த்ததும் அரசனுக்கு அவர்கள் தனது நண்பர்கள் என்று தெரிந்துவிட்டது. அவன் நடுங்கினான். 'நான் நினைத்ததுபோல் அவர்கள் விடுதலையாகவில்லை. இவர்களுக்க சவுக்கடி தரப்போவதை நினைத்துப் பார்க்கவே முடியவில்லையே! – இந்த இங்கிலாந்தில் இப்படியா! என்னவொரு அவமானம் – கிறிஸ்துவ இங்கிலாந்தில் இப்படி நடக்கலாமா? – அவர்கள் தண்டிக்கப்படுவதை, அவர்களால் ஆறுதல் பெற்ற நான் பார்க்க வேண்டுமா? நான் கையாலாகாதவனாக இருக்கிறேனே! ஒரு நாள் நான் அதிகாரத்திற்கு வரும்போது, இந்த அதிகாரிகளை நான் சரியாக தண்டிப்பேன். இவர்கள் மேல் விழும் ஒவ்வொரு கசையடிக்கும், அவர்களுக்கு நூறு கசையடி கிடைக்கும்,' என்று நினைத்தான்.

ஒரு பெரிய கதவு திறந்தது. பொதுமக்கள் கூட்டம் உள்ளே

நுழைந்தது. அவர்கள் அந்தப் பெண்களைச் சுற்றிச் சூழ்ந்து கொண்டு, அரசனின் பார்வையிலிருந்து அந்தப் பெண்களை மறைத்தார்கள். ஏதோ கேள்வி கேட்டு பதில் பெறுவதுபோல பேச்சுச் சத்தம் அரசனுக்குக் கேட்டது. ஆனால் என்னவென்று சரியாகப் புரியவில்லை. பிறகு அதிகாரிகள் இங்கும் அங்கும் சென்று ஏதோ தயாரிப்பு வேலைகள் செய்தார்கள். மக்கள் கூட்டத்தின் நடுவே கொஞ்சம் கொஞ்சமாக அமைதி நிலவ ஆரம்பித்தது.

இப்போது அதிகாரிகளின் உத்தரவின் பேரில் கூட்டம் விலகி நின்றுகொள்ள, அரசனால் அவர்களைப் பார்க்க முடிந்தது. அவன் பார்த்த காட்சி அவனது எலும்புகளை உறைய வைத்தது. அந்த இரு பெண்களையும் சுற்றி விறகு அடுக்கப்பட்டிருந்தது. கீழே மண்டியிட்டு அமர்ந்த ஒருவன் விறகிற்குத் தீ மூட்டிக் கொண்டிருந்தான்!'

அப்பெண்கள் தலைகவிழ்ந்தபடி, தம் முகத்தை கைகளால் மூடியிருந்தனர். வெடித்து, சிதறும் விறகுகளுக்கிடையே தீயின் மஞ்சள் சுடர்கள் மேலே ஏறிக்கொண்டிருந்தன. காற்றில் நீலநிறப் புகை கலந்தது. பாதிரி தன் கைகளை உயர்த்தி பிரார்த்தனையை ஆரம்பித்தபோது இரு இளம்பெண்கள் கதறியபடி வாசற்பக்கத்திலிருந்து ஓடி வந்து தீயில் குதித்தார்கள். உடனடியாக அதிகாரிகள் அவர்களை வெளியே தூக்கிவிட்டார்கள். ஒரு பெண்ணை அதிகாரிகள் இறுக்கிப் பிடித்துக்கொண்டார்கள். மற்றவள், தான் தனது அம்மாவுடன் சாகப்போவதாகச் சொல்லி, அதிகாரிகளின் பிடியிலிருந்து தப்பி, யாரும் தடுக்கும்முன் பாய்ந்து சென்று தன் தாயின் கழுத்தை இறுக்கி அணைத்துக்கொண்டாள். அவளது கவுனில் தீப்பிடித்துவிட, மீண்டும் அவளை வெளியே இழுத்துவிட்டார்கள். இரண்டு, மூன்று பேர் அவளை அமுக்கிப் பிடித்துக்கொண்டு எரியும் உடையை அவிழ்த்தெறித்தார்கள். அவள் நான் தனியாக இருக்க முடியாது, என்னை சாக அனுமதிக்க வேண்டும்' என்று கெஞ்சியபடி, போராடினாள். இரு பெண்களும் கூச்சலிட்டபடி தப்பிக்கப் போராடினார்கள். திடீரென இந்தக் குழப்பத்தை மீறி மனதை உருக்கும் மரண ஓலங்கள் எழுந்தன. அரசன் தூணில் கட்டப்பட்ட அந்தப் பெண்களைப் பார்த்துவிட்டு, பார்க்கச் சகிக்காமல், சுவர் பக்கம் திரும்பிக்கொண்டான். பிறகு அவன் அவர்களைப் பார்க்கவேயில்லை. 'இந்த ஒரு கணத்தில் நான் பார்த்த காட்சி, என் மனதைவிட்டு என்றும் நீங்காது. நான் சாகும்வரை எல்லா பகல்களிலும், இரவில் எனது கனவுகளிலும்

இந்தக் காட்சி என் கண்முன் வந்துகொண்டே இருக்கும். ஆண்டவர் என்னை குருடனாக்கினால் நல்லது,' என்று நினைத்தான்.

ஹெண்டன், அரசனைக் கவனித்துக்கொண்டிருந்தார். 'இவனது பைத்தியம் சரியாகி வருகிறது. இவன் மாறிவிட்டான். மென்மையானவனாகி விட்டான். முன்புபோல் இருந்தால், இந்த சிறு அதிகாரிகள் மேல் பாய்ந்திருப்பான். நான் அரசன், இவர்களை விடுதலை செய்யுங்கள் என்று உத்தரவிட்டு இருப்பான். விரைவில் இவனது மூளை தெளிந்து, பழையபடி ஆகிவிடுவான். ஆண்டவர் அதை விரைவுப்படுத்தட்டும்,' என்று திருப்தியோடு நினைத்தார்.

அன்றே பல கைதிகளை, தண்டனை அனுபவிப்பதற்காக வேறு இடங்களுக்கு காவலர்களுடன் அனுப்பினார்கள். அரசன் அவர்களோடு பேசினான். வாய்ப்பு கிடைக்கும் போதெல்லாம் அவர்களோடு பேசி, ஓர் அரசனாக அவர்களது துயரை அறிந்து கொள்வது என்று அவன் முடிவு செய்திருந்தான். அதில் ஒருத்தி ஒரு நெசவாளனிடம் ஓரிரு கஜம் துணியைத் திருடியவள், அதற்காக அவளுக்கு மரண தண்டனை. மற்றொருவன்மீது குதிரை திருடியதாக குற்றம் சுமத்தப்பட்டிருந்தது. அவன் சாட்சியம் சரியில்லை, தான் தப்பிவிடலாம் என்று நினைத்திருந்தானாம். ஆனால் அவன் மீது அரசரின் பூங்காவில் ஒரு மானைக் கொன்றதாக குற்றம் சுமத்தப்பட்டுவிட்டது. இது நிரூபிக்கப்பட்டு அவன் தூக்குமேடை சென்றான். இவர்களில் ஒரு தொழிற்பழகுனனின் வழக்குதான் அரசனை மிகவும் வேதனைப்படுத்தியது. அந்தப் பையன் யார் வீட்டிலிருந்தோ தப்பி வந்துவிட்ட கழுகைப் பிடித்து தன் வீட்டிற்கு எடுத்துச் சென்றிருக்கிறான். நீதிமன்றம் அவன் கழுகைத் திருடியதாக, அவனுக்கு மரண தண்டனை விதித்து விட்டது.

மனிதாபிமானமற்ற இந்த தண்டனைகளைப் பார்த்து அரசன் கொதித்துப் போனான். 'ஹெண்டனுடன் சேர்ந்து சிறையிலிருந்து தப்பிச் சென்று, தன் அரியணையைப் பிடித்து, இந்த துரதிர்ஷ்டசாலிகளின் உயிர்களைக் காப்பாற்ற விரும்பினான். 'சிறுவன் பாவம்!' என்று பெருமூச்சு விட்டார் ஹெண்டன். 'இந்த துயரமான கதைகள் இவனது நோயை திரும்ப வரவழைத்து விட்டன. ஐயோ! இது மட்டும் இல்லாவிட்டால் இவன் சீக்கிரம் குணமாகி இருப்பான்,' என்று நினைத்தார்.

கைதிகளில் வயதான ஒரு வழக்கறிஞரும் இருந்தார். நல்ல உறுதியான முகம். விடாமுயற்சி தெரியும் முகபாவம். மூன்றாண்டுகளுக்குமுன் அவர் முதன் மந்திரி செய்த அக்கிரமங்கள்

குறித்து ஒரு துண்டறிக்கை வெளியிட்டாராம். அதற்காக அவரது காது துண்டிக்கப்பட்டு விட்டது. அவர் வழக்கறிஞர் தொழில் செய்யமுடியாதபடி, தகுதி நீக்கம் செய்யப்பட்டார். அதுபோக 3000 பவுண்ட் அபராதமும், ஆயுட்கால சிறைத்தண்டனையும் தரப்பட்டது. திரும்பவும் அவர் அதே தவறைச் செய்ய, காதில் எஞ்சி இருந்ததும் வெட்டப்பட்டது. மேலும் 5000 பவுண்ட் அபராதமும், ஆயுட்கால சிறைவாசமும் விதிக்கப்பட்டது. கன்னங்கள் இரண்டிலும் சூடு போடப்பட்டது.

முன்பு காதுகள் இருந்த இடத்தில் இப்போது எஞ்சி நிற்கும் சதைத் துண்டுகளைக் காட்டி, இவை விழுப்புண்கள் என்றார் அவர்.

அரசனுக்கு ஆத்திரத்தில் கண்கள் சிவந்தன.

'என்னை யாரும் நம்பவில்லை – நீங்களும்தான். ஆனால் பரவாயில்லை, ஒரே மாதத்திற்குள் நீங்கள் விடுதலை பெறுவீர்கள். மேலும் உங்களை அவமதித்த, ஆங்கில அரசாட்சியின் நற்பெயரைக் குலைக்கும் சட்டங்கள், சட்டப் புத்தகங்களிலிருந்து நீக்கப்படும். உலகம் தவறாகவே இருக்கிறது. அரசர்கள் சமயங்களில் தங்களது சொந்த சட்டங்களைக் கண்டுபிடிக்க அனுபவப் பள்ளிக்குச் சென்று, கருணையைக் கற்றுக்கொள்ள வேண்டும்,' என்றான்.

அத்தியாயம் -28

தியாகம்

இதனிடையே அடைபட்டு, சும்மா இருப்பதால் மைல்ஸ் மிகவும் வெறுத்துப் போனார். அதற்குள் அவரது வழக்கு விசாரணைக்கு வந்தது- 'சிறையில் அடைப்பதைத் தவிர எந்த தண்டனை தந்தாலும் பரவாயில்லை' என்று நினைத்தார். ஆனால் அது தவறாகி விட்டது. அவரை 'ஒரு முரட்டு நாடோடி' என்று சொல்லி, ஹெண்டன் ஹால் எஜமானரைத் தாக்கியதற்காக தண்டனைக் கூடத்தில் இரண்டு மணிநேரம் உட்கார வேண்டும் என்று தீர்ப்பளித்தபோது கோபமாக வந்தது. தன் மீது குற்றம் சுமத்தியவரின் அண்ணன் என்று அவர் கூறியது வேண்டுமென்றே கவனிக்காமல் விடப்பட்டது. அதைப் பற்றி விசாரிக்கக்கூட இல்லை.

தண்டனைக் கூடத்திற்குப் போகும் வழியில் அவர் கோபப்பட்டாலும், எதுவும் நடக்கவில்லை. அதிகாரிகளால் முரட்டுத்தனமாக இழுத்துச் செல்லப்பட்டார். அவரது மரியாதைக் குறைவான நடத்தைக்காக அவ்வப்போது தள்ளிவிடப்பட்டார்.

அரசனால் அந்தக் கும்பலை துளைத்துக்கொண்டு செல்ல முடியவில்லை. தனது நல்ல நண்பன், சேவகனிடமிருந்து சற்று தள்ளி பின்னால்தான் வர முடிந்தது. இப்படிப்பட்ட தீய நண்பனோடு இருந்ததற்காக அவனைத் தண்டித்திருப்பார்கள். இருப்பினும் அவனது வயதைக் கருதி அறிவுரை கூறி எச்சரித்து விட்டு விட்டார்கள். ஒரு வழியாக கூட்டம் நின்றபோது, எப்படியாகவது உள்ளே நுழைந்துவிட முண்டியடித்தான். மிக சிரமப்பட்டு அதில் வெற்றியடைந்தான். அங்கே இங்கிலாந்து அரசனின் சேவகன், அந்த மோசமான தண்டனைக் கூடத்தில் அழுக்கான கூட்டத்தோடு! எட்வர்ட் தண்டனை கூறப்பட்டதைக் கேட்டான். ஆனால் அதன் பொருள் சரியாகப் புரியவில்லை. இப்போது ஹெண்டனுக்கு இழைக்கப்பட்ட அவமானத்தைப் பார்த்து கோபம் வந்தது. அடுத்த கணம், ஹெண்டனின் கன்னத்தில் ஒரு முட்டை பறந்து வந்து மோத, கூட்டம் ஆர்ப்பரிக்க, கோபம் உச்சபட்சத்தை அடைந்தது. அவன் தண்டனைக்குப் பொறுப்பான அதிகாரிமுன் பாய்ந்து சென்று,

'என்ன அவமானம்! இவர் என் சேவகர் – இவரை விடுதலை செய்யுங்கள். நான் –

'ஐயோ! அமைதி,' என்றார் ஹெண்டன் பதட்டமாக. 'இதனால் உனக்கு ஆபத்து நேரும். அதிகாரி ஐயா! அவனைப் பொருட்படுத்தாதீர்கள். அவன் பைத்தியம்.'

'அவன் விஷயத்தில் தலையிட வேண்டாம். அவனுக்கு நான் பாடம் புகட்டுகிறேன்' என்றார் அதிகாரி. தனது உதவியாளரிடம், 'அந்த முட்டாளுக்கு கசையடி என்றால் என்ன என்று கொஞ்சம் காட்டு. அவன் திருந்தட்டும்,' என்றார்.

'அரை டஜன் கசையடி சரியாக இருக்கும்,' என்றார் வேடிக்கை பார்க்க வந்த சர்.ஹக்.

அரசன் பிடிபட்டான். தனது புனிதான உடலுக்கே தண்டனையா என்ற அதிர்ச்சியில் செயலிழந்து போனதால் அவன் எதிர்த்துப் போராடவில்லை. முன்பு ஓர் இங்கிலாந்து அரசனை சவுக்கால் அடித்து வரலாறு ஏற்கெனவே அசுத்தப்பட்டிருக்கிறது. இன்று அதே

அவமானம் அவனுக்கும் திரும்ப நடக்கப்போகிறது. அவனுக்கு உதவ யாரும் இல்லை. அவன் தண்டனையை ஏற்க வேண்டும். அல்லது மன்னிப்புக் கோரி கெஞ்ச வேண்டும் அவன் அடிவாங்கத் தயாரானான். ஓர் அரசன் அடிவாங்கலாம். ஆனால் கெஞ்சக் கூடாது.

அதற்குள் மைல்ஸ் ஹெண்டன் பிரச்சனையைத் தீர்க்க முயன்று கொண்டிருந்தார். 'அந்தக் குழந்தையை விட்டுவிடுங்கள். இதயமற்ற நாய்களே! அவன் எவ்வளவு சிறியவனாக, பலவீனமாக இருக்கிறான் என்று உங்களுக்குத் தெரியவில்லையா? அவனை விட்டு விடுங்கள். அவனுக்காக நான் கசையடி பெற்றுக் கொள்கிறேன்' என்றார்.

'ஆஹா... நல்ல யோசனை. மிக்க நன்றி!' என்றார் சர் ஹக். அவரது முகம் வெறித்தனமான திருப்தியில் ஒளிர்ந்தது. 'அந்த குட்டிப்பிச்சைக்காரனை விட்டுவிடுங்கள். இவனுக்கு வலுவாக ஒரு டஜன் கசையடி கொடுங்கள்' என்றார். அரசன் கடுமையாக எதிர்க்கப் போனான். ஆனால் சர்.ஹக். 'நன்றாகப் பேசு. ஆனால், உன் ஒவ்வொரு சொல்லுக்கும் இவனுக்கு கூடுதலாக ஆறு அடி கிடைக்கும்,' என்றதும் அமைதியானான்.

ஹெண்டனை அழைத்து வந்து மேலாடையை அவிழ்த்து வெற்றுடம்பாக்கினார்கள். சவுக்கடி தரும்போது அரசன் முகத்தைத் திருப்பிக்கொண்டான். அவன் கன்னங்களில் கண்ணீர் தங்குதடையின்றி வழிந்தோடின. 'ஆஹா... எப்படிப்பட்ட வீரமான உள்ளம். இநத விசுவாசச் செயலை நான் என்றும் மறவேன். நான் மறக்கவே மாட்டேன் – அவர்களும் மறக்க மாட்டார்கள்', என்று தனக்குள்ளாக உணர்ச்சிவசப்பட்டு சொல்லிக்கொண்டான். அவரது பெருந்தன்மையான செயல் குறித்த மரியாதை அவன் மனதில் அதிகரித்துக்கொண்டே சென்றது. 'தனது அரசனுக்கு காயம்படாமல் யார் காப்பாற்றுவார்? இவர் காப்பாற்றுகிறார் – என்னவொரு உயர்ந்த சேவை – ஆனால் இது சிறியதுதான் – ஒன்றுமேயில்லை – உயிருக்கும் மேலாக இவர் தன் அரசனை அவமதிப்பிலிருந்து காத்துள்ளார்! அதுதான் பெரிது!' என்று எண்ணினான்.

தண்டனையின் வேதனையில் ஹெண்டன் எந்தக் கூச்சலும் எழுப்பவில்லை. போர்வீரனுக்குரிய மனஉறுதியுடன் அவர் அந்தக் கடுமையான சவுக்கடிகளைத் தாங்கினார். இதுவும், சிறுவனுக்காக தான் தண்டனை பெறும் அவரது பெருந்தன்மையும் அங்கு கூடியிருந்த இழிந்த கூட்டதினரிடையிலும் கூட மரியாதையை ஏற்படுத்தியது. கேலிக் கூச்சல்கள் மறைந்தன. சவுக்கு வீசப்படும் சப்தத்தைத் தவிர வேறு எந்த ஓசையும் இல்லை. ஹெண்டன்

திரும்பவும் தண்டனைக் கூடத்தில் அமர வைக்கப்பட்டபோது சிறிது நேரத்திற்கு முன்பு கூட இருந்த அந்த அமளிக்கு முற்றிலும் மாறாக அந்த நிசப்தம் அங்கு முழுவதுமாகப் பரவியிருந்தது. அரசன் மெதுவாக அவரிடம் வந்து, அவர் காதருகே.

‘மிக உயர்ந்த உள்ளம் படைத்தவரே! அரசனாலும் உங்களை மேன்மைப்படுத்த முடியாது. ஏனெனில் எனக்காக நீங்கள் அரசர்கள் செய்ய முடிந்ததைவிட மேலானதைச் செய்துள்ளீர்கள். ஆனால் அரசனால் உங்களது மேன்மையை மற்றவர்கள் உணருமாறு செய்ய முடியும்,’ என்றான். தரையில் கிடந்த சவுக்கை எடுத்து, ஹெண்டனின் ரத்தம் வடியும் தோளை மென்மையாகத் தொட்டு, ‘இங்கிலாந்தின் எட்வர்ட் உங்களை கோமானாக உயர்த்துகிறான்,’ என்றான்.

ஹெண்டன் நெகிழ்ந்து போனார். கண்களில் நீர் சுரந்தது. ஆனால் சூழலின் முரண் நகைச்சுவை அவரது இறுக்கத்தைத் தளர்த்தியது. எளிமையான மனிதனாக இருப்பவன் திடீரென மலையுச்சியின் அளவு உயர்த்தப்பட்டதை நினைத்து சிரிப்பு வந்தது.

சர்.ஹக் தன் குதிரையில் கிளம்பும்போது கூட்டம் அமைதியாக வழிவிட்டது. யாரும் கைதியைப் பாராட்டி எதுவும் கூறவில்லை. திட்டாமல் இருந்ததே பெரிய வாழ்த்துதான். நடந்த விஷயங்கள் எதையும் அறியாது தாமதமாக வந்த ஒருவன், இந்த ‘போலியை’ கேலி செய்தபோது, கூட்டம் எதுவும் பேசாமல் அவனை உதைத்துத் தள்ளியது. மீண்டும் அதே நிசப்தம்.

அத்தியாயம் – 29

லண்டனுக்கு

ஹெண்டன் தண்டனைக் கூடத்தில் இருக்கவேண்டிய காலம் முடிந்ததும், இனி இந்தப் பக்கம் வரக்கூடாது என்ற எச்சரிக்கையுடன் விடுவிக்கப்பட்டார். வாள், கழுதைகள், திருப்பித் தரப்பட்டன. அவரும், அரசனும், கழுதைகளில் ஏறிக் கிளம்பிய போது, கூட்டம் அமைதியாக, மரியாதையுடன் வழிவிட்டது. பின்னர் கலைந்து சென்றது.

ஹெண்டன் சிந்தனையில் ஆழ்ந்தார். முக்கியமான கேள்விகளுக்கு விடைகள் தேவைப்பட்டன. அவர் என்ன செய்ய வேண்டும்?

எங்கே போக வேண்டும்? செல்வாக்கு மிக்கவர்களின் உதவியை எங்காவது பெறவேண்டும். இல்லாவிட்டால் தனது பரம்பரை சொத்துகளை துறந்துவிட்டு, போலி என்ற அவமானத்தோடு திரிய வேண்டும். அந்த செல்வாக்குமிக்க உதவியை எங்கு பெறுவது- அது ஒரு சிக்கலான கேள்வி. சிறிது சிறிதாக ஒரு வாய்ப்பை நோக்கிய யோசனை ஒன்று தோன்றியது. அது நிச்சயமாக மிக மெல்லிய வாய்ப்புதான். ஆனால் வேறு எதுவும் இல்லாத நிலையில் அதைத்தான் செய்ய வேண்டும். இளம் அரசரின் நற்குணங்கள், துரதிர்ஷ்டசாலிகள், தவறிழைக்கப்பட்டவர்களுக்கு உதவும் அவரது தயாள குணம் பற்றி ஆண்ட்ரூ கிழவன் கூறியது அவருக்கு நினைவிருந்தது. 'அவரிடம் ஏன் போய் தனது பிரச்சனையைச் சொல்லி நியாயம் கேட்கக் கூடாது? சரி, நம்மைப் போன்ற பஞ்சைப்பராரி பேரரசரின் முன்னால் நிற்க அனுமதி கிடைக்குமா? சரி விடு, அதை பிறகு பார்த்துக்கொள்ளலாம். பாலத்தை எதிர்கொள்ளும்போது, அதைக் கடப்பது பற்றி யோசிக்கலாம். 'அவர் பழைய காலத்து பேரனுபவம் உள்ளவர். சூழ்நிலைகளுக்குத் தகுந்தாற்போல முடிவெடுக்கத் தெரிந்தவர், எப்படியாவது ஒரு வழி கண்டுபிடித்துவிடலாம் என்பதில் அவருக்கு சந்தேகமில்லை. ஆம், அவர் தலைநகரம் நோக்கிச் செல்ல வேண்டும். அப்பாவின் பழைய சிநேகிதர் சர்.ஹம்ப்ரி மார்லோ உதவக் கூடும். அவர் எந்தப் பதவியில் இருக்கிறார் என்று ஹெண்டனுக்குத் தெரியவில்லை. இப்போது என்ன செய்வது என்று ஒரு முடிவு எடுத்துவிட்டதால், அவரது மனச்சோர்வு நீங்கி, உற்சாகம் பிறந்தது. தலையைத் தூக்கி சுற்றிலும் பார்த்தார். 'எவ்வளவு தூரம் வந்துவிட்டோம் என்று அவருக்கே வியப்பாக இருந்தது. கிராமம் பின்னால் வெகுதூரத்திற்குப் போய் விட்டது. அரசன் தலைகுனிந்தபடி பக்கத்தில் வந்துகொண்டிருந்தான். அவனும் ஆழமான சிந்தனையில், பல திட்டங்களில் இருந்தான். ஹெண்டனின் புதிய உற்சாகத்தில் லேசாக ஒரு சோகம் வந்தது. 'அடி, உதை தவிர வேறு எதையும் தராத அந்த நகரத்திற்கு வர அவன் சம்மதிப்பானா? ஆனால் அந்தக் கேள்வியைக் கேட்டுத்தான் ஆக வேண்டும். தவிர்க்க முடியாது.' எனவே ஹெண்டன் அவன் அருகில் சென்று,

'நாம் எங்கே செல்கிறோம் என்று கேட்க மறந்து விட்டேன். உங்கள் உத்தரவு என்ன, பிரபு?' என்றார்,

'லண்டனுக்கு'

பதிலில் திருப்தியுற்று ஹெண்டன் சவாரியைத் தொடர்ந்தார். பதிலால் அவருக்கு வியப்பும்தான்.

முழு பயணமும் எந்தவொரு முக்கியமான நிகழ்வுமின்றி முடிந்தது. கடைசியில் ஒரே ஒரு முக்கிய நிகழ்வு. பிப்ரவரி 19ம் தேதி இரவு சுமார் பத்து மணிக்கு அவர்கள் லண்டன் பிரிட்ஜை அடைந்தார்கள். கூச்சலும், கும்மாளமுமாக ஒரே கூட்டம். ஏராளமான ஒளி வீசும் தீப்பந்தங்களில் பீர் அருந்திய உற்சாக முகங்கள். அப்போது யாரோ ஒரு பிரபு அல்லது பெரிய மனிதரின் அழுகிய தலை பாலத்தின் கம்பிகளில் சொருகப்பட்டிருந்தது நழுவி கூட்டத்திற்கு நடுவே விழுந்தது. ஹெண்டனின் முழங்கையில் இடித்து, கூட்டத்தின் குழப்பத்தினூடாக கீழே விழுந்தது. இந்த உலகில் மனிதர்களின் பணிகள்தான் எத்தனை நிலையற்றது! அரசர் காலமாகி மூன்று வாரம்தான் ஆகிறது. அடக்கம் நடந்து மூன்று நாட்களாகிறது. அதற்குள் அவர் தனது உயர்ந்த பாலத்தை அலங்கரிக்க, நகரின் முக்கியமான நபர்களின் தலைகளைக் கொய்து செய்து வைத்திருந்த வேலைப்பாடு அழிய ஆரம்பித்துவிட்டது. ஒருவன் அந்த தலை இடறி, தடுக்கி விழுந்தான். அதனால் வேறு யாரையோ தலையால் முட்டினான். அவன் உடனே இவனை அடித்துத் தள்ளிவிட்டான். உடனடியாக அடிவாங்கியவனின் நண்பனால் தாக்கப்பட்டான். நாளை - முடிசூட்டு விழா - திருவிழா என்பதால் இது இஷ்டத்திற்கு சண்டை போட மிகவும் பொருத்தமான நேரம். எல்லோருமே முழு போதையாலும், தேசபக்தியாலும் நிறைந்து இருந்தார்கள். ஐந்து நிமிடத்தில் சண்டை அந்த இடம் முழுவதும் பரவியது. பத்து, பன்னிரண்டு நிமிடத்தில் ஒரு ஏக்கர் பரப்பளவிற்குப் பரவி, பெரும் கலகமாக மாறிவிட்டது. இச்சமயத்தில் ஹெண்டனும், அரசனும் எப்படியோ கூட்டத்தின் தள்ளுமுள்ளில், குழப்பத்தில், பிரிந்து போய்விட்டார்கள். எனவே நாம் அவர்களை அங்கேயே விட்டுவிடுவோம்.

அத்தியாயம் – 30

டாமின் முன்னேற்றம்

உண்மையான அரசன் சரியாக உடுத்தாமல், சரியாக சாப்பிடாமல், திருடர்கள், கொலைகாரர்களால் துன்பப்பட்டு, சிறையில் வாடித் திரிந்துகொண்டிருக்க, போலி அரசன் டாமிற்கு மிக வித்தியாசமான அனுபவங்கள் கிடைத்துக்கொண்டிருந்தன.

நாம் அவனை கடைசியாகச் சந்தித்தபோது, அரசபோகம் அப்போதுதான் அவனுக்கு இன்பமானதாக அமைய ஆரம்பித்திருந்தது. இது நாளுக்கு நாள் மேலும் மேலும் இன்பகரமாக மாறிக்கொண்டே இருந்தது. மிகக் குறுகிய காலத்திலேயே அது மிக ஒளிமயமானதாகிவிட்டது. அவனது பயம் நீங்கிவிட்டது. சந்தேகங்கள் மறைந்து காணாமல் போயின. சங்கடங்கள் மறைந்தன. அவன் எளிதாக, நம்பிக்கையோடு நடந்து கொள்ள ஆரம்பித்தான். தனது அடி வாங்கும் பையனை நன்கு பயன்படுத்திக்கொண்டான்.

தனக்கு பேச வேண்டும், விளையாட வேண்டும் என்று தோன்றும்போது, எலிஸபெத்தை, ஜேன் கிரேயை வரச் சொல்வான். போதும் என்று தோன்றும்போது அனுப்பி விடுவான். இதையெல்லாம் மிகவும் பழக்கப்பட்டவன்போல் சாதாரணமாகச் செய்தான். பெரிய மனிதர்கள் விடைபெறும் போது அவன் கையை மரியாதையாக முத்தமிடுவது பற்றி அவனுக்கு இப்போது எந்த சங்கடமும் இல்லை.

சடங்கு சம்பிரதாயங்களோடு இரவு தூங்கச்செல்வதையும், காலையில் சடங்கு சம்பிரதாயங்களோடு அலங்காரம் செய்து கொள்வதையும் ரசித்தான். அதிகாரிகள், மெய்க்காவலர்கள் புடைசூழ, ஊர்வலமாக விருந்துக்குச் செல்வது பெருமையும், சந்தோஷமுமாக இருந்தது. அப்படிச் செல்லும்போது, நீண்ட அந்தத் தாழ்வாரங்களில் பேரிகைகள் முழங்குவதும், 'அரசர் வருகிறார், பராக்' என்று கட்டியம் கூறுவதும் அவனுக்கு மிகவும் பிடித்திருந்தது.

அரசவையில் அமர்ந்து நீதிபரிபாலனம் செய்வதையும் பழகிவிட்டான். மிக முக்கியமான தூதர்களைச் சந்திப்பது, அவனை சகோதரன் என்று அழைத்த அவர்களது மாபெரும் அரசர்களின் அன்பான செய்திகளைக் கேட்பது ஆகியவையும் பிடித்திருந்தது. ஓஃபல் கோர்ட்டின் டாம் கேண்டிதான் எத்தனை மகிழ்ச்சியாக இருக்கிறான்!

அவன் தனது அற்புதமான உடைகளை விரும்பினான். மேலும் பல புதிய உடைகளுக்கு உத்தரவிட்டான். தனது அந்தஸ்திற்கு நானூறு சேவகர்கள் குறைவு என்று சேவகர்களின் எண்ணிக்கையை மும்மடங்கு அதிகரித்தான். அரசப் பிரதானிகள் சலாமிட்டு முகஸ்துதி செய்வது அவனுக்கு இனிய இசையாக இருந்தது. அவன் மிகவும் அன்பாக, கருணையுடன் நடந்துகொண்டான். ஒடுக்கப்பட்டவர்களின் உறுதியான பாதுகாவலனாக இருந்தான். நியாயமற்ற சட்டங்களை எதிர்த்து சளைக்காமல் போராடினான். ஆனால் கோபம் வரும். சமயங்களில் பெரிய கோமான்களையும், பிரபுக்களையும்கூட நடுங்கச் செய்தான். ஒருமுறை அவனது 'சகோதரி' மேரி குற்றவாளிகள் பலரையும் அவன் மன்னிப்பது சரியல்ல என்று அவனுக்குப் புரியவைக்க முயன்றாள். காலஞ்சென்ற தங்கள் தந்தையின் சிறைச்சாலையில் சில சமயங்களில் ஒரே நேரத்தில் அறுபதாயிரம் கைதிகள் அடைக்கப்பட்டிருந்ததைச் சொன்னாள். போற்றத்தகுந்த அவரது

ஆட்சிக் காலத்தில் அவர் சுமார் எழுத்துயிரண்டாயிரம் திருடர்களுக்கு மரண தண்டனை தந்திருக்கிறார்கள் என்றாள். (9) டாமிற்கு பயங்கரமாகக் கோபம் வந்துவிட்டது. அவளை தனது அறைக்குச் செல்லும்படி உத்தரவிட்டான். ஆண்டவரிடம் அவள் மார்பிற்குள் உள்ள கல்லை எடுத்துவிட்டு மனித இதயத்தை வைக்குமாறு அவள் மன்றாட வேண்டும் என்றும் உத்தரவிட்டான்.

தன்னை மிகவும் நல்லபடியாக நடத்தி, அரண்மனை வாயிலில் தனக்கு ஏற்பட்ட அவமதிப்பைத் துடைக்க வெகுவேகமாக ஓடிய உண்மையான அந்த நல்ல இளவரசனுக்கு என்ன ஆனது என்பது பற்றி டாம் கேண்டி சங்கடப்படவில்லையா? ஆம், முதல் சில நாட்களுக்கு அவன் காணாமல் போன இளவரசன் பற்றி மிகவும் வருந்தினான். அவன் திரும்பி வந்து, தனக்குரிய அந்தஸ்தை, மரியாதையைப் பெறவேண்டும் என்று உண்மையாகவே நினைத்தான். ஆனால் காலப்போக்கில், அந்த இளவரசன் திரும்பிவராத நிலையில், டாமின் மனம் தனது புதிய, இன்பமான அனுபவங்களில் திளைக்க ஆரம்பித்தது. சிறிது சிறிதாக காணாமல் போன அரசன் அவன் மனதிலிருந்து மறைந்தான். அவ்வப்போது அவன் நினைப்பு வரும்போது, அது பற்றி டாம் குற்றஉணர்வும், அவமானமும் கொள்வான்.

அதேபோலத்தான் டாமின் ஏழைத்தாயும், சகோதரிகளும் அவன் மனதிலிருந்து மறைந்தார்கள். ஆரம்பத்தில் அவன் அவர்களுக்காக ஏங்கினான். அவர்களுக்காக வருந்தினான். பார்க்க வேண்டும் என்று ஆசைப்பட்டான். பிறகு, 'அவர்கள் தம் அழுக்கான, கிழிந்த உடையில் வந்து, தன்னை முத்தமிட்டுக் கொஞ்சினால், தனது உயர்ந்த இடம் பறிபோய், பழையபடி சேரி வாழ்க்கைக்குப் போக நேரிடுமே' என்று நினைத்து நடுங்கினான். கடைசியில் அவர்கள் மொத்தமாக அவன் மனதிலிருந்து அகன்றுவிட்டார்கள். அவனுக்கு திருப்தியாக, ஏன் சந்தோஷமாகக்கூட இருந்தது. ஏனெனில் அவர்களது துயரம் நிறைந்த முகம் அவன் மனக்கண்ணில் தோன்றினால் அவனுக்கு வேதனை மிகவும் அதிகரிக்கும்.

பிப்ரவரி 19ம் தேதி நள்ளிரவில் டாம் அரண்மனையில் தனது சொகுசான மெத்தையில் உறங்கிக்கொண்டிருந்தான். சுற்றிலும் மெய்க்காவலர்கள் பாதுகாக்க, அரசபோகத்தின் ஆடம்பரங்களுடன் சந்தோஷமாக உறங்கினான். ஏனெனில் நாளை இங்கிலாந்தின் அரசனாக அவனுக்கு முடிசூட்டு விழா. அதே நேரத்தில் உண்மையான அரசன் எட்வர்ட், பயணத்தால் களைப்புற்று,

சமீபத்திய கலவரத்தில் தனது அழுக்கு உடைகள் மேலும் கிழிந்து போய், பசி, தாகத்துடன் வெஸ்ட்மின்ஸ்டர் மாளிகைக்கு உள்ளேயும், வெளியேயும் எறும்புகள்போல் சுறுசுறுப்பாக இயங்கிக்கொண்டிருந்த பணியாளர்களை ஆர்வமாக வேடிக்கை பார்த்துக்கொண்டிருந்த ஒரு கூட்டத்திற்கு நடுவே நின்று கொண்டிருந்தான். அந்தப் பணியாளர்கள் நாளைய முடிசூட்டு விழாவிற்கான கடைசி நேர ஏற்பாடுகளைச் செய்து கொண்டிருந்தார்கள்.

அத்தியாயம் – 31

ஏற்பு ஊர்வலம்

மறுநாள் காலை டாம் கேண்டி எழுந்தபோது, எங்கும் இடியோசைபோல முனகலோசை. அது அவனுக்கு இன்னிசையாக இருந்தது. ஆங்கில உலகம் தனது முழு சக்தியோடு அந்த மகத்தான தினத்திற்காக அவனுக்கு வரவேற்பளிக்கத் தயாராவது போல் தோன்றியது.

தேம்ஸில் மிதந்து சென்ற அந்த அற்புதமான ஊர்வலத்தில் டாம் நடுநாயகமாக இருந்தான். பாரம்பரிய வழக்கப்படி அந்த ‘ஏற்பு ஊர்வலம்’ கோட்டையில் ஆரம்பித்து லண்டன் நகரம் முழுக்கச் செல்லும்.

அவன் அங்கு வந்தபோது அற்புதமான அந்தக் கோட்டை ஆயிரம் இடங்களில் பிளவுபட்டு, ஒவ்வொரு பிளவிலிருந்தும் வெண்புகையோடு தீயின் சிவந்த நாக்கு எழுந்தது. தொடர்ந்து, கூட்டத்தின் கூச்சலை அமுக்குமளவு, காதைப் பிளக்கும் வெடியோசை. அதில் பூமி நடுங்கியது. தீப்பிழம்புகள், வெண்புகை, வெடியோசை அனைத்தும் திரும்பத் திரும்ப வந்ததில், அங்கெழுந்த பெரும் வெண்புகையில் அந்தக் கோட்டையே மறைந்து போனது. அந்த அடர்ந்த புகைக்கு மேலே மலைச் சிகரங்கள்போல பெரும் கொடிகள் பறந்தன.

அற்புதமான அந்த ஊர்வலத்தில் அருமையான ஒரு போர்க்குதிரை மீது டாம் வந்தான். அதேபோன்ற குதிரையில் மாமா, சாமர்செட்டின் பிரபு பின்னால் வந்தார். இருபுறமும் பளபளக்கும் கவசமணிந்த அரசரின் காவல்படையினர் ஒற்றை வரிசையில்

வந்தார்கள். பின்னால் வண்ண ஒளி வீசும் உடையணிந்த பிரபுக்களின் கூட்டம். பிறகு மேயரும், நகரசபை உறுப்பினர்களும் இளஞ்சிவப்பு வெல்வெட் மேலங்கியும், மார்பில் தங்கச் சங்கிலியும் அணிந்து வந்தார்கள். இதற்குப் பிறகு லண்டனின் பல்வேறு வணிகக் குழுமங்களைச் சேர்ந்தவர்களும் அழகான சீருடைகளில் வந்தார்கள். ஊர்வலத்தின் ஒரு பகுதியாக சிறப்பு அணிவகுப்பு மரியாதை செய்ய பழங்காலத்து பீரங்கிப்படை வந்தது. இந்தப் படை அப்போதே முன்னூறு ஆண்டுப் பழைமை பெற்றது. பாராளுமன்றத்தின் அதிகாரத்திற்கு அப்பாற்பட்ட சுயேச்சையான அதிகாரம் கொண்ட ஒரே படைப்பிரிவு இங்கிலாந்தில் இது மட்டும்தான். (அந்த அதிகாரம் இன்றளவும் உள்ளது) அற்புதமான அந்தக் காட்சியை சாலையின் இருபுறமும் கூடி நின்ற லட்சக்கணக்கான மக்கள் உற்சாகமாக வரவேற்றார்கள். இதை நேரில் பார்த்தவரது வர்ணனை – 'அரசர் நகருக்குள் நுழைந்ததும் மக்கள் பிரார்த்தனைகள், இனிய வார்த்தைகளோடு வரவேற்றார்கள். அரசர் அந்த வாழ்த்துகளை இன்முகத்தோடு இன்மொழியோடு ஏற்றார். தன்னை வாழ்த்திய அனைவருக்கும் நன்றி கூறினார். 'ஆண்டவர் மன்னரைக் காக்கட்டும்,' என்ற வாழ்த்தொலிக்குப் பதில் மொழியாக அவர் 'ஆண்டவர் உங்களைனைவரையும் காப்பாராக!' என்றார். தன் இதயத்திலிருந்து நன்றி தெரிவிப்பதாகக் கூறினார். மன்னரின் அன்பான பதில்கள், அவரது இனிய நடத்தை மக்களை மயக்கின.

ஃபென் சர்ச் தெருவில் ஒரு மேடையில், 'விலையுயர்ந்த ஆடைகள் அணிந்த அழகான குழந்தை' ஒன்று அரசரை வரவேற்றது. அதன் வரவேற்புரையின் இறுதியில்,

'ஓ, அரசரே! நல்வரவு! எங்கள் இதயத்தால் நினைக்க முடிந்த அளவு நல்வரவு! எங்கள் நாவுகளால் சொல்ல முடிந்த அளவு நல்வரவு! ஆண்டவர் உங்களைக் காப்பாற்றட்டும், உங்களை என்றும் நல்லபடியாக வாழ வைக்கட்டும் என்று பிரார்த்திக்கிறோம்,' என்றது.

அந்தக் குழந்தை சொன்ன வாழ்த்தை கூட்டம் அப்படியே உரத்த குரலில் திரும்பவும் சொன்னது. கடல்போல் பொங்கும் அந்த ஆவல் ததும்பும் முகங்களை டாம் பார்த்தான். பெருமகிழ்ச்சியில் இதயம் விம்மியது. 'இந்த உலகில் வாழ்ந்தால் அரசனாகத்தான் வாழ வேண்டும்' என்று நினைத்துக்கொண்டான். தூரத்தில் அவனது பழைய ஓஃபல் கோர்ட் நண்பர்கள் இருவர் நிற்பதைப்

பார்த்தான். அவனது பெருமை மேலும் அதிகரித்தது. ஆஹா, இப்போது மட்டும் அவர்களுக்குத் தன்னை அடையாளம் தெரிந்தால்! அவனை அடையாளம் கண்டு சேரியின் அந்த நடிப்பு அரசன் இப்போது பெரும் பிரபுக்களும், பிரதானிகளும் ஏவலுக்குக் காத்திருக்க, ஆங்கிலப் பேரரசே காலடியில் கிடக்க... உண்மையான அரசனாகிவிட்டதைப் பார்த்தால் எப்படி இருக்கும்! ஆனால் அவனால், தான் யார் என்பதைச் சொல்ல முடியாது என்பதால், அந்த ஆசையை அடக்கிக் கொண்டான். தாம் யாரை வாழ்த்துகிறோம் என்பதை அறியாமல் கூச்சலிட்டு வாழ்த்திக்கொண்டே அவர்கள் சென்றார்கள்.

அவ்வப்போது, 'தானம்!' 'தானம்!' என்று கூச்சல் எழும். டாம் கூட்டத்தை நோக்கி கை நிறைய பளீரென்ற புதிய காசுகளை வீச, கூட்டம் அதை எடுக்க முண்டியது.

நேரில் பார்த்தவர் மேலும் கூறுகிறார் – கிரேஸ் சர்ச் தெருவின் கடைசியில், கழுகுச் சின்னத்திற்கு முன்பாக, நகரசபை அற்புதமான ஒரு அலங்கார வளைவை நிறுவியிருந்தது. அதற்குக் கீழே அந்தத் தெரு நீளத்திற்குப் பெரிய மேடை. அதில் அரசரின் முன்னோர்களின் உருவச்சிலைகள் வரிசையாக வைக்கப்பட்டிருந்தன. மிகப்பெரிய ரோஜாவிற்கு நடுவே எலிஸபெத்தின் உருவச்சிலை. அருகே சிவப்பு ரோஜாவிற்கு நடுவே ஏழாம் ஹென்றியின் சிலை. இருவரும் கைகோர்த்ததுபோல அமைத்திருந்தார்கள். இந்த சிவப்பு, வெள்ளை ரோஜாக்களிலிருந்து ஒரு தண்டு இரண்டாவது மேடைக்குச் சென்றது. அதில் எட்டாம் ஹென்றியின் சிலை அருகில் புதிய அரசரின் தாயார் ஜேன் சைமோரின் சிலை. இந்த ஜோடிக்கு அருகே ஆறாவது எட்வர்ட்டின் சிலை அரியணையில் அமர்ந்த நிலையில், இந்தச் சிலைகள் அனைத்தும், சிவப்பு, வெள்ளை ரோஜாக்களால் அலங்கரிக்கப்பட்டிருந்தன.

இந்த பழமை நலம் கனிந்த, பகட்டான ஆரவாரக் காட்சியால் மக்கள் எழுப்பிய கூச்சலில், நிகழ்ச்சிகளை புகழ்ச்சியான சொற்களில் வர்ணித்துக்கொண்டிருந்த குழந்தையின் குரல் அமுங்கிப் போனது. ஆனால் அதற்காக டாம் வருத்தப்படவில்லை. ஏனெனில் அந்தக் கூச்சல் எந்த கவிதையையும்விட அவனுக்கு இனிமையாக இருந்தது. டாம் எந்தப் பக்கம் திரும்பினாலும், மக்கள் ஆரவாரம் செய்தார்கள்.

ஊர்வலம் ஒவ்வொரு அலங்கார வளைவாகத் தாண்டிச் சென்றது. வழியில் இளம் அரசனின் பல்வேறு குணநலன்களைச் சித்தரிக்கும் வண்ணமயமான ஓவியக் கண்காட்சியும் இருந்தது. அந்தப் பகுதி முழுவதும், ஒவ்வொரு வீட்டிலும், ஒவ்வொரு ஜன்னலிலும், பெரும் பதாகைகளும், கொடிகளும் அசைந்தன. தெருவெங்கும் விலையுயர்ந்த கம்பளங்கள் விரிக்கப்பட்டிருந்தன.

'இந்த எல்லா அற்புதங்களும் என்னை வரவேற்பதற்காக - எனக்காகவே!' என்று தனக்குள் சொல்லிக்கொண்டான் டாம் கேண்டி.

போலி அரசனின் கன்னங்கள் படபடப்பில் சிவந்தன. கண்கள் மின்னின. இன்ப அதிர்ச்சியில் உடல் மிதந்தது. கூட்டத்திற்கு தானம் வழங்க கையை உயர்த்தியபோது, கூட்டத்தின் இரண்டாவது வரிசையில் திகைப்படைந்த, வெளிறிய முகமொன்று, தன்னை வெறித்துப் பார்ப்பதை கவனித்தான். ஒரு சங்கடமான திகைப்பு. அவன் தன் தாயை அடையாளம் கண்டுகொண்டான்! உடனடியாக, தன்னையறியாமல் பழைய பழக்கத்தில் உள்ளங்கை வெளியே தெரியும்படி தன் கண்களை கைகளால் மறைத்துக்கொண்டான். அடுத்த கணம் அவள் கூட்டத்தைப் பிளந்துகொண்டு, காவலர்களைத் தாண்டி அவனருகில் வந்து விட்டாள். அவனது கால்களைத் தழுவி முத்தமழை பொழிந்தாள். முகத்தில் அன்பும், மகிழ்வும் பொங்க, 'ஓ! என் குழந்தை, என் செல்லம்!' என்றவாறு அவனை நிமிர்ந்து பார்த்தாள். அதே கணம் அரசனின் பாதுகாவலன் ஒருவன் அவளை திட்டியபடி தள்ளிவிட, அவள் தடுமாறி விழுந்தாள். இந்தப் பரிதாப சம்பவம் நடக்கும் அதே சமயம், 'பெண்ணே! உன்னை எனக்குத் தெரியாது!' என்ற சொற்கள் டாமின் உதடுகளிலிருந்து வந்தன. ஆனால் அவள் நடத்தப்பட்ட விதம் அவன் இதயத்தைத் தாக்கியது. அவள் அவனை கடைசியாக ஒருமுறை பார்க்க வேண்டும் என்று திரும்புவதற்குள் கூட்டம் அவளை விழுங்கிவிட்டது. அவள் மிகவும் காயப்பட்டு, மனம் உடைந்ததுபோல் இருந்தாள். அதைப் பார்த்ததும் டாம் மனதில் உருவான அவமான உணர்வு அவனது கர்வத்தை சாம்பலாக்கியது. அவனது திருட்டுத்தனமான அரசபோகத்தை உதிரச் செய்தது. அவனது ஆடம்பரங்கள் மதிப்பிழந்து போயின. கிழிந்த துணிபோல அவனிடமிருந்து விழுந்தன.

ஊர்வலம் மேலும் மேலும் வனப்பை அதிகரித்துக்கொண்டபடி சென்றுகொண்டே இருந்தது. ஆனால் டாம் எதையும் பார்க்கவில்லை.

கேட்கவில்லை. அவனது அரசபதவி தனது அழகை, இனிமையை இழந்து விட்டது. அதன் ஆடம்பரம் பழிப்புரையாகத் தெரிந்தது. துக்கம் அவன் மனதை அரித்தது.

'ஆண்டவரே! இதிலிருந்து என்னைக் காப்பாற்றும்,' என வேண்டினான்.

ஒரு நீண்ட சர்ப்பம்போல ஊர்வலம் அந்தப் பழைய நகரத்தின் சந்துகளிலெல்லாம் வளைந்து வளைந்து சென்றது. வழியெங்கும் வரவேற்பு. ஆனால் அரசன் கவிழ்ந்த தலையுடன், வெற்றுப் பார்வை பார்த்தபடி வந்தான். அவன் கண்களுக்கு அம்மாவின் முகமும், அதில் தெரிந்த அடிபட்ட பார்வையும்தான் தெரிந்தது.

'தானம், தானம்!' என்று கூட்டம் கூவியதை அவன் கவனிக்கவே இல்லை.

'அரசர் எட்வர்ட் வாழ்க!' என்ற கோஷத்தில் பூமி அதிர்ந்தது. ஆனால் அரசன் அதை கண்டுகொள்ளவில்லை. எங்கோ தூரத்தில் கேட்கும் இடியோசை என்பதுபோல் இருந்தான். அவனது இதயத்தில், குற்றம் சுமத்தும் மனசாட்சியில் மற்றொரு குரல் மிக அருகில் கேட்டுக்கொண்டே இருந்தது. 'பெண்ணே! எனக்கு உன்னைத் தெரியாது!' என்ற அவமானகரமான வார்த்தையை அக்குரல் திரும்பத் திரும்ப சொல்லிக்கொண்டே இருந்தது.

நண்பனின் சாவு மணியோசை உயிரோடு இருக்கும் நண்பனின் ஆன்மாவைத் தாக்குவதுபோல அந்த வார்த்தைகள் அரசனின் ஆன்மாவை தாக்கிக்கொண்டே இருந்தன.

ஒவ்வொரு திருப்பத்திலும் புதிய அற்புதங்கள். புதிய அதிசயங்கள். காத்திருக்கும் மக்களின் அடக்கிவைக்கப்பட்ட ஆரவாரம் வெளிப்பட்டது. அவர்களது தொண்டைகளிலிருந்து புதிய கூச்சல்கள். ஆனால் அரசன் அவற்றை கவனிக்கவில்லை. புண்பட்ட அவனது இதயத்திலிருந்து முனங்கிய அந்தக் குற்றம் சுமத்தும் குரல் மட்டும்தான் அவன் கேட்ட ஒரே குரல்.

சிறிது சிறிதாக மக்களின் முகத்தில் மகிழ்ச்சி லேசாக மாறி, ஒருவித பதட்டம் தோன்றியது. கைதட்டும் ஒலியின் அளவு தணிந்தது. ஹெர்ட்ஃபோர்ட் பிரபு அதை உடனே கவனித்து விட்டார். அதன் காரணத்தையும் கண்டுபிடித்து, அவர் அரசன் அருகே வந்து,

'பிரபு! கனவு காண்பதற்கு இது உரிய நேரமன்று. உங்களது குனிந்த தலையை, சோர்வான முகபாவத்தை மக்கள்

கவனிக்கிறார்கள். இதை தீய சகுனமாகப் பார்ப்பார்கள். தயவு செய்து உற்சாகம் கொள்ளுங்கள். முகத்தை உயர்த்தி, மக்களைப் பார்த்து புன்னகை செய்யுங்கள்,' என்றார்.

இப்படிச் சொல்லிவிட்டு அவர் இருபுறமும் கை நிறைய காசுகளை அள்ளி வீசினார். அரசனும் அவர் சொன்னபடியே இயந்திரம்போலச் செய்தான். அவன் புன்னகையில் உயிரில்லை. ஆனால் மிக அருகில் இருந்தோர், கூர்ந்து பார்ப்போர் மட்டுமே அதை கவனிக்க முடியும். அவனது தலையசைப்பு கம்பீரமாக இருந்தது. கை, காசுகளை தாராளமாக அள்ளி வீசியது. எனவே மக்களின் பதட்டம் மறைந்தது. முன்புபோலவே வாழ்த்தொலி உரக்க எழுந்தது. ஆனாலும், ஊர்வலம் முடிவதற்குள், பிரபு திரும்பவும் அரசன் அருகே வந்து, மெதுவாக அறிவுரை சொல்ல நேர்ந்தது.

'அரசே! உலகமே உங்களைப் பார்க்கிறது. சோகத்தை விட்டுத் தள்ளுங்கள்.' என்றார். லேசான கோபத்துடன், 'அந்த பிச்சைக்காரி மேன்மை தாங்கியவரை தொந்தரவு செய்துவிட்டாள் போலும்,' என்றார்.

அந்த கம்பீரமான உருவம் தனது ஒளியற்ற கண்களால் பிரபுவைப் பார்த்தது. வறண்ட குரலில்,

'அவள் என் அம்மா!' என்றது.

'ஆண்டவரே! என்று புலம்பியபடி பிரபு தன் குதிரையை பின்னுக்கு நகர்த்தினார். 'துர்சகுனம் சரிதான். இவன் திரும்பவும் பைத்தியமாகி விட்டான்,' என்று தனக்குள் முனங்கினார்.

அத்தியாயம் – 32

முடிசூட்டு விழா நாள்

நாம் சில மணிநேரங்கள் பின்னால் சென்று, மறக்க முடியாத இந்த முடிசூட்டு நாளின் அதிகாலை நான்கு மணிக்கு வெஸ்ட்மின்ஸ்டர் தேவாலயத்திற்கு செல்வோம். அங்கு நமக்குத் துணையில்லாமல் இல்லை. இன்னமும் இரவுதான் என்றாலும் தீப்பந்த ஒளி வீசும் மாடங்கள் எல்லாம் ஏற்கெனவே மக்களால் நிரம்பி விட்டன. அவர்கள் தம் வாழ்நாளில் மீண்டுமொரு முறை

காணக் கிடைக்காத மன்னரின் முடிசூட்டு விழாவிற்காக ஏழு, எட்டு மணிநேரங்கள்கூட காத்திருக்கத் தயாராக இருந்தார்கள். ஆம், மூன்று மணிக்கு அறிவிப்பு பீரங்கி ஒலித்ததுமே லண்டனும், வென்மின்ஸ்டர் தேவாலயமும் பரபரப்பாகி விட்டன. நகரத்தின் வசதியான மக்கள் அனைவரும் தமக்காக ஒதுக்கப்பட்ட இடத்தில் இடம் பிடித்து உட்கார்ந்து விட்டார்கள்.

நேரம் மிக மெதுவாக நகர்ந்தது. எல்லா மாடங்களும் நிறைந்துவிட்டதால், சிறிது நேரத்திற்கு பரபரப்பு குறைந்தது. இப்போது நாமும் அமர்ந்து எல்லாவற்றையும் பார்க்கலாம். சாவகாசமாக யோசிக்கலாம். அங்குமிங்கும், எங்கும் மக்கள் வெள்ளம். இங்கிருந்து தேவாலயத்தின் பெரிய வடக்கு பக்கவாட்டுப் பகுதி தெரிகிறது. அது லண்டனின் முக்கியஸ்தர்களுக்காக ஒதுக்கப்பட்டு காலியாக உள்ளது. மெத்தென்ற கம்பள விரிப்புகள் விரிக்கப்பட்டு சிம்மாசனம் இருக்கும் மேடையும் தெரிகிறது. மேடைக்கு நடுவே நான்கு படிகள் வைத்த உயர்ந்த பீடத்தில் சிம்மாசனம் இருக்கிறது. சிம்மாசத்தின் இருக்கையில் கரடுமுரடான, தட்டையான பாறை வைக்கப்பட்டுள்ளது. அது ஸ்டோன் ஆஃப் ஸ்கோன் என்று அழைக்கப்படும். அதில் அமர்ந்துதான் பல தலைமுறைகளாக ஸ்காட்டிய அரசர்கள் முடிசூடிக் கொண்டார்கள். காலப்போக்கில் ஆங்கிலேய அரசர்களும் அதே வழக்கத்தைப் பின்பற்ற ஆரம்பித்தார்கள். சிம்மாசனத்திலும், கால் வைக்கும் பீடத்திலும் தங்கச்சரிகையிட்ட பட்டு போர்த்தப்பட்டிருந்தது.

நிசப்தம் நிலவுகிறது. தீப்பந்தங்கள் மங்குகின்றன. நேரம் இழுத்துக்கொண்டே செல்கிறது. கடைசியில் காலை வெளிச்சம் நன்றாகப் பரவ, தீப்பந்தங்கள் அணைக்கப்பட்டன. மஞ்சள் நிற சூரிய ஒளி பரந்த அந்த இடம் முழுவதும் பரவியது. அந்த அழகிய கட்டிடம் முழுவதும் இப்போது நன்றாகத் தெரிகிறது. ஆனாலும் சூரியன் மேங்களால் மறைக்கப்பட்டு இருந்ததால் மென்மையாக, கனவுலோகம் போல் காட்சியளித்தது.

ஏழு மணிக்கு இந்த நிலை மாறியது. சாலமன்போல் உடையணிந்த ஒரு சீமாட்டி வர... அவளுக்குரிய இடத்தில் வெல்வெட் உடையணிந்த ஓர் அதிகாரி அமர வைத்தார். பின்னால் அலையாய் தொங்கும் அவளது ஆடையை ஒருவர் சரி செய்கிறார். அவள் அமர்ந்ததும், அதை மடித்து அவளது மடியில் வைக்கிறார். கால் வைக்கும் பீடத்தை அவளுக்கு வசதியாக நகர்த்தி வைக்கிறார்.

அவளது சிறு கிரீடத்தை அவள் கைக்கு அருகில் வைக்கிறார். பிரபுக்கள் அனைவரும் ஒரே சமயத்தில் கிரீடத்தை அணியும் சடங்கு வரும்போது அவள் அதை அணிவாள்.

இப்போது வரிசையாக பல சீமாட்டிகள் வந்துவிட்டார்கள். எல்லோருக்கும் இதேபோன்ற பணிவிடைகள். பார்க்கவே மிக ஆர்வமாக இருந்தது. எங்கு பார்த்தாலும் வண்ணமயமாக இருந்தது. சிறிது நேரத்தில் மீண்டும் அமைதி. ஏனெனில் மனிதப் பூக்களாக, ஒளி வீசும் பல வண்ணங்களில் பால்வீதியில் ஜொலிக்கும் நட்சத்திரங்கள்போல் வைர நகைகள் மின்ன... சீமாட்டிகள் அனைவரும் தமக்குரிய இடங்களில் அமர்ந்து விட்டார்கள். அவர்களில் எல்லா வயதினரும் இருந்தார்கள். கால வெள்ளத்தில் மிகவும் பின்னால் சென்று மூன்றாம் ரிச்சர்டின் முடிசூட்டு விழாவை நினைவுகூரும் அளவிற்கு வயதான, நரைத்த தலையுடன், சுருங்கிப் போன, இறந்த கணவனிடமிருந்து உரிமைகளைப் பெற்ற கிழவிகள். மிக அழகான நடுத்தர வயதுப் பெண்கள், அழகான யுவதிகள், படபடக்கும் கண்களோடு முதன்முறையாக முடிசூட்டு விழாவிற்கு வரும் இளம்பெண்கள், தமது கிரீடத்தை வைத்துக் கொள்ளும் நேரத்தில் அதை சரியாக அணியவேண்டுமே என்ற பதட்டம் இப்பெண்களுக்கு இருந்தது. எனினும் அப்படி எதுவும் நடக்காது. ஏனெனில் சமிக்ஞை காட்டியவுடன் விரைவாக அனைவரும் கிரீடம் தரிக்கும் வகையில் அனைத்துப் பெண்களுக்கும் சிகையலங்காரம் செய்யப்பட்டிருந்தன.

வைர நகைகளில் ஜொலிக்கும் சீமாட்டிகளைவிட அற்புதமான மற்றொரு காட்சியை நாம் பார்க்கப் போகிறோம். ஒன்பது மணியளவில் மேகங்கள் திடீரென்று விலக, சூரிய ஒளி அந்தப் பெண்களின் வரிசையில் விழ, அதன் கிரணங்கள் பட்ட இடங்கள் அனைத்தும் பல வண்ணத் தீப்பிழம்புபோல மின்னின. அந்தக் காட்சியைப் பார்க்கும்போது உடல் புல்லரித்தது! கீழை தேசத்தின் வெகுதூரத்து நாட்டிலிருந்து ஒரு சிறப்புத் தூதர் வந்திருந்தார். மற்ற தூதர்களுக்கு நடுவே ‘அவர் வந்தபோது, சூரிய ஒளி அவர் மீது பட்டுத்தெறித்தபோது ஏற்பட்ட வர்ணஜாலம் நம்மை திகைக்க வைத்தது. ஏனெனில் அவர் தலை முதல் கால்வரை உயர்ந்த கற்கள் பதித்த நகைகள் அணிந்திருந்தார். அவர் லேசாக அசைந்தாலும், அக்கற்கள் சிந்திய ஒளிவெள்ளம் அவரைச் சுற்றி நடனமாடியது.

ஒரு மணிநேரம் – இரண்டு மணிநேரம் – இரண்டரை மணிநேரம் என காலம் நகர்ந்துகொண்டே இருந்தது. பின்னர்

ஒலித்த பீரங்கியொலி அரசரும், அவரது ஊர்வலமும் ஒருவழியாக வந்துவிட்டதை அறிவித்தது. காத்திருந்தவர்கள் உற்சாகமடைந்தனர். இந்த விசேஷ சடங்கிற்காக அரசர் அலங்காரம் செய்து தயாராக வேண்டும் என்பதால் மேலும் சிறிது தாமதமாகும் என்று அனைவருக்கும் தெரிந்திருந்தது. ஆனால் அந்த நேரத்தில் மற்ற பரிவாரங்களை உரிய இடத்தில் அமர வைக்கும் வேலை இருந்தது. முதன்முறையாக இந்த நிகழ்ச்சியைப் பார்க்க வந்தவர்கள் மிக ஆவலாக இருந்தனர். ஒருவழியாக எல்லோரும் அமர வைக்கப்பட்டனர். அந்த அரங்கு நிரம்பி வழிந்தது.

இப்போது அங்கியணிந்த தேவாலயத்தின் தலைவர்கள் தம் உதவியாளர்களுடன் மேடைக்கு வந்து தமக்குரிய இடங்களில் அமர்ந்தார்கள். இவர்களுக்குப் பிறகு ஹெர்ட்ஃபோர்ட் பிரபுவும், மற்ற உயரதிகாரிகளும், கவசம் பூண்ட காவலர் படையினரும் வந்தார்கள்.

எல்லோரும் காத்திருந்தார்கள். பிறகு, ஒரு சமிக்ஞை காட்டப்பட்டதும், கம்பீரமான இசை முழங்கியது. தங்கத்தால் இழைத்த நீண்ட அங்கி அணிந்த டாம் கேண்டி மேடைக்கு வந்தான். அரங்கமே எழுந்து நிற்க, விழா துவங்கியது.

பின்னர் ஓர் உயர்ந்த கீதம் இசைக்கப்பட்டது. இவ்வாறாக வரவேற்கப்பட்ட டாம் கேண்டி அரியணைக்கு அழைத்துச் செல்லப்பட்டான். கூட்டம் மெய்மறந்து பார்க்க, அந்த புராதனமான சடங்குகள் மிகவும் சிரத்தையுடன் நடத்தப்பட்டன. சடங்குகள் முடியும் தருவாயை நெருங்க நெருங்க, டாம் கேண்டியின் முகம் வெளிறிக்கொண்டே போனது. வருந்தும் அவனது இதயத்தில் மிக அழகான வேதனை அதிகரித்தது.

இப்போது கடைசி நிகழ்ச்சி மட்டுமே பாக்கி. கான்டர்பரியின் ஆர்ச்பிசாப் இங்கிலாந்தின் கிரீடத்தை அதன் மெத்தையிலிருந்து எடுத்து, நடுங்கிக்கொண்டிருந்த போலி அரசனின் தலைக்கருகே உயர்த்தினார். அதே சமயம் அங்கு கூடியிருந்த பிரபுக்களும், சீமாட்டிகளும் தங்களது சிறு கிரீடத்தை அதேபோல உயர்த்தியதால் எங்கும் வானவில்லின் வர்ணஜாலமாக இருந்தது.

தேவாலயத்தில் பெரும் அமைதி. அந்த உன்னதமான தருணத்தில் ஓர் உருவம் - அது அங்கு வரும்வரை யாரும் கவனிக்கவில்லை. அந்த மாபெரும் மேடை நோக்கி நகர்ந்தது. அது தலையில் எதுவும் அணியாத, ஏழைகளின் எளிய உடை

அணிந்த ஒரு சிறுவனின் உருவம். அவன் தனது தோற்றத்திற்குப் பொருத்தமில்லாத வகையில் மிகக் கண்ணியமாக தனது கையை உயர்த்தி, தனது எச்சரிக்கையை விடுத்தான்.

'இவன் தலை மீது இங்கிலாந்தின் கிரீடத்தை வைப்பதை நான் தடை செய்கிறேன். நான்தான் அரசன்!'

அடுத்த கணம் பல கோபமான கரங்கள் அவன் மீது பாய்ந்தன. ஆனால் அதே சமயம், தனது உயர்ந்த ஆடைகளில் இருந்த டாம் கேண்டி, விரைவாக ஓரடி முன்னால் வந்து உரத்த குரலில்,

'அவனை விடுங்கள்! அவன்தான் அரசன்!' என்றான்.

கூட்டத்தில் ஒருவித பதட்டமான திகைப்பு. எல்லோரும் அரைகுறையாக எழுந்து நின்று, ஒருவருக்கொருவர் குழப்பத்தோடு பார்த்துக்கொண்டு, மேடையில் இருந்தவர்களையும் பார்த்தார்கள். இது கனவா, நிஜமா என்று வியந்தார்கள். ஹெர்ட்ஃபோர்ட் பிரபுவிற்கும் மற்றவர்களைப்போல் திகைப்புதான் என்றாலும், உடனடியாக சுதாரித்துக்கொண்டு, அதிகார தோரணையோடு,

'அரசர் கூறியதை பொருட்படுத்த வேண்டாம். அவரது பிணி மீண்டும் வந்துவிட்டது. அந்த நாடோடியைப் பிடியுங்கள்,' என்றார்.

அவர் சொன்னதைச் செய்திருப்பார்கள். ஆனால் டாம் தன் காலால் தரையில் உதைத்து,

'அவனைத் தொடாதீர்கள்! அவன்தான் அரசன்!' என்று கத்தினான்.

கரங்கள் நின்றன. அரங்கமே செயல் மறந்து நின்றது. யாரும் அசையவில்லை. யாரும் பேசவில்லை. இப்படிப்பட்ட ஒரு வினோதமான, எதிர்பாராத நிகழ்வில் என்ன சொல்வது, என்ன பேசுவது என்று யாருக்கும் தெரியவில்லை. எல்லோரும் என்ன செய்வது என்று யோசித்துக்கொண்டிருக்க, அந்தப் பையன் தன்னம்பிக்கையோடு, கம்பீரமாக மேடையை நோக்கி நடந்தான். அவன் ஆரம்பத்திலிருந்தே தயங்கவில்லை. அவன் மேடைக்கு வந்ததும், போலி அரசன் அவனருகே ஆவலோடு' ஓடினான். அவன்முன் மண்டியிட்டு,

'ஓ, எனது பிரபுவான அரசரே, இந்த ஏழை டாம் கேண்டியை முதலில் உங்களிடம் விண்ணப்பிக்க அனுமதி தாருங்கள்.

தங்களுக்குரிய கிரீடத்தை அணிந்து, தங்களது பொறுப்பை மீண்டும் ஏற்றுக்கொள்ளுங்கள்,' என்றான்.

ஹெர்ட்ஃபோர்ட் பிரபு புதிதாய் வந்தனை மிகவும் கடுமையாகப் பார்த்தார். ஆனால் அந்தக் கடுமை உடனடியாக மறைந்து வியப்பான முகபாவமாக மாறியது. மற்ற அதிகாரிகளுக்கும் இதே நிலைதான். எல்லோரும் ஒருவரையொருவர் பார்த்துக்கொண்டு, தம்மையறியாமல் ஓரடி பின்னால் நகர்ந்தார்கள். எல்லோர் மனதிலும் ஒரே எண்ணம்தான் – என்ன ஒரு வியப்பூட்டும் ஒரே போன்ற உருவ அமைப்பு!'

ஹெர்ட்ஃபோர்ட் பிரபு ஓரிரு நிமிடம் யோசித்துவிட்டு, மிகவும் பணிவுடன்,

'தங்கள் உத்தரவுப்படி, பிரபு! ஆனால் நான் சில கேள்விகளைக் கேட்க ஆசைப்படுகிறேன்,' என்றார்.

'நான் அவற்றிற்கு பதில் தருகிறேன் பிரபு,' என்றான் வந்தவன்.

பிரபு அரசவை பற்றி, அரசர், இளவரசர், இளவரசிகள் பற்றி பல கேள்விகள் கேட்டார். பையன் தயக்கமின்றி சரியாக பதில் சொன்னான். அவன் அரண்மனையின் பல அறைகள், அரசரின் மாளிகை, இளவரசரின் மாளிகை ஆகியவற்றை துல்லிமாக வர்ணித்தான்.

வினோதம், ஆச்சரியம், ஆம். இது எப்படி என்று சொல்ல முடியவில்லையே என்று பலரும் பேசிக்கொண்டார்கள். அலை மாறி அடிக்க ஆரம்பித்தது. டாமிற்கு நம்பிக்கை பிறந்தது. ஆனால் ஹெர்ட்ஃபோர்ட் பிரபு,

'உண்மையிலேயே இது மிக அற்புதமானதுதான் – ஆனால் நமது அரசரும் இந்த விவரங்களை சரியாகச் சொல்லக் கூடியவர்தானே! ' என்றார். இந்த வார்த்தைகளும், அவர் இன்னும் தன்னை அரசர் என்று கூறுவதும் டாமை துயரப்படுத்தின. அவனது நம்பிக்கை தகர்ந்தது. 'இவையெல்லாம் ஆதாரங்களல்ல' என்றார் பிரபு.

இப்போது அலை வேகமாக, உண்மையில் மிக வேகமாக மாறியது. ஆனால் தவறான திசையில். அது டாமை அரியணையில் அமர்த்தி, புதியவனை விரட்டப் பார்த்தது. ஹெர்ட்ஃபோர்ட் பிரபு தனக்குள் யோசித்துக்கொண்டு தலையை ஆட்டிக்கொண்டார்.

'இப்படிப்பட்ட ஒரு புதிர் நமக்கும், நாட்டிற்கும் பெரிய நெருக்கடி. இது நாட்டை பிளவுபடுத்திவிடும்,' என்று எண்ணினார். பிறகு திரும்பி,

'சர் தாமஸ்! அவனை கைது செய்யுங்கள் – வேண்டாம், சற்று நில்லுங்கள்' என்றார். அவர் முகம் மலர்ந்தது. அவர் கந்தலாடை வேட்பாளனைப் பார்த்து,

'அரசமுத்திரை எங்கே இருக்கிறது? இதற்கு சரியான விடை தந்தால், புதிர் விடுவிக்கப்பட்டுவிடும். ஏனெனில் இதற்கு வேல்ஸ் இளவரசர் மட்டுமே பதில் தர முடியும்! அரியணை, இந்த வம்சத்தின் எதிர்காலம் எல்லாம் இந்த சிறு கேள்விக்கான விடையில்தான் தொங்கிக்கொண்டிருக்கிறது!' என்றார்.

இது ஒரு அதிர்ஷ்டவசமான, மகிழ்ச்சியான யோசனை. எல்லோரும் அதை கைதட்டி வரவேற்றார்கள். போலியானவனுக்கு எத்தனை பாடம் கற்றுத்தந்திருந்தாலும் அவனுக்கு இதற்கான விடை தெரியாதல்லவா? எனவே எல்லோரும் திருப்தியாகப் புன்னகைத்தபடி, புதியவன் குழம்பப் போகிறான் என்று நினைத்து அவனைப் பார்த்தார்கள். ஆனால் அப்படி எதுவும் நடக்கவில்லை. அவன் எந்தக் குழப்பமும் இன்றி, மிக நம்பிக்கையான குரலில் பதிலளித்தான்.

'இந்தப் புதிரில் எதுவுமே கடினமானதல்ல,' என்றான். பிறகு உத்தரவு கொடுத்துப் பழகிய ஒருவனின் கம்பீரத்துடன் உத்தரவிட்டான். 'செயிண்ட்.ஜான் பிரபு அரண்மனையில் எனது அந்தரங்க அறைக்குச் செல்லுங்கள். மற்ற யாரையும்விட உங்களுக்குத்தான் அந்த இடம் நன்றாகத் தெரியும். பின்பக்க சிறு அறைக்குச் செல்லும் கதவருகே, இடது மூலையில் தரைக்கருகே.'

இந்த உத்தரவைக் கேட்டு ஹெர்ட்ஃபோர்ட் பிரபு திகைத்தார். அவர் செயிண்ட். ஜான் பிரபுவிடம்,

'நன்றாகத் தேடினீர்களா? ஆனால் இது அவசியமற்ற கேள்வி. ஆனால் இது வினோதமாக இருக்கிறது. சிறிய பொருள் என்றால் எங்கேனும் தவறி விழுந்து விடும். ஆனால் அரச முத்திரைபோன்ற கனமான பெரிய பொருள் காணவில்லை. யாராலும் கண்டுபிடிக்கவும் முடியவில்லை,' என்றார்.

டாம் கேண்டி கண்கள் பளபளக்க, முன்னே பாய்ந்து வந்து, சத்தமாக, 'நிறுத்துங்கள், அது வட்டமாக இருக்குமா?– கனமாகவா?

அதில் படங்கள், எழுத்துக்கள் பொறிக்கப்பட்டிருக்குமா?– சரிதானே? ஆஹா... நீங்கள் இத்தனை கவலைப்படும் அந்த அரச முத்திரை எது என்று எனக்குத் தெரிந்துவிட்டது. இப்படி விரிவாகச் சொல்லியிருந்தால், நான் மூன்று வாரங்களுக்கு முன்பே அதை எடுத்துத் தந்திருப்பேன். இப்போது அது எங்கிருக்கிறது என்று எனக்குத் தெரியும். ஆனால் முதலில் அதை அங்கு வைத்தவன் நானல்ல,' என்றான்.

'பிறகு யார், பிரபு? என்றார் ஹெர்ட்ஃபோர்ட் பிரபு.

'இங்கே நிற்பவன்தான் – இவன்தான் இங்கிலாந்தின் உண்மையான அரசன். அவனே அது எங்கிருக்கிறது என்று சொல்வான் – அப்போதுதான் நீங்களும் அவனுக்குத் தெரிந்திருக்கிறது என்பதை நம்புவீர்கள். அரசரே, நன்றாக யோசனை செய்யுங்கள். நினைவுபடுத்திப் பாருங்கள். என்னை அவமதித்த வீரனை தண்டிப்பதற்காக, எனது உடையை அணிந்து, நீங்கள் அரண்மனையைவிட்டு ஓடுவதற்குமுன் கடைசியாகச் செய்த வேலை அதுதான்.

ஒரே நிசப்தம். யாரும் அசையவோ, முணுமுணுக்கவோ இல்லை. எல்லோருடைய பார்வையும் புதியவன் மீதுதான். அவன் தலை சாய்த்து, புருவங்களை நெரித்து யோசித்தான். அவனது நினைவிலிருந்த எண்ணற்ற, பயனற்ற விஷயங்களிலிருந்து அவனை அரியணையில் அமர்த்தப்போகும் அந்த சிறு விஷயத்தை நினைவுபடுத்தித் தோண்டி எடுக்க வேண்டும். அது முடியாவிட்டால் அவன் என்றுமே ஏழையாக, தெருவில் திரிய வேண்டும். ஒவ்வொரு கணமாகக் கடந்தது. கணங்கள் நிமிடங்களாகின. அவன் எந்த உணர்ச்சியையும் காட்டாது, மௌனமாகப் போராடினான். கடைசியில் பெருமூச்சு விட்டபடி தலையை மெதுவாக அசைத்தான். உதடு நடுங்க, துயரார்ந்த குரலில்,

'அன்று நடந்த அனைத்தையும் யோசித்து விட்டேன். ஆனால் அதில் முத்திரை எங்குமே வரவில்லை,' என்றான். சற்று நேர மௌனத்திற்குப் பிறகு நிமிர்ந்து பார்த்து, மிகவும் கண்ணியமாக, 'எனது பிரபுக்களே! கனவான்களே! நீங்கள் கேட்கும் சாட்சியத்தை தர முடியாத காரணத்தால், நீங்கள் உங்களது அரசருக்கு நியாயமாக, உரியதான அரச பதவியைப் பறிப்பீர்கள் என்றால், என்னால் எதுவும் செய்ய முடியாது. நான் போகிறேன், ஆனால்'–என்றான்.

'என் அரசே! இது முட்டாள்தனம்!' என்று பதட்டத்தோடு கத்தினான் டாம். 'சற்றுப் பொறுங்கள்! – யோசனை செய்யுங்கள்!

இன்னும் விஷயம் கை மீறவில்லை. கை மீறவும் மீறாது! நான் சொல்வதை – ஒவ்வொரு வார்த்தையையும் கவனமாகக் கேளுங்கள் –நான் அன்று காலை நடந்த ஒவ்வொரு விஷயத்தையும் அப்படியே உங்கள்முன் சொல்லப் போகிறேன். நாம் பேசினோம் – நான் என் சகோதரிகள் பெத், நான் பற்றி சொன்னேன் – ஹா! ஆம், அது உங்களுக்கு நினைவிருக்கிறது. என் பாட்டி பற்றி சொன்னேன் – ஓஃபல் கோர்ட் சிறுவர்களின் முரட்டுத்தனமான விளையாட்டுகள் பற்றிச் சொன்னேன் – அதுவும் உங்களுக்கு ஞாபகம் இருக்கும். நீங்கள் எனக்கு உணவளித்தீர்கள் – நான் சங்கடப்படக் கூடாது என்று பெருந்தன்மையோடு வேலைக்காரர்களை வெளியே அனுப்பிவிட்டீர்கள் – இதுவும் உங்களுக்கு நினைவிருக்கும்.'

டாம் ஒவ்வொரு விஷயமாகச் சொல்ல, புதியவன் அவை நினைவிருப்பதாகத் தலையாட்டினான். அதிகாரிகளும், மற்றவர்களும் இதை வியப்போடு பார்த்தனர். கதை உண்மை போலத்தான் இருந்தது. ஆனாலும் ஒரு பிச்சைக்கார சிறுவனுக்கும், இளவரசனுக்கும் இப்படிச் சாத்தியமில்லாத ஒரு சந்திப்பு எப்படி நடந்திருக்க முடியும்? இதுபோன்ற ஒரு சுவாரஸ்யமான, குழப்பமான விஷயத்தை யாரும் கேள்விப்பட்டதே இல்லை.

'விளையாட்டாக, நாம் நமது உடைகளை மாற்றிக்கொண்டோம். பிறகு கண்ணாடிமுன் நின்றோம். இருவரும் ஒன்றுபோல் இருந்தோம். உடையை மாற்றிக்கொண்டதே தெரியவில்லை – இதுவும் உங்களுக்கு நினைவிருக்கும். பிறகு அந்தப் போர்வீரன் என் கையில் காயம் ஏற்படுத்தியதை நீங்கள் கவனித்தீர்கள் – இதோ அந்த காயம். இப்போதுகூட என்னால் சரியாக எழுத முடியவில்லை. அதைப் பார்த்து உங்களுக்குக் கோபம் வந்தது. அந்த வீரனை தண்டிக்க கதவுப் பக்கம் ஓடினீர்கள் – மேஜையைக் கடந்தீர்கள் – நீங்கள் அரச முத்திரை என்று சொல்லும் பொருள் அந்த மேஜையில் இருந்தது – நீங்கள் அதை எடுத்தீர்கள் – அதை எங்கு ஒளித்து வைக்கலாம் என்பது போல் பார்த்தீர்கள் – அப்போது உங்கள் கண்களில் பட்ட –'

'போதும்! ஆண்டவருக்கு நன்றி!' என்றான் அந்த கந்தலாடைச் சிறுவன் படபடப்பாக. செயிண்ட்ஜான் பிரபு – செல்லுங்கள் – சுவரில் தொங்கும் மிலன் நகரத்து கவசத்தின் கைப்பகுதியில் அரச முத்திரை இருக்கும், என்றான்.

டாம் கேண்டியும், 'அரசரே! சரியாகச் சொன்னீர்கள், செல்லுங்கள் பிரபு!' என்றான்.

கூட்டம் முழுவதும் இப்போது எழுந்து நின்றது. எல்லோர் மனதிலும் ஒரு சங்கடம், எதிர்பார்ப்பு, பரபரப்பு. மேடையிலும், தரையிலும் ஒரே பரபரப்பான பேச்சு. ஒரு கட்டத்தில் யார் என்ன சொல்கிறார் என்று அடுத்தவருக்குப் புரியாத அளவு ஒரே குழப்பம். எவ்வளவு நேரம் போனது என்றே யாருக்கும் தெரியவில்லை.

கடைசியில் அந்தப் பரபரப்பு செயிண்ட். ஜான் பிரபு தன் கையில் அரச முத்திரையோடு வந்ததும் அடங்கியது. உடனடியாக,

'உண்மையான அரசர் வாழ்க!' என்ற கோஷம் எழுந்தது.

ஐந்து நிமிடங்களுக்கு கோஷங்களாலும், வாத்திய இசையாலும் அந்த இடமே அதிர்ந்தது. எல்லோரும் தமது கைக்குட்டைகளை தலைக்குமேல் அசைத்ததில் ஏதோ வெண்மையான புயல் வந்தது போல் இருந்தது. மேடைக்கு நடுவே மகிழ்ச்சியும், பெருமையும் பொங்க... இங்கிலாந்தின் அரசன் தனது கந்தலாடையுடன் நிற்க. அத்தேசத்தின் பெரிய பிரபுக்கள் அனைவரும் அவனைச் சுற்றி மண்டியிட்டார்கள்.

பிறகு அனைவரும் எழுந்ததும், டாம்.

'எனது அரசரே! இப்போது இந்த ராஜ உடைகளைப் பெற்றுக் கொண்டு, உங்கள் வேலைக்காரன் ஏழை டாமிற்கு அவனது கிழிந்த உடைகளை திருப்பித் தாருங்கள்,' என்றான்.

ஹெர்ட்ஃபோர்ட் பிரபு,

'இந்தச் சிறுவனை சிறைச்சாலையில் தள்ளுங்கள்,' என்றார்.

ஆனால் புதிய அரசன், உண்மையான அரசன்,

'வேண்டாம், அவனில்லாமல் போனால் எனது மணிமகுடம் எனக்குத் திரும்பக் கிடைத்திருக்காது - யாரும் அவன் மீது கைவைக்கக் கூடாது. எனது அன்பான மாமா அவர்களே! இந்த ஏழைச் சிறுவனை தாங்கள் தண்டிப்பது நன்றியுள்ள செயலல்ல, ஏனெனில் அவன் உங்களை கோமானாக உயர்த்தினான் என்று கேள்விப்பட்டேன்,' என்றான்.

பிரபு முகம் சிவந்தார். 'ஆனால் அவன் அரசனல்லவே! எனவே அவன் தந்த பதவி இப்போது மதிப்பிழந்து விட்டது. நாளை அவன் மூலமாகப் பெற்ற அப்பதவியை நிரந்தரப்படுத்த நீங்கள் மனுச் செய்ய வேண்டும். இல்லாவிடில் நீங்கள் கோமானல்ல,' என்றான் அரசன்.

இந்த கடிந்துரையைக் கேட்ட பிரபு, சற்று பின்வாங்கினார். அரசன் டாம் பக்கம் திரும்பி, கனிவாக, 'ஏழைச் சிறுவனே! எனக்கே ஞாபகம் இல்லாதபோது முத்திரை இருந்த இடத்தை நீ எப்படி ஞாபகம் வைத்திருந்தாய்? என்றான்.

'அரசே, அது எளிமையானது. அதை நான் பயன்படுத்திக் கொண்டிருந்தேன்.'

'பயன்படுத்தினாயா? ஆனால் அது எங்கே இருக்கிறது என்று சொல்லத் தெரியவில்லையே.

'இவர்கள் கேட்பது அதைத்தான் என்று எனக்குத் தெரியாது. இவர்கள் அதை சரியாக விளக்கிச் சொல்லவில்லை, பிரபு!'

'பிறகு எப்படி அதைப் பயன்படுத்தினாய்,'

டாமின் முகம் சிவந்தது. அவன் கண்களைத் தாழ்த்தி பேசாமல் நின்றான்.

'சொல், எதற்கும் பயப்படாதே,' என்றான் அரசன். 'இங்கிலாந்தின் மாபெரும் அரச முத்திரையை எப்படிப் பயன்படுத்தினாய்?'

பரிதாபமாக சங்கடப்பட்டுக்கொண்டே, டாம்,

'கொட்டைகளை உடைத்துச் சாப்பிட' என்றான்.

பாவம் டாம், அங்கெழுந்த சிரிப்பலையில் பூமியே காலுக்குக் கீழ் நழுவுவதுபோல அவமானமாக இருந்தது அவனுக்கு. ஒருவேளை டாம்தான் உண்மையான அரசனாக இருப்பானோ என்று ஒரு சிலருக்கு இருந்த சந்தேகமும் இந்த பதிலால் மறைந்தது.

இதனிடையே முடிசூட்டு விழாவிற்கான அங்கி டாமின் தோளிலிருந்து அகற்றப்பட்டு அரசனுக்கு அணிவிக்கப்பட்டது. பிறகு முடிசூட்டு விழா சடங்குகள் தொடர்ந்தன. உண்மை அரசனுக்கு பட்டாபிஷேகம் செய்யப்பட்டு, முடிசூட்டப்பட்டது. இச்செய்தியை பீரங்கி முழக்கங்கள் அறிவிக்க, லண்டன் நகரமே கைதட்டி ஆர்ப்பரித்தது.

அத்தியாயம் – 33

அரசனாக எட்வர்ட்

லண்டன் பிரிட்ஜ் கலகத்திற்கு முன்பே மைல்ஸ் ஹெண்டனின் நிலைமை சரியில்லை. இப்போது அது மேலும் மோசமாகிவிட்டது. கையில் இருந்த பணத்தையும் கலகத்தின்போது திருடிவிட்டதால், பணமே இல்லை.

ஆனாலும் பையனைக் கண்டுபிடிக்க வேண்டும். போர்வீரன் என்பதால் அவர்தான் செய்ய வேண்டியதை முறையாகத் திட்டமிட்டார்.

'அந்தப் பையன் இயல்பாக என்ன செய்வான்? எங்கே செல்வான்?' ஹெண்டன் யோசித்தார். 'அவன் இயல்பாகவே தனது பழைய இடங்களுக்குத்தான் போவான். புத்தி உள்ளவன், இல்லாதவன் எல்லோரும் அப்படித்தான் செய்வார்கள். பழைய

இடங்கள் என்றால் எங்கே? அவனது உடை, அவன் தந்தை என்று சொல்லிக்கொண்ட வில்லனின் தோற்றம் ஆகியவற்றைப் பார்த்தால், அவன் வீடு லண்டனின் மிக ஏழ்மையான, கீழ்த்தரமான பகுதியில்தான் இருக்கும் என்று தெரிகிறது. அவனைத் தேடுவது கடினமா? நீண்ட நாட்களாகுமா? இல்லை, எளிதாக, சீக்கிரமாகக் கண்டுபிடித்து விடலாம். அவனைத் தேடக் கூடாது. கூட்டமாகச் செல்பவர்களைத் தேடவேண்டும். விரைவில் அது மாதிரியான கூட்டத்தில் அவனைப் பிடித்துவிடலாம். தான் அரசன் என்று அவன் புலம்பவுதால் அந்தக் கூட்டமும் எரிச்சலில்தான் இருக்கும். கூட்டத்தினரில் சிலரை அடித்துப் போட்டுவிட்டு பையனை மீட்டுவிடலாம். அன்பான வார்த்தைகளால் அவனை சரி செய்யலாம். இருவரும் இனி எப்போதும் பிரியக் கூடாது.'

இப்படியாக ஹெண்டன் தன் தேடலை ஆரம்பித்தார். பல மணி நேரங்கள் பல சந்துகளில், தெருக்களில் கூட்டம் கூட்டமாகச் செல்பவர்கள் நடுவில் தேடினார். பையன் கிடைக்கவில்லை. இது வியப்பைத் தந்தாலும் அவர் சோர்வடையவில்லை. அவரது திட்டத்தில் எந்த குறைபாடும் இல்லை. ஒரே விஷயம் எதிர்பார்த்ததுபோலன்றி, தேடுதல் வேட்டைக்கு அதிக காலம் பிடிக்கிறது.

பகல் வந்தபோது அவர் பல மைல் தூரம் நடந்துவிட்டார். பல கூட்டங்களில் தேடி விட்டார். அதன் விளைவாக மிகவும் களைத்துப் போய் விட்டார். மிகவும் பசியாக இருந்தது. தூக்கம் வந்தது. சாப்பிட வேண்டும் போல் இருந்தது. ஆனால் அதற்கு வழியில்லை. யாரிடமாவது சாப்பிட ஏதாவது கேட்க மனமில்லை. வாளை அடகு வைக்கலாம் என்றால் கௌரவம் தடுத்தது. உடைகளை விற்கலாம் என்றால் அவற்றை யார் வாங்குவார்கள்?

மதியத்திலும் அவர் சுற்றிக்கொண்டுதான் இருந்தார். ஊர்வலத்திற்குப் போன கூட்டம் ஆங்காங்கே திரிந்தன. 'இந்த ஊர்வலம் தனது கிறுக்குப்பயலை ஈர்க்கும்' என்று நினைத்தார். எனவே அந்தக் கூட்டங்களின் பின்னால் போய் தேடினார். ஒரு பலனும் இல்லை. 'வேறு என்ன செய்யலாம்?' என்று யோசித்தபடி பார்த்தால் ஊருக்கு வெளியே வெகுதூரம் வந்துவிட்டார். மாலை நெருங்கியது. அவர் கிராமப்புறத்தில் ஒரு நதியின் பக்கம் இருந்தார். அது நல்ல செழிப்பான கிராமம். இது போன்று உடை அணிந்தவரை அங்கு யாரும் வரவேற்க மாட்டார்கள்.

இன்னும் குளிர் வரவில்லை. எனவே அவர் கரையோரம் ஒரு புதர் அருகே படுத்தார். களைப்பில் கண் அசந்தார். தூரத்தில் பீரங்கி ஓசை கேட்க, ‘புது அரசர் முடிசூட்டி விட்டார்’ என்று நினைத்தபடி கண் மூடினார். கடந்த முப்பது மணிநேரமாக அவர் தூங்கவில்லை. எனவே மறுநாள் காலையில்தான் கண் விழித்தார்.

எழுந்து நதியில் முகம் கழுவி, வயிறு நிறைய தண்ணீர் குடித்தார். ‘இத்தனை நேரம் வீணானதே’ என்று புலம்பியபடி வெஸ்ட்மின்ஸ்டர் நோக்கி நடந்தார். இப்போது பசி அவருக்கு ஒரு புதிய திட்டத்தைத் தந்தது. அவர், ‘சர்.ஹம்ப்ரி மார்லோவைச் சந்தித்து, கொஞ்சம் கடன் வாங்கலாம்’ என்று நினைத்தார். பணம் வந்த பிறகு மற்றவற்றை யோசித்துக்கொள்ளலாம்.

பதினோரு மணி வாக்கில் அரண்மனையை நெருங்கி விட்டார். அதே திசையில் நல்ல ஆடைகளுடன் பலர் போய்க் கொண்டிருந்தார்கள். அதில் யாராவது சற்று நல்ல மனிதரைப் பார்த்து தன் நண்பருக்குத் தகவல் சொல்லிவிட முயன்றார். ஏனெனில் இந்த உடையில் அவரை அரண்மனையில் அனுமதிக்க மாட்டார்கள்.

அப்போது நமது, அடிவாங்கும் பையன் அங்கு வந்தான். இவரைப் பார்த்ததும், ‘அரசர் மிகவும் கவலைப்படும் அந்த நாடோடி இவர்தானோ? அவர் சொன்ன அடையாளங்கள் இவருக்குப் பொருந்துகின்றன. கடவுள் அப்படியெல்லாம் ஒரே மாதிரி இருவரைப் படைக்க மாட்டார். ஏதாவது காரணம் வைத்து இவரோடு பேச வேண்டும்,’ என்று நினைத்தான்.

மைல்ஸ் ஹெண்டன் அதற்கு வேலை வைக்கவில்லை. தன்னை யாரோ உற்றுப் பார்ப்பதுபோல் உணர்ந்து திரும்பியவர். பையனின் கண்களில் இருந்த ஆர்வத்தைப் பார்த்து,

’நீ அரண்மனையிலிருந்து வருகிறாயா? நீ அங்கே இருப்பவனா?’ என்றார்.

‘ஆமாம் ஐயா!’

‘உனக்கு சர்.ஹம்ப்ரி மார்லோவைத் தெரியுமா?’

‘கடவுளே! என் தந்தையைக் கேட்கிறாரே’ என்று நினைத்தவன், ‘நன்றாகத் தெரியும் ஐயா!’ என்றான்.

‘நல்லது, அவர் இங்கேதான் இருக்கிறாரா?’

'ஆம்' என்றான். 'கல்லறையில்' என்றான் மனதுக்குள்.

'தயவுசெய்து அவரிடம் என் பெயரைச் சொல்ல முடியுமா?'

'உடனே சொல்கிறேன் ஐயா!'

'அப்படியானால் சர்.ரிச்சர்ட்டின் புதல்வர் மைல்ஸ் ஹெண்டன், இங்கே ஒன்றுமில்லாமல் – என் பெயரைச் சொல் தம்பி!'

பையனுக்கு ஏமாற்றமாக இருந்தது. 'அரசர் இவரது பெயரைச் சொல்லவில்லையே? எப்படியாயினும், அவரிடம் தகவலைச் சொல்வோம்,' என்று நினைத்தான். மைல்ஸிடம், 'இங்கேயே காத்திருங்கள். நான் தகவலோடு வருகிறேன்,' என்று சொல்லிச் சென்றான்.

ஹெண்டன் அவன் காட்டிய இடத்தில் உட்கார்ந்தார். அது கோட்டைச் சுவரை ஒட்டி, மழைக்காலங்களில் காவல் வீரர்கள் ஒதுங்குவதற்கான தங்குமிடம். அதிலிருந்த கல் பெஞ்சில் உட்கார்ந்தார். சிறிது நேரத்தில் ஓர் அதிகாரி தலைமையில் ஈட்டி ஏந்திய வீரர்கள் சிலர் அந்தப் பக்கமாக வந்தார்கள். ஹெண்டனைப் பார்த்த அதிகாரி, அவரை அழைத்தார். அரண்மனை கோட்டைச் சுவர் அருகே சந்தேகத்திற்கிடமான வகையில் உட்கார்ந்திருந்த காரணத்திற்காக அதிகாரி அவரை கைது செய்தார். மைல்ஸ் விளக்கம் தர முயன்றபோது, அதிகாரி அவரை பேசவிடவில்லை. தனது வீரர்களிடம் அவரது ஆயுதங்களைப் பறித்துவிட்டு சோதனை போடச்சொன்னார்.

'என்னிடம் எதுவும் இல்லை. நான் போதுமான அளவு தேடி விட்டேன். உங்கள் சோதனையில் ஏதாவது கிடைத்தால் எனக்குத் தாருங்கள்,' என்றார் ஹெண்டன்.

ஓர் ஆவணத்தைத் தவிர வேறு எதுவும் கிடைக்கவில்லை. அதிகாரி அந்தக் கடிதத்தைப் பிரித்துப் பார்த்தார். ஹெண்டன் ஹாலில் அந்த துக்க நாளில் தனது நண்பன் ஏதோ கடிதம் என்று கிறுக்கியதை நினைத்து ஹெண்டன் புன்னகை புரிந்தார். அதிகாரி ஆங்கிலக் கடிதத்தைப் படித்தபோது அதிகாரி முகம் கறுத்துப் போக, ஹெண்டன் முகம் வெளுத்துப் போனது.

'அரசர் பதவிக்கு மற்றொரு போட்டியாளர்,' என்று கத்தினார் அதிகாரி. 'இவர்கள் நாளுக்கு நாள் அதிகரித்து வருகிறார்கள். இந்தப் போக்கிரியை கைது செய்து ஜாக்கிரதையாகப் பார்த்துக் கொள்ளுங்கள். இந்த முக்கியமான கடிதத்தை அரசரிடம் உடனே காட்ட வேண்டும்,' என்றார்.

ஹெண்டனை வீரர்களிடம் விட்டுவிட்டு அவர் விரைந்தார்.

‘என் துரதிர்ஷ்டத்திற்கு ஒரு முடிவு வந்துவிட்டது. இந்தக் கடிதத்திற்காக என்னைத் தூக்கிலடப்போவது உறுதி. ஆனால் என் பையனுக்கு என்ன ஆகும்? ஆண்டவருக்கே வெளிச்சம்’ என்று நினைத்துக்கொண்டார் ஹெண்டன்.

விரைவில் அதிகாரி மிக வேகமாக வந்தார். ஹெண்டன் தனது தைரியத்தை வரவழைத்துக்கொண்டு, எதிர்வரும் ஆபத்தை சந்திக்கத் தயாரானார். அதிகாரி தன் வீரர்களிடம் கைதியை விடுவித்து, வாளை திருப்பித் தரச்சொன்னார். பிறகு மரியாதையாக வணங்கி,

‘தயவுசெய்து ஐயா! என்னுடன் வாருங்கள்,’ என்றார்.

ஹெண்டன் பின்தொடர்ந்தார். இந்த மரியாதை உண்மையானதா, கேலியா என்று அவருக்குப் புரியவில்லை.

இருவரும் கூட்டத்தில் புகுந்து அரண்மனை வாசலுக்கு வந்தார்கள். அதிகாரி ஹெண்டனை வணங்கி, அவரை மற்றொரு அழகிய அதிகாரியிடம் ஒப்படைத்தார். அவர் ஹெண்டனை மிக மரியாதையுடன் மற்றொரு பெரிய கூடத்தின் வழியே அழைத்துச் சென்றார். இருபுறமும் நின்றிருந்த சேவகர்கள் பணிந்து வணங்கினார்கள் (இவர்கள் கடந்து சென்றதும், ஹெண்டனின் உடையை நினைத்து மனதுக்குள் சிரித்துக்கொண்டார்கள்). அதிகாரி கடைசியில் ஹெண்டனை ஒரு பெரிய அறைக்கு அழைத்துச் சென்றார். ஹெண்டனிடம் தொப்பியைக் கழற்றிவிடுமாறு சொல்லிவிட்டு பணிந்து விடைபெற்றார். அறையில் கூடியிருந்த அரசவைப் பிரதானிகள் அவரை மிகக் கேலியாகப் பார்த்து சிரித்துக்கொண்டனர்.

மைல்ஸ் ஹெண்டன் மிகவும் திகைத்துப் போனார். எதிரே ஐந்தடி தூரத்தில் அரியணையில் இளம் அரசன் தலை சாய்த்து அருகில் இருந்த ஒரு பிரபுவிடம் ஏதோ பேசிக்கொண்டிருந்தான். ‘இப்படி பொது இடத்தில் வைத்து அவமானப்படுத்தாமல், தன்னை விரைவாகக் கொன்றுவிட்டால் நல்லது’ என்று ஹெண்டன் நினைத்தார். அரசர் சீக்கிரம் முடிவு சொன்னால் நல்லது. அந்தக் கணத்தில் அரசன் லேசாக, தலையை உயர்த்த, ஹெண்டன் அந்த முகத்தை நன்றாகப் பார்த்தார். அக்காட்சியில் அவரது மூச்சே நின்றுவிட்டது! அப்படியே மெய்மறந்து அந்த இளம் முகத்தைப் பார்த்துக்கொண்டிருந்தார்.

'ஐயோ! கனவுகள், நிழல்களின் ராஜ்ஜியத்தின் அரசன் தன் அரியணையில்! என்று முனங்கினார்.

இன்னும் துண்டு துண்டாக ஏதோ முனங்கியபடி சுற்றிலும் அந்த அற்புதமான அரியணையை, அழகான அறையைப் பார்த்தார். 'ஆனால் இவையெல்லாம் உண்மை – மிக உண்மையாக உள்ளனவே! நிச்சயமாக இது கனவில்லை.'

அரசரை திரும்பவும் வெறித்துப் பார்த்தார். 'இது என்ன கனவா... இல்லை, இவன்தான் இங்கிலாந்தின் உண்மையான அரசனா? நான் காப்பாற்றிய யாருமற்ற சிறுவன் இவன்தானா? யார் இந்தப் புதிரை விடுவிப்பார்?'

திடீரென்று ஒரு யோசனை தோன்றியது. சுவர் பக்கமாகப் போய், ஒரு நாற்காலியை எடுத்து வந்து நடுவில் போட்டு அமர்ந்துவிட்டார்!

கோபமான குரல்கள் எழுந்தன. ஒரு முரட்டுக்கரம் அவரைப் பற்றியது. யாரோ, 'மரியாதை தெரியாத கோமாளியே! அரசர் எதிரில் அமரலாமா? என்று சத்தம் போட்டார்கள்.

அந்தச் கூச்சலில் அரசர் கவனம் திரும்ப, அவர் கையை உயர்த்தி,

'அவரைத் தொடாதீர்கள்! அது அவரது உரிமை!' என்றார்.

ஹெண்டனைப் பிடித்தவன் திகைத்துப்போய் விலகினான். அரசர் தொடர்ந்தார். 'பிரபுக்களே! கனவான்களே! சீமாட்டிகளே! நன்றாகக் கேளுங்கள். இவர் எனது நம்பிக்கைக்குரிய, அன்பிற்குரிய சேவகர் மைல்ஸ் ஹெண்டன். இவர் தன் வாளால் என் உயிரைக் காத்தவர். அதற்காக நைட் பட்டம் பெற்றவர். மேலும் எனக்காக அடிகள் பல வாங்கி என் மானம் காத்த உயரிய சேவைக்காக இவரை நான் கென்ட் பகுதியின் பிரபுவாக நியமிக்கிறேன். அந்தப் பதவிக்குரிய நிலங்களும், தங்கமும் அவருக்கு வழங்கப்படும். மேலும் இப்போது அவர் பயன்படுத்திய இந்த உரிமையும் அரசராகிய என்னால் வழங்கப்பட்டதாகும். இனிமேல் இந்த சாம்ராஜ்யம் உள்ளவரை காலம் காலமாக இவரது வாரிசுகளுக்கும் இங்கிலாந்து அரசரின் முன்னால் உட்காரும் உரிமை உண்டு. அவரைத் துன்புறுத்தாதீர்கள்.'

கிராமத்திலிருந்து சற்று தாமதமாக வந்து ஐந்து நிமிடங்களுக்கு முன்புதான் அந்த அறைக்கு வந்த இருவர் இந்த வார்த்தைகளைக்

கேட்டுவிட்டு, அரசரை, ஹெண்டனை, மீண்டும் அரசரை திகைப்போடு பார்த்தனர். அந்த இருவர் சர்.ஹக்கும், எடித்தும்தான். ஆனால் புதிய பிரபு அவர்களைப் பார்க்கவில்லை. அவர் அரசரை இப்போதும் வெறித்துப் பார்த்துக்கொண்டு தனக்குள்ளாக,

'ஆஹா... இது எனது ஏழை! எனது பைத்தியக்காரன்! இவனிடம் நான் எனது வீட்டில் எழுபது அறைகள், இருபத்தியேழு வேலைக்காரர்கள் என்று பெருமை பேசியிருக்கிறேன். கந்தைகளை உடுத்தியவன், அடி வாங்கியவன், மட்டமான உணவைச் சாப்பிட்டவன்! இவனை தத்தெடுத்து, மரியாதைக்குரியவனாக மாற்ற நினைத்தேன்! கடவுளே! ஏதாவது பை இருந்தால், அதை தலையில் மாட்டிக்கொண்டு, முகத்தை மறைத்துக்கொள்ளலாம்,' என்று சொல்லிக்கொண்டார்.

பின்னர் அவரது கண்ணியமான நடத்தை திரும்ப வந்துவிட்டது. அவர் மண்டியிட்டு, கைகளை உயர்த்தி, அரசருக்கு விசுவாசம் தெரிவித்து, பதவிக்கும், நிலங்களுக்கும் நன்றி தெரிவித்தார். பிறகு ஓர் ஓரமாக மரியாதையாக நின்றுகொண்டார். எல்லாக் கண்களும் அவரை பொறாமையுடன் பார்த்தன. இப்போது அரசர் சர். ஹக்கைப் பார்த்து விட்டார். மிகவும் கோபமாக,

'இந்தத் திருடனின் பட்டங்களை, சொத்துக்களைப் பறிமுதல் செய்யுங்கள். நான் தீர்ப்பு வழங்கும் வரை இவனை சிறையில் அடையுங்கள்' என்றார்.

முன்னாள் சர்.ஹக் இழுத்துச் செல்லப்பட்டார்.

இப்போது அறையின் மற்றொரு மூலையில் பரபரப்பு. கூட்டம் வழிவிட... டாம் கேண்டி அழகாக உடை உடுத்தி வந்தான். அரசர் முன் மண்டியிட்டான். அரசர்,

'கடந்த சில வாரங்களின் நிகழ்வுகளை அறிந்துகொண்டேன். உன்னைப் பற்றி எனக்கு மிகவும் மகிழ்ச்சி. நீ மிகவும் கருணையோடு ஆட்சி புரிந்திருக்கிறாய். உன் தாய், சகோதரிகளை கண்டுபிடித்துவிட்டாயா? நல்லது. அவர்கள் நல்லபடியாக கவனித்துக்கொள்ளப்படுவார்கள். நீ விரும்பினால், சட்டம் இடமளித்தால் உன் தந்தை தூக்கிலிடப்படுவான். எல்லோரும் கவனமாகக் கேளுங்கள். இன்றிலிருந்து கிறைஸ்ட் ஹாஸ்பிடலில் தங்குவோர் அனைவருக்கும் அனைத்து வசதிகளும் தரப்படும். இந்தப் பையன் இங்கேயே இருப்பான். தன் ஆயுள் முழுவதும் கவர்னர் சபையில் தலைமைப் பதவி வகிப்பான். இவன் அரசனாக

இருந்தவன். எனவே அரசருக்குரிய மரியாதை இவனுக்கு உண்டு. இவனது உடைகளை கவனியுங்கள். இதுபோல் வேறு யாரும் உடையணியக் கூடாது. இவன் அரசனாக இருந்தவன் என்பதால், இவன் எங்கு சென்றாலும் அரசருக்குரிய மரியாதை அளிக்கப்பட வேண்டும். இவனுக்கு இந்த அரியணையின் பாதுகாப்பு உண்டு. இந்த ஆட்சியின் ஆதரவு உண்டு. இனி இவனை, 'கிங்ஸ் வார்ட்' என்ற மரியாதையான பட்டத்தோடுதான் அனைவரும் அழைக்க வேண்டும்.'

பெருமையோடும், மகிழ்ச்சியோடும் டாம் கேண்டி அரசரின் கையை முத்தமிட்டான். அவனை சபையிலிருந்து அழைத்துச் சென்றார்கள். காலம் தாழ்த்தாது, அம்மாவிடமும், நான், பெத்திடமும் இந்த மகிழ்ச்சியான செய்திகளைக் கூற விரைந்தான்.[1]

அத்தியாயம் – 34

நீதியும், தண்டனையும் வழங்குதல்

எல்லா மர்மங்களும் தெளிவாகின. ஹக் ஹெண்டன் ஒப்புதல் வாக்குமூலம் அளித்தார். அன்று ஹெண்டன் ஹாலில் அவரது மிரட்டல் காரணமாகத்தான் எடித் ஹெண்டனை தெரியாது என்று சொல்லியிருக்கிறாள். முதலில் ஹக் அவளை கொன்று விடுவதாக மிரட்டியிருக்கிறார். என் உயிர் ஒரு பொருட்டல்ல. எடுத்துக் கொள் என்று சொல்லிவிட்டாள் எடித். பிறகு ஹக் அவளைக் கொல்லப் போவதில்லை, மைல்ஸை கொன்று விடுவேன் என்று மிரட்டியதும் அவள் அவருடன் ஒத்துழைக்க சம்மதித்திருக்கிறாள்.

தனது சகோதரனின் சொத்துக்களை திருடியதற்காகவோ, கொலை மிரட்டலுக்காகவோ ஹக்கிற்கு தண்டனை தர முடியவில்லை. ஏனெனில் ஹக்கின் மனைவியும், சகோதரனும் அவருக்கு எதிராக சாட்சியம் அளிக்க மறுத்து விட்டனர். அவர் எங்கோ வேறு தேசம் சென்று இறந்து போனார். கென்ட் பிரபுவான மைல்ஸ் எடித்தை மணந்து கொண்டார். இருவரும் ஹெண்டன் ஹால் சென்றபோது சிறப்பான வரவேற்பு தரப்பட்டது.

டாம் கேண்டியின் தந்தை பற்றி அதற்குப் பிறகு எந்தத் தகவலும் இல்லை.

சூடு போடப்பட்டு, அடிமையாக விற்கப்பட்ட விவசாயியை அரசர் தேடிக் கண்டுபிடித்து, நாடோடிக் கும்பலிலிருந்து மீட்டார். அவருக்கு வசதியான வாழ்வை அளித்தார்.

மேலும் அரசர் அந்த வயதான வழக்கறிஞரை சிறையிலிருந்து விடுவித்து, அவரது அபராதத் தொகையை ரத்து செய்தார். எரித்துக் கொல்லப்பட்ட இரு பாப்டிஸ்ட் பெண்களின் குழந்தைகளுக்கு நல்ல வீடுகள் ஏற்பாடு செய்தார். ஹெண்டனுக்கு தேவையில்லாமல் சவுக்கடி தந்த அதிகாரிக்கு தண்டனை வழங்கினார்.

கழுகைப் பிடித்து வளர்த்த சிறுவனை தூக்குத்தண்டனையிலிருந்து காப்பாற்றினார். நெசவாளியிடமிருந்து துண்டுத் துணியைத் திருடிய பெண்ணையும் காப்பாற்றினார். அரசரின் காட்டில் மானைக் கொன்றதற்காக தண்டனை பெற்றவனைத்தான் காப்பாற்ற முடியாது காலம் கடந்து விட்டது.

பன்றியைத் திருடியதாக தன் மீது போடப்பட்ட வழக்கில் தனக்கு கருணை காட்டிய நீதிபதிக்கும் பதவி உயர்வு தந்தார்.

அரசர் தான் சாகும்வரை தன் சாகசக் கதையை சொல்லிக் கொண்டே இருந்தார். அரண்மனை வாசலிலிருந்து, தான் தள்ளிவிடப்பட்டதிலிருந்து, முடிசூட்டு விழா அன்றுதான் தேவாலயத்திற்குள் நுழைந்து ஒளிந்திருந்து சரியான நேரத்தில் வெளியே வந்ததுவரை சொல்லிக்கொண்டே இருந்தார். அப்போது தான் கற்ற பாடங்களால்தான் மக்களுக்கு நன்மை செய்யும் உறுதி ஏற்பட்டது என்பார். அந்தக் கதையை மறக்காமல் சொல்லிக்கொண்டே இருந்ததால்தான் அவரது இதயத்தில் கருணை வற்றாமல் இருந்தது.

அவரது குறுகிய ஆட்சிக்காலம் முழுவதும் மைல்ஸ் ஹெண்டனும், டாம் கேண்டியும் அவருக்கு நெருக்கமானவர்களாக இருந்தனர். அவரது மறைவின்போது மிகவும் வருந்தினர். ஹெண்டனுக்கு அவரது உரிமையை நிலைநாட்ட மேலும் இரு சந்தர்ப்பங்கள் கிடைத்தன. அரசி மேரி, அரசி எலிஸபெத் இருவரது முடிசூட்டு விழாவிலும் அவர் அந்த உரிமையை நிலைநாட்டும் வாய்ப்பைப் பெற்றார். முதலாம் ஜேம்ஸின் முடிசூட்டு விழாவில் அவரது வாரிசுக்கு அந்த உரிமை கிடைத்தது. இவனது மகன் அந்த உரிமையைப் பயன்படுத்துவதற்குள் கிட்டத்தட்ட இருபத்தியைந்து ஆண்டுகள் கடந்து விட்டன. எனவே முதலாம் சார்லஸின் முடிசூட்டு விழாவில் பலருக்கும்

'கென்ட் பிரபுவின் உரிமை' மறந்து விட்டது. கென்ட் பிரபு அரசர் முன் அமர்ந்ததும் பெரும் பரபரப்பு ஏற்பட்டது! பிறகு இது குறித்து விளக்கம் தரப்பட்டதும், அந்த உரிமை உறுதி செய்யப்பட்டது. இந்தப் பரம்பரையின் கடைசி வாரிசு அரசருக்காக ஒரு போர்க்களத்தில் மடிந்து போனதால், அதோடு இந்த விசித்திரமான உரிமை நின்று போனது.

டாம் கேண்டி மிக முதிர்ந்த வயது வரை வாழ்ந்தான். அவனது இறுதிக்காலம்வரை மரியாதை தரப்பட்டது. 'ஒரு காலத்தில் அரசனாக இருந்தவன்' என அவனது உடையலங்காரம் மக்களுக்கு நினைவுபடுத்திக்கொண்டே இருந்தது. எனவே அவன் எங்கு சென்றாலும், மக்கள் ஒதுங்கி, வழிவிட்டு மரியாதை செலுத்தினார்கள். 'தொப்பியைக் கழற்று, இவர் கிங்ஸ் வார்ட்' என்று ஒருவருக்கொருவர் சொல்லிக்கொண்டார்கள். அவனைப் பணிந்து வணங்கினார்கள். அவனும் அன்பாகப் புன்னகைத்தான்.

ஆம், ஆறாவது எட்வர்ட் அரசர் சில ஆண்டுகள்தான் வாழ்ந்தார். ஆனால் பெருமைக்குரிய வாழ்க்கை வாழ்ந்தார். பலமுறை அதிகாரிகள் அவரது தயாள குணம் பற்றி வாதிட்டிருக்கிறார்கள். அவர் திருத்திய சட்டங்கள், சட்டங்களின் நோக்கம் நிறைவேறாத அளவு மென்மையாக உள்ளன என்பார்கள். ஆனால் அந்த இளம் அரசர் தன் கருணை பொங்கும் கண்களால் அவர்களைப் பார்த்து,

'துன்பம், ஒடுக்குமுறை பற்றி உங்களுக்கு என்ன தெரியும்? உங்களுக்குத் தெரியாது. ஆனால் எனக்கும் என் மக்களுக்கும் நன்றாகத் தெரியும்,' என்பார்.

அந்த கொடூரமான காலத்தில் ஆறாம் எட்வர்ட்டின் ஆட்சி மட்டும் தனித்துவமாக, கருணைமிக்கதாக இருந்தது. இப்போது நாம் அவரைவிட்டுப் பிரிவதால், அவரது பெருமையை எப்போதும் மனதில் கொள்வோம்.

குறிப்புகள்

அத்தியாயங்களில் சில முக்கியமான நிகழ்வுகளுக்கு மார்க் ட்வைன் தந்துள்ள குறிப்புகள்:

குறிப்பு 1 அத்தியாயம் 4 கிறைஸ்ட் மருத்துவமனை உடை:

அக்காலத்து லண்டன் மாந்தர்களின் உடைகளையே பாத்திரங்கள் அணிந்ததாகக் காட்டுவது சரியாக இருக்கும். அன்று தொழில்

பழகுனர்கள் பணியாளர்கள் நீண்ட நீலநிற கோட்டுகளை அணிந்தனர். மஞ்சள் காலுறை பொதுவாக அணியப்பட்டது. கோட்டு உடம்பை ஒட்டி இருக்கும். ஆனால் கைகள் தொளதொளப்பாக இருக்கும். உள்ளே கையில்லாத மஞ்சள் உள்கோட்டு அணிவார்கள். இடுப்பில் சிவப்பு நிற தோல் பெல்ட். கழுத்தில் மதகுருக்களுக்கு உரிய கழுத்துப்பட்டி, சிறிய தட்டையான கறுப்புத் தொப்பி – அது சிறு தட்டின் அளவில் இருக்கும். இதுதான் முழுமையான உடை – *Timb's curiosities of London*.

குறிப்பு 2 அத்தியாயம் 4

கிறைஸ்ட் மருத்துவமனை ஆரம்பத்தில் ஒரு பள்ளிக்கூடமாக ஆரம்பிக்கப்படவில்லை என்று தெரிகிறது. அதன் நோக்கம் தெருவில் திரியும் குழந்தைகளைக் காப்பாற்றி உடையும், உணவும், தங்குமிடமும் தருவதுதான் - *Timb's curiosities of London*.

குறிப்பு 3 அத்தியாயம் 5 நார்ஃபோல்க் பிரபுவிற்கு தண்டனை.

அரசர் மரணமடையும் தருவாயில் இருந்தார். நார்ஃபோல்க் பிரபு தப்பி விடுவாரோ என்று அஞ்சிய அரசர். தான் அந்த மசோதாவை விரைவுபடுத்த விரும்புவதாக மக்கள் சபைக்கு தகவல் அனுப்பினார். இதன் படி வேறொருவர் அவரது மகனை வேல்ஸ் இளவரசராக நியமிக்கும் நிகழ்ச்சிக்கு தலைமை தாங்க முடியும் – *Hume's History of England, Vol iii, p 307.*

குறிப்பு 4 அத்தியாயம் 7

இந்த ஆட்சியின் (எட்டாம் ஹென்ரி) முடிவுவரை இங்கிலாந்தில் கேரட், டர்னிப் மற்ற உண்ணத் தகுந்த, கிழங்குகள் உற்பத்தி செய்யப்படவில்லை. மிகக் குறைவாகப் பயன்படுத்தப்பட்ட இந்த கிழங்குகள் ஹாலந்திலிருந்தும், ஃபிளாண்டர் ஆகிய பிரதேசங்களிலிருந்தும் இறக்குமதி செய்யப்பட்டன. அரசி கேத்தரின் ஒருமுறை பச்சடி கேட்டபோது இந்த கிழங்குகளை வாங்க ஒருவர் ஹாலந்து சென்றாராம்-*Hume's History of England, Vol iii, p 314.*

குறிப்பு 5 அத்தியாயம் 8 நார்ஃபோல்க்கை தண்டித்தல்:

குற்றவாளி எந்தவித விசாரணையும் செய்யாமல், பிரபுக்கள் சபை குற்றவாளி என்று தீர்மானித்து தண்டனை விதித்து, அந்த மசோதாவை மக்கள் சபைக்கு அனுப்பியது. அடிமை புத்தியுள்ள

மக்கள் சபையும் அரசரின் வழிகாட்டுதலுக்குப் பணிந்தது. அந்த மசோதாவில் அரசர் தன் முத்திரையைப் பதித்து, ஜனவரி 29ம் தேதி (மறுநாள்) மரணதண்டனையை நிறைவேற்றச் சொன்னார் - *Hume's History of England, Vol iii, p 306.*

குறிப்பு 6 அத்தியாயம் 10 லவ்விங் கப்.

லவ்விங் கப், அதிலிருந்து குடிக்கும் வினோத சம்பிரதாயங்கள் அனைத்தும் ஆங்கிலேய வரலாற்றைவிட பழைமையானவை. இவை டென்மாக் நாட்டிலிருந்து வந்த பழக்கங்கள் என்று கருதப்படுகின்றன. நமக்குத் தெரிந்தவரை ஆங்கிலேய விருந்துகள் அனைத்திலும் லவ்விங் கப் இருக்கும். இந்த சடங்கிற்கு ஒரு விளக்கம் உண்டு, மிகப் பழைமையான காட்டுமிராண்டிக் காலத்தில் குடிப்பவர்கள் இருவரின் கைகளுக்கு வேலை இருக்கும்படி முன்னெச்சரிக்கையாகப் பார்த்துக்கொண்டார்கள். இல்லாவிடில் ஒருவர் குடிக்கும்போது, மற்றவர் அவரை கத்தியால் குத்திவிட்டால் என்ன செய்வது.'

குறிப்பு 7 அத்தியாயம் 11 நார்ஃபோல்க் பிரபு கடைசி நேரத்தில் உயிர் பிழைத்தல்:

எட்டாம் ஹென்ரி மேலும் சில மணிநேரங்கள் உயிரோடு இருந்திருந்தால் நார்ஃபோல்க் பிரபுவின் தண்டனை நிறைவேறி இருக்கும். அன்றிரவு அரசர் இறந்த தகவல் தண்டனைக் கூடத்திற்குக் கிடைத்ததும், அங்கிருந்த அதிகாரி தண்டனை நிறைவேற்றத்தை ஒத்திவைத்தார். கொடூரமாக, நியாயமற்ற முறையில் தண்டிக்கப்பட்ட ஒரு பிரபுவிற்கு மரணதண்டனையை நிறைவேற்றி புதிய ஆட்சியை ஆரம்பிக்க வேண்டாம் என்று மந்திரிசபை கருதியதால், பிரபு தப்பித்தார் - *Hume's History of England, Vol iii, p 307.*

குறிப்பு 8 அத்தியாயம் 14 அடிவாங்கும் பையன்

முதலாம் ஜேம்ஸ், இரண்டாம் சார்லஸ் ஆகியோர் சிறுவர்களாக இருந்தபோது, அவர்களுக்காக அடி வாங்கும் பையன்கள் இருந்தார்கள். இவர்கள் சரியாகப் படிக்கவில்லை என்றால் அந்தப் பையன்களை அடிப்பார்கள். எனது வசதிக்காக கதையில் என் குட்டி இளவரசனுக்கும் அப்படி ஒருவன் இருப்பதாக எழுதியுள்ளேன்.

அத்தியாயம் 15க்கான குறிப்பு:

ஹெர்ட்ஃபோர்ட் பிரபுவின் பாத்திரம்

இளம் அரசர் தன் மாமாமீது மிகவும் அதிகமாக அன்பு வைத்திருந்தார். அந்த மாமா நற்குணங்கள் கொண்ட உன்னதமானவர் -*Hume's History of England, Vol iii, p 324.*

அவர் அளவிற்கு மீறி தன் அதிகாரத்தைப் பயன்படுத்தினார் என்றாலும், அவர் காலத்தில் இயற்றப்பட்ட சட்டங்களுக்காக அவர் பாராட்டப்பட வேண்டியவர். இவரது புதிய சட்டங்கள் பழைய பல சட்டங்களின் கடுமையைக் குறைத்தன. அதனால் மக்களுக்கு பல சிவில், மத உரிமைகள் கிடைத்தன. அதே நூல் *Vol iii, p 339*

கொதிக்கும் நீரில் அமிழ்த்திக் கொல்லுதல்:

எட்டாம் ஹென்ரியின் ஆட்சியில் விஷம் வைப்பவர்கள் கொதிக்கும் நீரில் அமிழ்த்திக் கொல்லப்பட்டார்கள். பின்னர் இச்சட்டம் ரத்து செய்யப்பட்டது.

ஜெர்மனியில், பதினேழாம் நூற்றாண்டில்கூட கள்ள நாணயம் தயாரிப்போர் இவ்விதமாக தண்டிக்கப்பட்டார்கள். 1616ல் ஹம்பர்க்கில் தான் பார்த்த இந்த தண்டனை நிறைவேற்றக் காட்சியை டெய்லர் என்ற கவிஞர் விவரித்துள்ளார். 'குற்றவாளி கொதிக்கும் எண்ணெயில் போட்டு கொல்லப்பட வேண்டும். ஆனால் அப்படியே எண்ணெயில் தூக்கிப்போட்டுவிடக் கூடாது. கைகளுக்கு அடியில் கயிறு கட்டி, ஒரு ராட்டினத்தில் தொங்க விட்டு சிறிது சிறிதாக முதலில் பாதம், பிறகு கால்கள் என்று உயிரோடு இருக்கும்போதே தசைகள் பொசுங்கும்படி எண்ணெய்க்குள் இறக்க வேண்டும்,' என்று அந்தத் தீர்ப்பு கூறியது *–Dr.J.Hammond Trumbull's Blue Laws, True and False, p13.*

புகழ்பெற்ற காலுறை வழக்கு:

ஒரு பெண்ணும், அவளது ஒன்பது வயது மகளும், ஹண்டிங்டன் என்ற ஊரில் தம் ஆன்மாவை பிசாசுக்கு விற்றதற்காகவும், தம் காலுறையைக் கழற்றி புயலை வரவழைத்ததாகவும் குற்றம் சாட்டப்பட்டு தூக்கிலிடப்பட்டார்கள்! – *Dr.J.Hammond Trumbull's Blue Laws, True and False, p 20.*

அத்தியாயம் 23க்கான குறிப்புகள்–சிறு திருட்டுகளுக்கு மரண தண்டனை:

கனெக்டிகட்டும், நியூஹேவனும் தமது முதல் சட்டங்களை இயற்றியபோது, பன்னிரண்டு பென்ஸ் மதிப்பிற்கு அதிகமான திருட்டிற்கு இங்கிலாந்தில் மரணதண்டனை தரப்பட்டது. இது முதலாம் ஹென்ரி காலத்திலிருந்தே இப்படித்தான் இருந்தது–

Dr.J.Hammond Trumbull's Blue Laws, True and False, p17.

'English Rogue' என்ற ஒரு வினோதமான புத்தகம் இந்த அளவை பதின்மூன்றரை பென்ஸ் என்கிறது.

அத்தியாயம் 27க்கான குறிப்பு:

திருட்டு பற்றிய பல சட்டங்களின்படி, குதிரையை திருடுதல், கழுகைத் திருடுதல், நெசவாளரிடமிருந்து துணியைத் திருடுதல் ஆகிய குற்றங்களுக்கு மரணதண்டனை. அரசரின் காட்டிலிருக்கும் மானைக் கொல்வது, நாட்டிலிருந்து ஆடுகளை ஏற்றுமதி செய்வது ஆகியவற்றிற்கும் அதே தண்டனைதான்–Dr.J.Hammond Trumbull's Blue Laws, True and False, p 13.

(ஆறாம் எட்வர்டின் ஆட்சிக்கு வெகுகாலத்திற்குப்பின்) வில்லியம் பைரென் என்ற வழக்கறிஞர் தன் இரு காதுகளையும் இழந்து, 3000 பவுண்ட் அபராதம் விதிக்கப்பட்டு, தகுதி நீக்கம் செய்யப்பட்டு சிறையில் அடைக்கப்பட்டார். மூன்றாண்டுகளுக்குப் பிறகு அவர் அதிகாரத்திற்கு எதிராக துண்டுப்பிரசுரம் வெளியிட்டு மற்றொரு குற்றமிழைத்தார். திரும்பவும் அவருக்கு எஞ்சிய காதுகளை வெட்டினார்கள். 5000 பவுண்ட் அபராதம். இரு கன்னங்களிலும் S.L.(Seditious Libeller என்பதன் சுருக்கம்) என்று சூடு போடப்பட்டு ஆயுள் தண்டனை தரப்பட்டது. அதே நூல் பக்.12.

பொதுவான குறிப்பு:

'கொடூரமான கனெக்டிகட்டின் ப்ளூ சட்டங்களைப் பற்றிக் கேட்டால் உடல் நடுங்குவோர் பலர் அமெரிக்காவிலும், ஏன் இங்கிலாந்திலும்கூட இருக்கிறார்கள். அவை கொடூரமானவை, மனிதத் தன்மை அற்றவை என்று நினைக்கிறார்கள். ஆனால் உண்மையில் அவை அதற்கு முன்பிருந்த 'நீதி அக்கிரமங்களிடமிருந்து' முதன்முறையாக மிகவும் மாறுபட்ட சட்டங்கள்.

ப்ளூ சட்டங்களோ, வேறு சட்டங்களோ இருந்த காலத்திலும் கனெக்டிகட்டின் பதினான்கு குற்றங்களுக்குத்தான் மரண தண்டனை. ஆனால் இங்கிலாந்தில் சமீப காலம் வரையிலும் இருநூற்று இருபத்து மூன்று குற்றங்களுக்கு மரணதண்டனை. இவை நாம் அறியவேண்டிய, யோசிக்கவேண்டிய விஷயங்கள்.

•

FCW - #0058 - 061026 - C0 - 216/140/12 - PB - 9788119851669 - Matt Lamination